संपूर्ण

कथारामायण

वि. के. फडके

कनक बुक्स

कुमारवाङ्मय विभाग, डायमंड पब्लिकेशन्स, पुणे

संपूर्ण कथारामायण
वि. के. फडके

Sampurna Katharamayan

V. K. Phadke

डायमंड प्रथम आवृत्ती : २०१२
प्रथम ई-बुक आवृत्ती : २०१४

ISBN 978-81-8483-434-5

© डायमंड पब्लिकेशन्स, पुणे

मुखपृष्ठ
शाम भालेकर

आतील चित्रे
राजेंद्र गिरधारी

कनक बुक्स
कुमारवाङ्मय विभाग, डायमंड पब्लिकेशन्स, पुणे
२६४/३ शनिवार पेठ, ३०२ अनुग्रह अपार्टमेंट
ओंकारेश्वर मंदिराजवळ, पुणे-४११ ०३०
☎ ०२०-२४४५२३८७, २४४६६६४२

info@diamondbookspune.com
www.diamondbookspune.com

Printed at Repro India Ltd, Mumbai.

।। वाल्याचा वाल्मीकि झाला ।।

हजारो वर्षांपूर्वीची गोष्ट.

तमसा नदीच्या तीरावर एक गरीब ब्राह्मण रहात असे. त्याचे नाव सुमती.

मोठा देवभक्त होता तो. ईश्वरचिंतनात त्याचे दिवस मोठ्या आनंदात चालले होते.

परंतु तरीही त्याच्या मनाला एका गोष्टीची रुखरुख होती. त्याला पुत्र-संतान नव्हते. त्यामुळे शेवटी त्याने अरण्यात जाऊन तपश्चर्या करण्याचे ठरविले.

त्याप्रमाणे एका शुभमुहूर्तावर तो अरण्यात गेला. त्याने एका गुहेत बसून तपश्चर्या सुरू केली. नारायणाच्या चिंतनात तो देहभान विसरला.

त्याची ती उग्र तपस्या पाहून ईश्वराला दया आली. त्याने सुमतीला दर्शन दिले. त्याच्या तपश्चर्येचा हेतू जाणून त्यास आशीर्वाद दिला. त्या आशीर्वादाने एका वर्षाच्या आतच सुमतीला पुत्ररत्नाचा अमोल लाभ झाला.

या मुलाचे नाव त्याने 'वाल्या' असे ठेवले.

वाल्या अरण्यातील कोळी मुलांच्या संगतीत वाढू लागला. त्याला हळूहळू त्या मुलांची व्यसने जडली. तो दारू पिऊ लागला, दरोडे घालू लागला !

आपल्या मुलाची ही वागणूक पाहून सुमती आणि त्याची पत्नी या दोघांना विलक्षण दुःख झाले. त्यांनी वाल्याला सुधारण्याचा खूप प्रयत्न केला. परंतु वाल्या सुधारला नाही.

शेवटी तो दुःखभार असह्य होऊन सुमती आणि त्याची पत्नी या दोघांनी जगाचा निरोप घेतला.

आईवडील गेल्यामुळे वाल्याला आता कुणाचाच धाक राहिला नाही. तो मन मानेल तसे वागू लागला.

त्याने एका कोळिणीशी लग्न केले. त्याला चार मुले झाली. हा वाढता प्रपंच कसा चालवावा हे वाल्याला कळेना. यापूर्वी तो मासे मारीत होता. परंतु, आता तेवढ्याने भागेना म्हणून माशांच्या जोडीला तो माणसेही मारू लागला.

तो रहात असलेल्या अरण्यातून अनेक श्रीमंत प्रवासी जात. वाल्या त्यांना ठार करून त्यांचे द्रव्य हरण करू लागला.

आपण किती माणसे मारली हे कळावे म्हणून त्याने एक युक्ती केली होती. त्याने आपल्या घरात काही रांजण ठेवले होते. दररोज जितकी माणसे तो ठार करी, तितके खडे मोजून तो त्या रांजणात टाकीत असे. थोड्याच दिवसात सारे रांजण खड्यांनी काठोकाठ भरून गेले.

अशा प्रकारे वाल्याने अनेक वाटसरू ठार केले. अगणित द्रव्य मिळविले आणि तो मोठ्या चैनीत राहू लागला.

एक दिवस रात्री तो असाच तीरकमठा घेऊन त्या घनदाट अरण्यात लपून बसला होता.

रातकिडे किरकिरत होते. सर्वत्र कीर्रऽऽ अंधार पसरला होता. आकाश मेघांनी व्यापून गेले होते.

एवढ्यात महर्षी नारद नारायणाचे नामस्मरण करीत त्या वाटेने आले. त्यांना पाहून वाल्याने त्यांच्यावर बाण रोखला नि म्हटले, 'ए गोसावड्या, तुझ्याजवळ जे असेल ते मुकाट्याने इथे टाक, नाहीपेक्षा मरणाला तयार हो.'

त्यावर नारदमुनी हसून शांत स्वरात म्हणाले, 'अरे, माझ्यासारख्या तपस्व्याजवळ काय असणार आहे ? ही तंबोरी, ही छाटी आणि या चिपळ्या ! या गोष्टी तुझ्या काय उपयोगाच्या ?'

वाल्या यावर काय बोलणार ?

नारदमुनी पुढे म्हणाले, 'अरे हा दरोडेखोरीचा व्यवसाय फार वाईट आहे. तू आजवर किती लोक ठार मारलेस, सांग बरे ?'

वाल्या म्हणाला, 'सात रांजणात जितके खडे भरतील, तितक्या लोकांना मी आजवर ठार केले आहे.'

'नारायण ! नारायण !...'

'म्हणजे तुझ्या नावावर खूपच पाप जमा झाले आहे म्हणायचे ! आता तुझ्या मृत्यूनंतर यमदूत तुला यमलोकात नेतील व उकळत्या तेलात कढईत टाकून देतील.' नारदमुनी दुःखी स्वरात म्हणाले.

'माझ्या बायका मुलांनाही हीच शिक्षा मिळेल का ?' वाल्याने घाबरून विचारले.

'नाही ! नारद ठाम स्वरात उत्तरले, त्यांना काहीच शिक्षा होणार नाही. कारण खून तू केले आहेस, दरोडे तू घातले आहेस. त्यांनी नाही ! ते केवळ सुखाचे वाटेकरी आहेत. पापाचे नाहीत !'

'मला हे पटत नाही. माझ्या बायकामुलांचे माझ्यावर खूप प्रेम आहे. माझ्या पापात ती नक्कीच वाटेकरी होतील.' वाल्या म्हणाला.

त्यावर नारदमुनी हसून म्हणाले, 'हा तुझा भ्रम आहे !'

'नाही मुळीच नाही.'

'ठीक आहे, आता असे कर, घरी जा आणि आपल्या बायकामुलांना याबाबत विचार.'

'हरकत नाही. मी विचारून येतो. पण...'

'माझी काळजी करू नकोस. मी कुठे जात नाही. मात्र जरा लवकरच ये हं !' नारदमुनी गळ्यातली तंबोरी खाली ठेवीत म्हणाले.

वाल्या तसाच पळत घरी गेला. त्याने बायको व मुलांना उठविले.

आपला नवरा कामधंदा सोडून लवकर परत आलेला पाहून वाल्याच्या बायकोला जरा आश्चर्यच वाटले, थोडा रागही आला.

ती डोळे चोळीत म्हणाली, 'हे काय ? आज लवकर घरी आलात ? आणि काही लूटही आणलेली दिसत नाही ?'

वाल्याने घडलेली सारी हकिकत बायकोला व मुलांना सांगितली आणि विचारले, 'माझ्या हातून आजवर खूप पाप झाले. तुम्ही त्या पापात वाटेकरी व्हाल का ?'

'मुळीच नाही.' त्याची बायको लगेच उत्तरली, 'तुमच्या पापात वाटेकरी होण्याचे आम्हाला काय कारण ?'

'मग माझ्या सुखात कसे झालात ?' वाल्याने विचारले.

'बायका मुलांना सुख देणे हे तुमचे कर्तव्यच आहे.' बायको म्हणाली.

वाल्याने मुलांनाही तोच प्रश्न केला. पण कोणीही त्याच्या पापाचे वाटेकरी होण्यास तयार होईना.

ते पाहून वाल्याला धक्काच बसला व त्याच क्षणी त्याला वैराग्य प्राप्त झाले. त्याने हातातला तीरकमठा फेकून दिला. रांजण फोडून टाकले आणि अंगाला राख फासून तो अरण्यात नारदमुनींकडे आला.

त्याने मुनींच्या पायावर डोके ठेवले. 'महाराज, मला क्षमा करा. मी पापी आहे. माझे पाप नाहीसे करण्याचा मार्ग मला सांगा.'

नारदांनी वाल्याला वर उठविले.

ते म्हणाले, 'वाल्या, तुला कृतकर्मांचा पश्चात्ताप झाल्यामुळे तुझे पाप तुझ्या अश्रूंमुळे धुऊन निघेल. तू 'राम', 'राम' असा जप करीत रहा. मी परत येईपर्यंत हा जप बंद करू नकोस.

नारद निघून गेले. वाल्याने डोळे मिटले. डोळ्यांसमोर प्रभू रामचंद्रांची काल्पनिक मूर्ती उभी केली आणि तो जप करू लागला.

'राम, राम' असे म्हणण्याऐवजी तो 'मरा, मरा' असे म्हणू लागला. कारण तो अडाणी होता.

परंतु तरीही त्याचा उद्धार झाला. त्याने सात वर्षे 'राम' हा जप केला. त्याच्या शरीराभोवती मुंग्यांनी वारूळ बांधले. परंतु, त्याची शुद्ध वाल्याला नव्हती. रामनामाच्या आनंदात तो सारे विसरला होता. प्रभु-चिंतनात तो तन्मय झाला होता.

वाल्याचे शरीर आता दिव्य तेजाने झळकू लागले. तो अंतर्बाह्य राममय झाला.

अशीच बारा वर्षे लोटली. नारदमुनी आकाशमार्गाने संचार करीत एक दिवस तिथे आले.

त्यांनी वाल्याच्या शरीरावरचे वारूळ हलक्या हाताने दूर केले. आता वाल्याचा संपूर्ण कायापालट झाला होता. त्याच्या शरीरावर तेजाची झळाळी दिसत होती. त्याच्या अणु-रेणूतून रामनामाचा अखंड जप सुरू होता.

नारदांनी वाल्याला समाधीतून जागे केले. त्याच्या शरीराभोवती मुंग्यांनी वारूळ (वाल्मीक) केल्यामुळे नारदांनी त्याला नवे नाव दिले 'वाल्मीकी !'

वाल्मीकींनी नारदमुनींच्या पायावर डोके ठेवले. ते सद्‌गदित स्वरात म्हणाले, ''मुनिवर, आपण माझा उद्धार केलात. आपण या 'वाल्याला' वाल्मीकी बनविले.''

'हे सारे श्रीरामाने केले. रामनामाचा महिमा अपार आहे.' नारदमुनी म्हणाले, 'जो श्रीरामाचे नाव घेईल. त्याचा खचित उद्धार होईल.'

नारदमुनींनी वाल्मीकींना आशीर्वाद दिला आणि नील नभातून आकाशमार्गाने ते स्वर्गलोकाकडे निघून गेले.

।। रामायणाची जन्मकथा ।।

नारदमुनी देवलोकी गेल्यानंतर वाल्मीकीऋषींनी तेथल्या निसर्गरम्य परिसरात एक लहानसा आश्रम बांधला. त्यांचे तपसामर्थ्य पाहून हळूहळू त्यांच्याभोवती अनेक शिष्य गोळा झाले.

एक दिवस ते भारद्वाज व सुमंत या दोघा शिष्यांना बरोबर घेऊन तमसा नदीवर स्नानासाठी गेले. पुण्यसलिला तमसा नागमोडी वळणे घेत संथ वहात होती. काठावरील रंगीबेरंगी कमळावर भुंगे गुंजारव करीत होते. झाडे डुलत होती, फुले हसत होती. सारेच वातावरण प्रसन्न होते.

मुनिवर्यांनी आपली वल्कले एका झाडाच्या फांदीवर ठेवली. कमंडलू एका दगडावर ठेवला. त्यांची नजर सहज समोरच्या वृक्षाकडे गेली, त्या वृक्षावर क्रौंचपक्षाचे एक सुंदर जोडपे मोठ्या आनंदात बसले होते. नराच्या डोक्यावर तांबडालाल तुरा झळकत होता. मोठेच गोजिरवाणे दिसत होते ते पक्षी !

त्या पक्ष्यांच्या क्रीडा पाहून त्या तिघांनाही मोठी मौज वाटली.

परंतु तेवढ्यात... एक निषाद तेथे आला व त्याने विषारी बाण सोडून त्या जोडप्यापैकी नराला खाली पाडले. तो नर त्या बाणाने जखमी होऊन खाली तडफडू लागला. त्याची ती दयनीय अवस्था पाहून त्याची मादी करुण स्वराने विलाप करू लागली. तिचा तो हृदयविदारक विलाप ऐकून वाल्मीकी ऋषींचे हृदय कारुण्याने भरून गेले. त्यांना त्या क्रूर पारध्याचा विलक्षण संताप आला व त्याभरात त्यांच्या तोंडून पुढील शापवाणी बाहेर पडली.

‘मा निषाद प्रतिष्ठां त्वमगम: शाश्वती: समा: ।
यत्क्रौंचमिथुनादेकमवधी: काममोहितम् ।।’

(अर्थ – हे निषादा, क्रीडा करीत असलेल्या क्रौंच पक्षाच्या जोडप्यापैकी ज्या अर्थी तू एकाचा वध केलास, त्या अर्थी तुझेही अस्तित्व या जगात फार वर्षे राहणार नाही.)

परंतु त्या पारध्याला त्याबद्दल जरासुद्धा वाईट न वाटता तो त्या मृत पक्ष्याचे पाय हातात धरून मोठ्या आनंदाने आपल्या घराकडे निघून गेला.

वाल्मीकी मान खाली घालून अनुतप्त मुद्रेने विचार करीत होते. त्या लोभस पक्ष्याची आठवण वारंवार त्यांच्या कोमल हृदयाला त्रस्त करीत होती. त्याचप्रमाणे, व्याधाला नकळत दिलेल्या शापामुळे आपले तपसामर्थ्य कमी तर झाले नाही ना, अशीही चिंता त्यांच्या मनाला टोचत होती.

त्याच विचारतंद्रीत त्यांनी स्नान उरकले व सूर्याला अर्घ्य देऊन ते आश्रमाकडे परत आले. सारा आश्रम आज त्यांना उदास, भकास दिसत होता.

परंतु तेवढ्यात ब्रह्मदेव येत असल्याची सुवार्ता एका शिष्याने आणली.

वाल्मीकींचे औदासीन्य कोठच्या कोठे पळाले ! त्यांनी चतुराईने ब्रह्मदेवांच्या स्वागताची तयारी केली.

तेवढ्यात ब्रह्मदेव येऊन पोहोचले.

वाल्मीकींनी ब्रह्मदेवांना वंदन केले. त्यांना दर्भासनावर बसवून त्यांची पूजा केली.

त्यानंतर वाल्मीकींनी मघा घडलेली सारी हकिकत ब्रह्मदेवांना सांगितली आणि हात जोडून म्हटले, 'देवा, माझ्या अनुतप्त मनाला शांती मिळविण्याचा मार्ग मला सांगा.'

परंतु ब्रह्मदेवाचे त्या प्रश्नाकडे लक्षच नव्हते. वाल्मीकींनी उच्चारलेली शापवाणीच ते एकसारखी मनाशी घोळवीत होते- 'मा निषाद प्रतिष्ठां...'

सर्व श्लोक पाच-सहा वेळा म्हणून झाल्यावर ब्रह्मदेव आनंदून म्हणाले, 'वाहवा! किती तालबद्ध श्लोक... केवढी लालित्यपूर्ण रचना... फार सुंदर! फार सुंदर!'

वाल्मीकी वेड्यासारखे पहातच राहिले! साक्षात ब्रह्मदेव त्यांच्या श्लोकाची आज तोंड फाटेपर्यंत स्तुती करीत होते.

तो सुंदर श्लोक पुन्हा एकदा मनाशी घोळवीत ब्रह्मदेव आनंदून म्हणाले, 'मुनिवर, साक्षात देवी सरस्वती तुमच्या हृदयात प्रकटली आहे. तुम्ही श्रीरामांचे संपूर्ण चरित्र श्लोकबद्ध करा. त्यायोगे तुमच्या अनुतप्त मनाला परमशांतीचा लाभ होईल. 'आदि कवी' म्हणून तुमचे नाव अजरामर होईल.'

हा आशीर्वाद देऊन ब्रह्मदेव निघून गेले.

त्यानंतर वाल्मीकींनी सुमुहूर्त काढला. श्रीरामांचे स्मरण केले आणि रामायणातील एक एक प्रसंग ते काव्यबद्ध करू लागले.

अशा प्रकारे शंभर कोटी श्लोक तयार झाले आणि 'वाल्मीकी रामायणाचा' जन्म झाला.

याच वाल्मीकी रामायणातील दिव्य कथा आता आपल्याला वाचायच्या आहेत.

।। अयोध्येचा राजा दशरथ ।।

शरयू नदीच्या तीरावर कोशल नावाचा एक देश होता. त्या देशात मानवाधिपती मनूने स्वत: निर्माण केलेली एक सुंदर नगरी होती. तिचे नाव अयोध्या.

त्या नगरीत ईक्ष्वाकू वंशात जन्मलेला दशरथ नावाचा एक महाप्रतापी राजा राज्य करीत होता. तो वेदवेत्ता आणि धर्मनिष्ठही होता.

या दशरथाला तीन राण्या होत्या. कौसल्या, सुमित्रा आणि कैकयी. त्या तिघीही रूपवान नि गुणवान होत्या. त्यामुळे दशरथाच्या गृहसौख्याला तोड नव्हती.

परंतु एवढे असूनही एका गोष्टीची रुखरुख त्याला नेहमीच अस्वस्थ करीत असे.

दशरथाला अजून संतान नव्हते. त्यामुळे वैभव, संपत्ती आणि कीर्ती पायाशी लोळण घेत असूनही दशरथाचे मन संसारात रमत नव्हते.

मनाची ही उद्विग्नता कमी करण्यासाठी तो एक दिवस रात्री शिकारीसाठी एका निबिड अरण्यात गेला. तिथे शिकारीची मार्गप्रतीक्षा करीत तो एका सरोवराच्या काठी असलेल्या प्रचंड वृक्षावर आपले धनुष्य सज्ज करून बसला.

त्या वेळी श्रावण नावाचा एक वैश्यपुत्र आपल्या वृद्ध व अंध आईवडिलांना खांद्यावरील कावडीत बसवून त्याच रस्त्याने काशीयात्रेसाठी निघाला होता. आपल्या आईवडिलांना दिवसाच्या उन्हाचा त्रास होऊ नये, म्हणून तो नेहमी रात्रीचाच प्रवास करीत असे.

अशा प्रकारे त्या रस्त्याने मार्गक्रमण करीत असता त्याच्या आईवडिलांना अतिशय तहान लागली व त्यांनी श्रावणाला म्हटले, 'बाळ! आम्हाला थोडे पाणी आणून देतोस का रे?'

आपल्या आईवडिलांचे ते दीन शब्द ऐकताच श्रावणाने लागलीच आईवडिलांना खाली उतरविले व तो पाणी आणण्यासाठी जवळच्या एका सरोवराकडे निघाला.

तेथे पोहोचताच सरोवरात उतरून तो आपल्या जवळचा चंबू पाण्याने भरू लागला. त्या वेळी झालेला 'बुड्‌बुड्‌' असा आवाज, झाडावर सावजाच्या शोधात बसलेल्या दशरथाच्या कानावर गेला व एखादा जंगली प्राणीच पाणी पिण्यासाठी सरोवराजवळ आला आहे; असे वाटून दशरथाने त्या आवाजाच्या दिशेने एक तीक्ष्ण बाण सोडला.

त्या बरोबर, 'आई गंऽ!', 'मेलो!' असे शब्द दशरथाच्या कानावर आले. ते शब्द ऐकून दशरथाचा भीतीने थरकाप झाला व तो धावतच त्या आवाजाच्या दिशेने निघाला.

तेथे जाऊन पाहतो, तो श्रावणबाळ विव्हळत पडलेला! त्याच्या छातीत बाण घुसला होता. त्या वेदना असह्य होऊन तो कण्हत होता.

दशरथाने श्रावणाची व्यथित अंत:करणाने क्षमा मागितली.

श्रावण म्हणाला, 'राजा, मी तर आता वाचत नाही ! माझे वृद्ध आईवडील तिकडे तहानेने व्याकूळ झाले असतील, तेव्हा तू मला इथेच सोडून ताबडतोब हे पाणी घेऊन त्यांच्याकडे जा व अगोदर त्यांची तहान भागव.'

डोळ्यातले अश्रू पुशीत दशरथ राजा पाणी घेऊन जड अंत:करणाने श्रावणाच्या आईवडिलांजवळ आला व त्याने त्यांना पाणी पाजले आणि मोठ्या कष्टी मनाने घडलेली सर्व हकिकत त्यांच्या कानावर घातली.

ती हकिकत ऐकून त्या वृद्धांवर जणू आकाशच कोसळले. त्यांच्या आक्रोशाला व दु:खाला सीमाच राहिली नाही.

त्या भरात त्यांनी दशरथाला शाप दिला, 'हे राजा, तूही आमच्याचप्रमाणे पुत्रशोकाने मरशील.'

एवढे बोलून त्या वृद्धांनी पुत्रशोकाने जागच्या जागीच प्राण सोडला.

दशरथाने त्या तिघांच्या मृतदेहांना अग्नी दिला व मोठ्या दु:खाने तो अयोध्येस परत आला.

श्रावणाच्या मातापित्यांनी दिलेला शाप दु:खकारक खरा, परंतु तो शापही दशरथाला एखाद्या आनंददायक वरासारखा वाटला.

कारण आता दशरथाला मरण येणार होते, ते पुत्रशोकाने; म्हणजे त्याला 'पुत्र होणार' ही गोष्ट आता निश्चित होती.

हलाहलातून अमृत निघावं त्याप्रमाणे त्या दारुण दु:खातूनही सुखाचे लोभस अंकुर डोकावत होते...!

।। ऋष्यशृंगाची गोष्ट ।।

राजा दशरथ अयोध्येस पोहोचला. त्याने कुलगुरू वसिष्ठांना भेटून त्यांना श्रावणवधाची हकिकत सांगितली.

वसिष्ठ म्हणाले, 'राजा, झाली गोष्ट वाईट झाली. परंतु, या शापाच्या योगे तुला पुत्रप्राप्ती होणार ही गोष्ट उघड झाली आहे. तेव्हा तू पुत्रकामेष्टी यज्ञ करून पुत्रप्राप्ती करून घे.'

दशरथाला कुलगुरूंचा सल्ला मानवला. त्याने प्रधान सुमंताला बोलावून त्यास यज्ञाची व्यवस्था करण्याची आज्ञा केली.

त्या वेळी सुमंत म्हणाला, 'महाराज, मला या संदर्भात फार पूर्वी घडलेली एक गोष्ट आठवते. आपली आज्ञा झाल्यास मी ती आपणास सांगतो.'

'बोला सुमंत.' दशरथाने आपल्या दाढीवरून हात फिरवीत संमती दिली.

सुमंत म्हणाला, 'महाराज, मी पूर्वी बद्रिकाश्रमात गेलो असता काही ऋषींनी सनत्कुमारास विचारले की, अयोध्येचा राजा दशरथ याने पुत्र-प्राप्तीसाठी काय उपाय करावेत ?

तेव्हा सनत्कुमार म्हणाले, अंग देशात रोमपाद नावाचा एक राजा आहे. त्याच्या देशात बारा वर्षे पाऊस पडला नाही. त्यामुळे सारा देश उजाड झाला. लोक हवालदिल झाले. गुरेढोरे चाऱ्यावाचून मरण पावली. तेव्हा रोमपाद अतिशय कष्टी झाला. त्याने विद्वान ब्राह्मणांना पाचारण करून यावर उपाय विचारला. तेव्हा त्यातील एक तेजस्वी ब्राह्मण म्हणाला, राजा कश्यप ऋषींना विभांडक नावाचा एक पुत्र झाला. त्या विभांडकाला ऋष्यशृंग नावाचा एक पुत्र आहे. त्याला तू आपल्या राज्यात घेऊन ये. म्हणजे त्याच्या पुण्याईने पर्जन्यवृष्टी होऊन तुझे संकट दूर होईल.

त्या ब्राह्मणाने सुचविल्याप्रमाणे रोमपाद राजाने मोठ्या प्रयासाने ऋष्यशृंगाला आपल्या देशात आणले व त्याच्याकडून पर्जन्यवृष्टी याग करविताच आकाश ढगांनी व्यापून जाऊन चोहोकडे मुसळधार वृष्टी झाली.

सनत्कुमार पुढे म्हणाले, याच ऋष्यशृंगाला दशरथ राजाने आपल्या राज्यात आणले तर त्याच्या कृपेने दशरथाला सुलक्षणी पुत्र होतील.'

सुमंतांचे भाषण दशरथाला अतिशय प्रिय वाटले. त्याचे डोळे आनंदाने चमकले.

ज्याच्या आशीर्वादामुळे रोमपादाच्या राज्यात पर्जन्यवृष्टी होऊन सर्व देश धान्याने समृद्ध झाला, तो ऋष्यशृंग मुनी षट्शास्त्रात प्रवीण होता. चतुर्वेद नि अठरा पुराणे त्याला मुखोद्गत होती. त्याच्या मस्तकावर एक लहानसे शिंग होते. त्यामुळेच विभांडकाने त्याचे नाव 'ऋष्यशृंग' असे ठेवले होते.

बालपणापासूनचे त्याचे सर्व आयुष्य हरणांबरोबर खेळण्यात आणि बागडण्यात गेले. त्याला आश्रमाबाहेरील अन्य जगाची काहीच माहिती नव्हती.

सुमंताने बद्रिकाश्रमी ऐकलेली हकिकत सांगितल्यावर दशरथाला अतिशय समाधान वाटले व त्याने आपल्या दूतांना अंग देशात पाठवून रोमपाद राजाला मोठ्या सन्मानाने अयोध्येस आणले.

रोमपाद राजा दशरथाच्या राजवाड्यात स्थानापन्न झाल्यावर दशरथाने विचारले, 'हे राजा, ऋष्यशृंग ऋषीने पर्जन्येष्टी याग केल्यानंतर तुझ्या राज्यात पर्जन्यवृष्टी झाली असे मी सुमंताकडून ऐकले.'

'होय महाराज. ती गोष्ट अगदी खरी आहे. ऋष्यशृंग हा कायेने, वाचेने व मनाने निष्कलंक ब्रह्मचर्य पाळणारा एक थोर ऋषी आहे. त्याच्या अंगच्या प्रभावी सामर्थ्याने अशक्य गोष्टीही शक्य होऊ शकतील.'

रोमपादाने केलेली ऋष्यशृंगाची ही प्रशस्ती ऐकून दशरथाला मोठे आश्चर्य वाटले.

तो म्हणाला, 'रोमपादा, याच ऋष्यशृंग ऋषीच्या पौरोहित्याखाली आम्हाला पुत्रप्राप्तीसाठी एक यज्ञ करावयाचा आहे. परंतु, त्या ऋषीला अयोध्येस कसे आणावे, असा प्रश्न आमच्यापुढे उपस्थित झाला आहे.'

त्यावर रोमपाद किंचित विचार करून म्हणाला, 'महाराज, ऋष्यशृंगाला अयोध्येस घेऊन

येण्याचा एकच मार्ग आहे.'

'कोणता ?' दशरथाने विचारले.

'ऋष्यशृंगाला मोहात पाडण्यासाठी काही अप्सरांना त्याच्या आश्रमात पाठवून द्या. त्याने आजवर एकाही स्त्रीचे मुखावलोकन केलेले नाही. तेव्हा कदाचित त्याला भुरळ पडून तो त्यांच्याबरोबर इकडे येईलही.'

दशरथाला ही युक्ती आवडली. त्याने देवांचा राजा इंद्र याला विनंती करून स्वर्गातील अप्सरांना बोलावून घेतले. त्याप्रमाणे उर्वशी, तिलोत्तमा, रंभा आदी सुंदर सुंदर अप्सरा आपल्या नृत्य-साहित्यासह दशरथाच्या दरबारी हजर झाल्या.

दशरथाने त्यांना अयोध्येस बोलावण्याचा उद्देश समजावून सांगितला व त्याप्रमाणे ऋष्यशृंगाला भुरळ पाडण्यासाठी त्या अप्सरा दशरथाची आज्ञा घेऊन आकाशमार्गाने त्वरित ऋष्यशृंगाच्या आश्रमाजवळ प्रकट झाल्या.

।। अप्सरांनी भुरळ पाडली ।।

अप्सरांनी त्या ठिकाणी ऋष्यशृंगाचा पुष्कळ शोध केला.

परंतु प्रथम पुष्कळ दिवस ऋष्यशृंग त्यांच्या नजरेसच पडला नाही. त्यामुळे त्या अप्सरा किंचित निराश झाल्या.

एक दिवशी मात्र ऋष्यशृंग समिधा आणण्यासाठी आश्रमाबाहेर पडला. त्या सुंदर उपवनातून तो फिरत असता अप्सरांनी त्याला अचूक हेरला.

ती पहाटेची वेळ होती. पाखरांच्या किलबिलीने साऱ्या वनाला जाग आली होती. हरिण शावके बागडू लागली होती. टपोऱ्या फुलांच्या मखमली अंगावरून दवबिंदू ठिबकत होते. फुलपाखरे स्वच्छंदपणे विहार करण्यासाठी बाहेर पडत होती.

तो चैत्र महिना असल्यामुळे ऋतुराज वसंताचे सारे वैभव प्रकटले होते. आम्रवृक्षांवर केशरी मोहोर धरला होता. कोकिळांची 'कुहू कुहू' कानांना सुखवित होती.

ऋष्यशृंग ईश्वरचिंतन करीत एका पायवाटेने निघाला होता.

तेवढ्यात... तेवढ्यात नूपुरांची नाजूक किणकिण त्याच्या कानावर आली. ऋष्यशृंग चमकला. त्याने किंचित आश्चर्याने मागे वळून पाहिले आणि समोरचं स्वर्गीय सौंदर्य आपल्या विस्फारीत नेत्रांत साठवीत तो निश्चल उभा राहिला. ती उर्वशी होती.

त्या मृगनयनेकडे पहात असता ऋष्यशृंगाचं देहभान हरपलं ! किती कमनीय बांधा ! किती लोभस मुद्रा, किती तालबद्ध रेखीव हालचाल !

ऋष्यशृंगाच्या हृदयाची धडधड क्षणाक्षणाला वाढत चालली.

तेवढ्यात तिलोत्तमा आली, रंभा, मेनकाही गोड हास्य करीत तिथे प्रकटल्या. नूपुरांच्या झंकाराने सारा आसमंत चैतन्याने मोहोरला.

ऋष्यशृंगाचा मार्ग अडवून त्या चौघी जणी उभ्या राहिल्या. त्यांच्या मादक नेत्रकटाक्षाने ऋष्यशृंग घायाळ झाला.

'ऋषिपुत्रा, कोण तू ? आणि या निबिड वनात एकटाच का फिरतोस ?' उर्वशीने साखर-पेरणी सुरू केली. ऋष्यशृंगाच्या तोंडून एकही शब्द फुटत नव्हता.

त्याची भांबावलेली नजर पाहून अप्सरा एकमेकींकडे पाहून हसल्या. त्यांचं ते लोभस हास्य पाहून ऋष्यशृंग आणखीच विरघळला.

अप्सरांनी तोच प्रश्न पुन्हा केला.

ऋष्यशृंग भानावर येत म्हणाला, 'मी विभांडक ऋषींचा पुत्र...ऋष्यशृंग माझं नाव. इथे जवळच माझ्या पित्याचा आश्रम आहे. मी तिथं राहतो. तुम्ही... तुम्ही...'

'बोला ऋष्यशृंग बोला. लाजू नका.'

'...तुम्ही माझ्या आश्रमात येऊन माझ्या आतिथ्याचा स्वीकार कराल काय ?'

साऱ्यांनी एकमेकीकडं पाहिलं अन् डोळ्यांच्या भाषेनंच त्या एकमेकींशी बोलल्या. आपला हेतू पूर्ण होत असलेला पाहून त्या आनंदल्या नि ऋष्यशृंगाच्या पाठोपाठ त्याच्या आश्रमाकडे निघाल्या. आश्रमापाशी येताच ऋष्यशृंगाने त्यांचं स्वागत केलं. बराच वेळ त्या अप्सरा तिथं बसल्या. त्यांचे शृंगारयुक्त हावभाव नि वीणेच्या झंकारासारखं गोड, लाघवी भाषण ऐकून ऋष्यशृंग वेडावून गेला.

परंतु तेवढ्यात विभांडक मुनींच्या खडावांचा त्याला दुरून आवाज ऐकू आला. त्याबरोबर तो भानावर आला. त्याने त्या सौंदर्यवतींना पुन्हा भेटायचा वायदा देऊन त्यांचा घाईघाईने निरोप घेतला. अप्सरा जागच्या जागीच अंतर्धान पावल्या.

त्यानंतर विभांडक ऋषी स्नानासाठी किंवा समिधा व फुले आणण्यासाठी ज्या ज्या वेळी बाहेर जात त्या त्या वेळी अप्सरा आश्रमात येत. त्यांच्या आगमनाने ऋष्यशृंगाला आनंद होई.

त्यांचं लाडीक बोलणं नि शृंगारिक हावभाव यामुळे त्याला त्यांचा सहवास प्रिय वाटे. कधी एकदा विभांडक ऋषी बाहेर जातात व कधी एकदा या सौंदर्यवती आश्रमात येतात, असे त्याला होऊन जाई.

असे होता होता एक दिवस त्या अप्सरांनी ऋष्यशृंगाला आपल्याबरोबर अयोध्येस येण्याची गळ घातली. ऋष्यशृंगाला त्यांच्या लाडीक आग्रहाला नकार देणं शक्यच नव्हतं.

तो लागलीच त्यांच्याबरोबर निघाला. निघताना वडिलांची परवानगीही घ्यायला तो विसरला !

पुढे मजलदरमजल करीत त्या अप्सरा ऋष्यशृंगाला घेऊन अयोध्येस आल्या. दशरथाने ऋष्यशृंगाचे मोठ्या प्रेमाने स्वागत केले व त्याला घेऊन तो मोठ्या थाटाने राजवाड्यात आला. त्यानंतर त्याने ऋष्यशृंगाला सिंहासनावर बसवून त्याची पाद्यपूजा केली. दशरथाने केलेल्या या स्वागतामुळे ऋष्यशृंगाची कळी खुलली. त्याची मुद्रा प्रसन्न आहेसे पाहून दशरथ राजा हात जोडून

म्हणाला, 'मुनिवर, पुत्रप्राप्तीसाठी आपल्या पौरोहित्याखाली पुत्रकामेष्टी यज्ञ करण्याची माझी इच्छा आहे, तरी आपण कृपाळू होऊन या दासाची ही इच्छा पूर्ण करावी.'

दशरथाचे ते मृदू व नम्र भाषण ऐकून ऋष्यशृंग आनंदला. त्याने दशरथाची ती विनंती लागलीच मान्य केली.

तेवढ्यात आपल्या पुत्राचा शोध करीत विभांडक ऋषीही तेथे अचानक आले.

दशरथाने त्यांचाही आदरसत्कार करून त्यांना उच्चासनावर बसवले व आपली इच्छा त्यांच्याजवळ प्रकट केली.

त्यावर विभांडक प्रसन्न हास्य करीत म्हणाले, 'ठीक आहे ! राजा, माझा पुत्र ऋष्यशृंग तुझा हा यज्ञ सिद्धीस नेईल.'

|| पायसदान ||

शरयू नदीच्या पवित्र तीरावर यज्ञभूमी तयार झाली. विस्तीर्ण मंडप उभारण्यात आला.

या मंगल समारंभासाठी चारी वर्णांच्या प्रमुख व्यक्तींना आमंत्रणे गेली. सिंधू, सौराष्ट्र, मगध आदी देशांच्या नृपतींना आमंत्रित करण्यासाठी खास दूत धावले. वामदेव, जाबाली, कण्व, संजय, शततप, कौंडिण्य, पराशर आदी महातपस्वींना अगत्याने पाचारण करण्यात आले.

त्याप्रमाणे हजारो आमंत्रित शरयू नदीच्या पवित्र तीरावर जमले.

वेदमंत्राच्या पवित्र घोषाने सारा प्रदेश मंगलमय झाला.

मग ऋष्यशृंगाने मंत्र उच्चारून स्वर्गातील देवतांना आवाहन केले. त्या निष्कलंक, थोर व चारित्र्यसंपन्न ऋषींच्या आवाहनाप्रमाणे ब्रह्मा, विष्णू, महेश या त्रिमूर्ती, त्याचप्रमाणे देवांचा राजा इंद्र, गण, गंधर्व, यक्ष, किन्नर यांच्यासह त्या ठिकाणी प्रकट झाला.

पुण्यशाली दशरथाने त्या सर्वांची षोडशोपचारे पूजा केली. त्यानंतर मुख्य यज्ञाला सुरुवात झाली.

ऋष्यशृंगाची मंत्रशक्ती अशी काही विलक्षण की, त्याने ज्या ज्या देवतेला आवाहन करावे, ती ती देवता प्रत्यक्ष प्रकट होऊन आपापला हविर्भाग घेऊ लागली. ते पाहून त्याच्या तपोबलापुढे सर्व ऋषी नम्र झाले.

या यज्ञाचे प्रसंगी दशरथाने आपले कोशागारच लुटले. त्याने ब्राह्मणांना दहा लक्ष गाई, दहा कोटिभार सुवर्ण व चाळीस कोटी सुवर्णमुद्रा एवढे दान दिले. एका दरिद्री याचकाला तर त्याने चटकन् आपले सुवर्णाचे हस्तभूषणच काढून दिले. अशा प्रकारे प्रत्येकाचा जीवात्मा दशरथाने संतुष्ट केला.

यज्ञ-समारंभ संपल्यावर ऋष्यशृंग दशरथाला म्हणाला, 'हे राजा ! या यज्ञाच्यायोगे तुझे व

तुझ्या प्रजाजनांचे संपूर्ण पातक नष्ट झाले आहे. आता पुत्रप्राप्तीसाठी तुला पुत्रकामेष्टी यज्ञ केला पाहिजे. त्यायोगे तुला महापराक्रमी व पुण्यशील असे चार सुंदर पुत्र होतील.'

ते ऐकून दशरथाने लागलीच पुत्रकामेष्टी यज्ञाची तयारी केली व यज्ञास सुरुवात झाली. नंतर पूर्णाहुतीच्या समयी ऋष्यशृंगाने मंत्रोच्चार करून राजाचे हाती श्रुवा (पळी) देऊन श्रीहरीच्या प्राप्तीसाठी त्यास यज्ञकुंडात पूर्णाहुती टाकण्यास सांगितले.

त्याप्रमाणे राजा दशरथाने यज्ञकुंडात पूर्णाहुती टाकताच त्या कुंडातून एक अनुपम कांतीचा महापुरुष प्रकट झाला. त्या कृष्णवर्णी पुरुषाने आरक्तवर्णाचे वस्त्र परिधान केले होते. तो अनेक शुभलक्षणांनी युक्त होता. त्याचे तेज सूर्याप्रमाणे होते. त्याच्या हातात रुप्याचे झाकण घातलेले एक सुवर्णमय पात्र होते.

तो दिव्य पुरुष मेघगर्जनेप्रमाणे गंभीर स्वरात म्हणाला, 'हे राजा, प्रजाधिपती भगवान श्रीविष्णूंच्या आज्ञेवरून मी या ठिकाणी प्रकट झालो आहे. तुझ्या मनातील पुत्रप्राप्तीची इच्छा या दिव्य पायसाने पूर्ण होईल. हा प्रसाद आपल्या तिन्ही भार्यांना दे!'

हे भाषण ऐकताच दशरथ राजाने पुढे येऊन त्या महातेजस्वी पुरुषाला नम्रपणे वंदन केले व त्याच्या हातातील सुवर्णपात्र स्वत:च्या हातात घेतले.

त्याबरोबर यज्ञज्वाला अधिकच तेजस्वी झाल्या व तो महापुरुष पाहता पाहता अंतर्धान पावला. यज्ञ-समाप्तीनंतर दशरथाने त्या पायसाचे तीन सारखे भाग केले आणि कौसल्या, सुमित्रा व कैकयी या राण्यांना दिले.

परंतु त्याचवेळी जोराचे वादळ झाले आणि थोड्याच वेळात एक घार उडत उडत तेथे आली. तिने सुमित्रेच्या हातावर झडप घालून तिच्या हातातील पायस पळविले आणि ती उडत उडत ऋष्यमूक पर्वताकडे निघून गेली.

त्या ठिकाणी अंजनी नावाची वानरी पुत्रप्राप्तीसाठी वायुदेवाची प्रार्थना करीत होती. घारीच्या चोचीतील पायस नेमके अंजनीच्या अंजलीत पडले व तो वायुदेवाचाच प्रसाद समजून अंजनीने तो मोठ्या आनंदाने भक्षण केला.

इकडे हातातील प्रसाद घारीने पळविल्यामुळे सुमित्रा दु:खाने व्याकूळ झाली. तिच्या डोळ्यांतून अश्रुधारा वाहू लागल्या. ती स्वत:च्या दुर्दैवाला दोष देऊ लागली.

तिची ही अवस्था पाहून कौसल्या व कैकयी यांना वाईट वाटले व त्यांनी आपल्या प्रसादातील अर्धा अर्धा भाग सुमित्रेला दिला व नंतर त्या तिघींनी तो प्रसाद अतिशय भक्तिभावाने भक्षण केला.

अशा प्रकारे यज्ञ निर्विघ्नपणे पार पाडल्यामुळे व साक्षात श्रीविष्णूंकडून दिव्य पायसाची प्राप्ती झाल्यामुळे राजा दशरथ व त्याच्या राण्या, तसेच अयोध्यावासी प्रजाजन यांच्या आनंदाला पारावारच राहिला नाही.

।। राम जन्मला गं सखी... ।।

पुत्रकामेष्टी यज्ञानंतर सहा ऋतू उलटून गेले. राजा दशरथाच्या तिन्ही राण्यांच्या उदरात गर्भ वाढू लागले. त्यांच्या मूळच्या सुंदर चेहऱ्यावर तेजाची झळाळी दिसू लागली.

कौसल्या राणीचे डोहाळे ऐकून राजा दशरथ आनंदला. कथा-कीर्तने ऐकावीत, देव व ब्राह्मण यांची पूजा करावी, धनुर्धरांच्या कथा श्रवण कराव्यात असे डोहाळे कौसल्या राणीला होऊ लागले. ती रात्रंदिवस नारायणाचे स्मरण करीत होती. श्रीविष्णूच्या सुंदर मूर्तीचे चिंतन तिच्या मनाला सुखवीत होते. स्वप्नातही शेषासनावर विराजमान झालेली श्रीविष्णूंची दिव्य मूर्तीच तिला एकसारखी दिसत होती. शंख-चक्र अन् गदा धारण केलेली भगवंताची ती मूर्ती किती लोभस, किती प्रसन्न, किती तेजस्वी! त्या मूर्तीच्या अखंडध्यानात कौसल्या देहभान विसरली.

पुढे चैत्राचा महिना आला.

ऋतुराज वसंतानं आपल्या दिव्य वैभवाची सृष्टीवर उधळण केली. सारी सृष्टी नवचैतन्याने फुललेली. कौसल्याराणीचा प्रसूतिकाळ जवळ आला. राजवैद्यांची एकच धांदल उडाली. दरबारातल्या सुईणी अंत:पुरात जमल्या.

चैत्रशुद्ध नवमीला कौसल्या राणी प्रसूत झाली. तिने एका गोंडस बालकाला जन्म दिला.

त्या दिवशी चंद्र पुनर्वसू नक्षत्रात होता. पाच ग्रह उच्चीचे होते, कर्क लग्नी चंद्र गुरू या शुभ ग्रहांची युती होती.

अंत:पुरातील वार्ता ऐकण्यासाठी अयोध्येचे प्रजाजन राजप्रासादाभोवती दाटीवाटीने उभे होते. सर्वांची उत्सुकता शिगेला पोहोचली होती.

तेवढ्यात एक चपळ दासी धावतच बाहेर आली. तिने सर्वांना सुवार्ता दिली- 'ऐका हो ऐका. कौसल्या राणी प्रसूत झाली. रघुवंश धन्य झाला! कौसल्या राणीने एका सुलक्षणी सुंदर पुत्राला जन्म दिला...!' या निवेदनापाठोपाठ तोफखान्यातून तोफा सुटल्या. शर्करा वाटण्यासाठी हत्तीवरून स्वार निघाले.

त्या सुवार्तेने सर्वांचे चेहरे आनंदाने उजळले. दशरथ महाराजांचा जयजयकार करीत सारेजण आनंदोत्सव साजरा करण्यासाठी निघाले. स्त्रिया गाणी म्हणू लागल्या. मुली फेर धरून नाचू लागल्या. पुरुषांनी सारे शहर गुढ्यातोरणांनी नटविले.

त्यानंतर योग्य समयी सुमित्रेने दोन मुलांना व कैकयीने एका मुलाला जन्म दिला.

राजाने जातकर्मविधी आटोपले. ब्राह्मणांना सुवर्ण, धेनू, वस्त्र आणि रत्ने यांची दाने दिली. रस्त्यावर फुले आणि मोती यांची उधळण केली. चंदनाच्या सड्यांनी राजमार्ग सुगंधित झाले.

दशरथाने श्रीविष्णूंच्या तेजस्वी मूर्तीपुढे अनन्यभावाने हात जोडले. 'प्रभो, तू दयामय आहेस. रघुवंशाचा वंशवेल तुझ्या कृपेने वाढला. तो असाच वाढो. फळा-फुलांनी बहरो.

दशरथाच्या नेत्रांतून आनंदाश्रू ओघळत होते.

पुढे योग्य समयी दशरथाने आपल्या पुत्रांचे बारसे केले. कौसल्येच्या मुलाचे नाव त्याने 'राम' असे ठेवले. ज्याच्या ठिकाणी सर्वांचे मन रमते, तो 'राम ! राम !'

सुमित्रेच्या जुळ्या मुलांची नावे त्याने लक्ष्मण व शत्रुघ्न अशी ठेवली. तर कैकयीच्या मुलाचे नाव त्याने भरत असे ठेवले.

या चार बालकांच्या बोबड्या बोलांनी साऱ्यांचे कान सुखावले. त्यांच्या बाललीला पाहून साऱ्यांची मने आनंदली.

‖ रामाला गं चंद्र हवा ! ‖

या चार मुलांत राम अतिशय हट्टी होता.

एका पौर्णिमेची रात्र होती. चांदीचा रस ओतावा, त्याप्रमाणे पूर्णचंद्राचा प्रकाश आसमंतात पसरला होता. नक्षत्रांच्या पसाऱ्यात पूर्णचंद्र हसत होता. राजवाड्या बाहेरच्या निळ्या तलावात चंद्रविकासी कमळे उमलली होती.

अशा त्या प्रसन्न वेळी श्रीरामाला कडेवर घेऊन कौसल्याराणी राजवाड्याच्या गच्चीवर आली. तिच्या हातात रंगीत चेंडू होता.

गच्चीवर येताच श्रीरामाने आईच्या हातातील चेंडू दूर फेकून दिला व त्याला पकडण्यासाठी तो दुडूदुडू धावू लागला.

तेवढ्यात त्याचे लक्ष निळ्याभोर आकाशातील पूर्णचंद्राकडे गेले. त्याला चेंडूचा विसर पडला व त्याने चंद्राला पकडण्यासाठी आपले इवले हात वर केले आणि तो चंद्रासाठी रडू लागला.

त्याचे ते विचित्र मागणे ऐकून कौसल्या म्हणाली, 'अरे रामा, तो आकाशातील चंद्र तुझ्या हातात कसा बरे येईल ? चल, आपण महालात जाऊ. मी तुला खूपखूप मजेची खेळणी देते.'

परंतु श्रीरामाचे रडणे थांबेना !

कौसल्येने त्याच्यापुढे अनेक गमतीदार खेळणी ठेवली. हिऱ्यांनी मढविलेला पोपट, पाचूचा मोर, चांदीचा ससा... एकापाठोपाठ एक अनेक मौल्यवान खेळणी श्रीरामापुढे येऊन पडली.

परंतु श्रीरामाचे रडे कशानेच थांबेना !

त्या आवाजाने साऱ्यांचीच झोप उडाली. राजा दशरथ आपल्या शयनमंदिरातून धावत तिथे आला. त्याने श्रीरामाची नानाप्रकारे समजूत काढली. परंतु कशाचाच काही उपयोग होईना !

मग कौसल्येने श्रीरामाची दृष्ट काढली. आता तरी श्रीरामाचे रडे थांबेल, असे सर्वांना वाटले. परंतु आकाशातील चंद्राकडे बोट दाखवून लहानसा राम अजूनही रडतच होता. त्याचा चेहरा रडून रडून लाल झाला होता.

तेव्हा दशरथाने राजवैद्य बोलावले. परंतु त्यांनीही हात टेकले.

श्रीरामाचे रडे थांबविण्याचा उपाय कुणालाच सुचेना.

तेवढ्यात दशरथाला वृद्ध सुमंताची आठवण झाली. तो यावर काही तरी तोड काढील, अशी खात्री त्याला वाटली. त्याने ताबडतोब सुमंताला बोलावले. त्याला सारी हकिकत सांगितली.

सुमंताने श्रीरामाला गोंजारले, त्याच्या पाठीवरून प्रेमाचा हात फिरवला नि त्याला घेऊन तो गच्चीवर गेला. कौसल्या, दशरथ, सुमित्रा सारीजण त्याच्या पाठोपाठ गेली.

सुमंताने एक आरसा आणला. तो श्रीरामाच्या हातात दिला. त्या आरशात चंद्राचे प्रतिबिंब पाहून श्रीरामाचे रडे थांबले. तो खुदकन् हसला!

त्याचे लोभस हास्य पाहून कौसल्या हसली, दशरथ हसला, सुमित्रा हसली. सारेजण हसले.

कौसल्येने श्रीरामाला पटकन् उचलले नि त्याचे पटापट मुके घेत ती सर्वांबरोबर गच्चीवरून खाली आली.

असा होता श्रीरामाचा हट्ट.

।। त्राटिकावध ।।

दशरथाचे हे चार पुत्र हळूहळू मोठे झाले. आठव्या वर्षी कुलगुरू वसिष्ठांनी त्यांचे उपनयन संस्कार केले.

त्यानंतर त्या चौघांचे अध्ययन सुरू झाले. सोळाव्या वर्षापर्यंत वेदविद्येबरोबरच धनुर्विद्येतही त्यांनी कमालीचे प्रावीण्य संपादन केले.

त्या चौघांच्या बुद्धीची कुशाग्रता नि चित्ताची एकाग्रता पाहून वसिष्ठ ऋषी संतुष्ट झाले. त्यांनी आपल्या जवळचे सारे ज्ञानभांडार त्यांच्यापुढे उघडे केले. या ज्ञानसंपन्न व पराक्रमी मुलांच्या कीर्तीचा सुगंध हळूहळू दशदिशांत पसरला.

एक दिवस दशरथ राजा आपल्या पुत्रांच्या धनुर्विद्येचे कौतुक पहात असता, विश्वामित्र ऋषी अचानक राजवाड्यात आले.

विश्वामित्रांचा आश्रम एका निबिड अरण्यात होता. त्याच अरण्यात मारिच व सुबाहू या नावाचे दोन महाबलाढ्य राक्षसही रहात होते.

हे राक्षस विश्वामित्रांना अतिशय त्रास देत. यज्ञाच्यावेळी यज्ञकुंडावर रक्त, मांस, हाडे इत्यादी अमंगल वस्तू आणून टाकीत. त्यामुळे त्या अरण्यातील सर्वच ऋषिमुनी अस्वस्थ झाले होते.

परंतु त्याचवेळी विश्वामित्रांना श्रीरामाची आठवण झाली. या राक्षसांचा वध करण्यास श्रीरामाशिवाय दुसरा कोण बरे समर्थ असणार? आणि म्हणूनच श्रीरामाला घेऊन येण्यासाठी विश्वामित्र ऋषी दशरथाच्या राजवाड्यात आले होते.

विश्वामित्रांसारख्या तपोनिधीला पाहून दशरथाला अतिशय आनंद झाला. त्याने विश्वामित्रांना वंदन करून त्यांना बसविण्यासाठी उच्चासन दिले व त्यांची प्रक्षाळ पूजा करून त्यांना मोठ्या नम्रपणे म्हटले, 'मुनिवर, आपण कोणत्या हेतूने मजकडे आलात हे मला समजले, तर मी आपला तो हेतू निश्चितपणे पूर्ण करीन!'

त्यावर राजाला तोंडभरून आशीर्वाद देत विश्वामित्र आनंदून म्हणाले, 'हे राजा, एका महत्त्वाच्या कामासाठी मी तुझ्याकडे आलो आहे. मारिच व सुबाहू हे राक्षस आमचा एकही यज्ञ पुरा होऊ देत नाहीत. त्यांच्या त्रासामुळे सिद्धाश्रमातील सर्वच ऋषिमुनी वैतागून गेले आहेत. तेव्हा त्या राक्षसांना ठार करण्याकरिता राम व लक्ष्मण यांची भिक्षा मागण्यासाठी मी इतक्या दूरवर आलो आहे. हे राजा, हे धर्मकार्य असल्यामुळे तू यावेळेस तरी नाही म्हणू नकोस.'

विश्वामित्रांची ती विचित्र मागणी ऐकताच दशरथाने लहानग्या रामाला व लक्ष्मणाला छातीशी घट्ट आवळून धरले व तो पाणावलेल्या डोळ्यांनी विश्वामित्रांना म्हणाला, 'मुनिवर, तुम्ही गाई, धन, हत्ती, घोडे काय हवे ते मागा. माझे प्राण मागितले तरी मी ते मोठ्या आनंदाने तुम्हाला देईन, परंतु... माझ्या प्राणाहून प्रिय अशा या गोजिरवाण्या लहान बालकांना तुम्ही मागू नका! मुनिवर, या लहान बालकांचा त्या अक्राळविक्राळ राक्षसांपुढे कसा बरे निभाव लागेल?'

विश्वामित्र ऋषींनी एक दीर्घ निःश्वास सोडला. ते म्हणाले, 'राजा, तुझे म्हणणेही काही खोटे नाही. तुला तुझ्या बालकांची चिंता वाटणे अगदी साहजिक आहे.'

कुलगुरू वसिष्ठ इतकावेळ तो संवाद शांतपणे ऐकत उभे होते. विश्वामित्रांची मागणी योग्य आहे, याबद्दल त्यांची खात्री पटली होती. राम आणि लक्ष्मण यांच्या पराक्रमाबद्दल त्यांच्या मनात थोडीसुद्धा शंका नव्हती.

किंचित पुढे येऊन ते दशरथाला म्हणाले, 'राजा, तुझे पुत्र वयाने लहान असले, तरी त्यांच्या पराक्रमाला पृथ्वीवर तोड नाही. माझी पूर्ण खात्री आहे, की ते मारीच आणि सुबाहू या बलाढ्य राक्षसांचा वध करून ऋषींची एक फार मोठी चिंता दूर करतील व त्यांचे आशीर्वाद घेतील.'

वसिष्ठांनी अशा प्रकारे नाना युक्तिवाद करून दशरथाची समजूत घातली. तेव्हा दशरथाने राम व लक्ष्मण या उभय पुत्रांना विश्वामित्रांच्या स्वाधीन करीत म्हटले, 'मुनिवर माझे प्राणापेक्षा प्रिय असे हे दोन पुत्र आज मी तुमच्या स्वाधीन करीत आहे. आता आपणच त्यांचे रक्षण करा.'

राम व लक्ष्मणाने आपल्या मातांचा आशीर्वाद घेतला व आपली प्रभावी अस्त्रे घेऊन ते दोघेजण यज्ञरक्षणासाठी मोठ्या आनंदाने विश्वामित्रांबरोबर निघाले.

त्या पराक्रमी, सुंदर व तेजस्वी भावांना पाहून विश्वामित्रांना अतिशय आनंद झाला. त्या वेळी लहानग्या रामाची कांती निळ्या कमळाप्रमाणे भासत होती. डोळे सूर्याप्रमाणे तेजस्वी दिसत होते; पुष्ट आणि भरदार भुजा व छाती असलेल्या श्रीरामचंद्राने पिवळ्या रंगाचा तलम पोशाख परिधान केला होता. त्याच्या माथ्यावर राजबिंदी चमकत होती. त्याच्या एका हातात धनुष्य तर दुसऱ्या हातात तेजस्वी बाण होता. त्याच्याच पाठोपाठ कर्पूरगौर कांती असलेला लक्ष्मण चालत होता.

वाटेत ते तिघेजण काही दिवस कामाश्रमात राहिले. तेथे विश्वामित्रांनी आपल्या जवळची सर्व

विद्या त्यांना शिकविली.

त्यानंतर ते तिघेजण आश्रमाच्या दिशेने वाटचाल करू लागले.

विश्वामित्रांचा आश्रम कीर्रऽऽ अरण्यात होता. त्या तिघांनी जेव्हा त्या अरण्यात प्रवेश केला, तेव्हा ती बातमी त्राटिका राक्षसीला सांगण्यासाठी तिच्या दासी पळतच त्राटिकेकडे गेल्या. परंतु त्या वेळी त्राटिका घोरत पडली होती. तिला जागे करणे अतिशय अवघड काम होते. तिची झोप घालविण्यासाठी त्या दासींनी हजारो वृक्ष त्राटिकेच्या कानाजवळ आपटले. त्या आवाजामुळे तिला जाग आली. त्याबरोबर दासींनी तीन माणसे वनात शिरली असल्याची आनंददायक बातमी तिला सांगितली.

ती बातमी ऐकताच त्राटिकेच्या तोंडाला पाणी सुटले व ती लांब लांब ढांगा टाकीत त्या तिघांच्या अंगावर धावून आली. परंतु रामाने एकाच अमोघ बाणाने तिला ठार केले.

श्रीरामाचा हा विलक्षण पराक्रम पाहून विश्वामित्रांना अतिशय हर्ष झाला व आपला यज्ञ आता निर्विघ्नपणे पार पडणार, या आनंदात ते झपाझप पावले टाकीत आपल्या आश्रमात आले.

|| मारीच आणि सुबाहू ||

राम आणि लक्ष्मण हे पराक्रमी बंधू यज्ञाच्या रक्षणासाठी अयोध्येहून आल्याची सुवार्ता समजताच अरण्यातील सर्वच ऋषींनी सुटकेचा नि:श्वास सोडला.

दुसऱ्या दिवशी यज्ञाला सुरुवात झाली. धगधगत्या यज्ञकुंडात विश्वामित्र अग्निनारायणाला तुपाची आहुती देऊ लागले. राम व लक्ष्मण बाहेर उभे राहून यज्ञाचे रक्षण करीत होते.

या यज्ञाची बातमी थोड्याच वेळात मारीचाच्या कानावर गेली व त्याचा संताप अनावर झाला. त्याने ताबडतोब राक्षसांचे एक लहानसे सैन्य तयार केले व यज्ञकुंडाचा विध्वंस करण्याची प्रतिज्ञा करून तो मोठ्या त्वेषाने यज्ञभूमीकडे चालून आला.

परंतु, त्याला पाहताच रामाने एक बाण अभिमंत्रून त्याच्या दिशेने सोडला. त्याबरोबर मारीच राक्षसाचे धूड समुद्रापलीकडे शंभर योजने जाऊन पडले !

मारीचाची रामाने केलेली ही अवस्था पाहून सुबाहू मनातून घाबरला. परंतु, रामाचा सूड घेण्यासाठी उसने अवसान आणून तो रामावर चालून आला. एकाच तीक्ष्ण बाणाने रामाने त्यालाही यमसदनास पाठविले.

जे इतर राक्षस रामावर चालून आले होते, त्यांचा लक्ष्मणाने फडशा उडविला !

अशा प्रकारे त्या अरण्यातील सर्व राक्षस नष्ट झाल्यामुळे ऋषींचा तो यज्ञ अगदी निर्विघ्नपणे पार पडला व सर्वांनी श्रीरामाच्या पराक्रमाची स्तुती करून त्याला अनेक शुभाशीर्वाद दिले.

याच सुमारास जनकाच्या दूताकडून विश्वामित्रांना सीतास्वयंवराचे आमंत्रण मिळाले व त्या समारंभाला उपस्थित राहण्यासाठी ते राम व लक्ष्मण यांना घेऊन जनकाच्या मिथिला नगरीकडे निघाले.

|| अहिल्योद्धार ||

मिथिलेकडे जाताना विश्वामित्रांनी राम व लक्ष्मण यांना अहिल्येची आश्चर्यकारक कथा सांगितली. ते म्हणाले, 'हिमालयाजवळ सिद्धाश्रम या नावाचे एक महातपोवन आहे. तेथे गौतम नावाचे एक ऋषी होते. एक दिवस ब्रह्मदेव आपली लाडकी कन्या अहिल्या हिला घेऊन तेथे आले व गौतमांना म्हणाले, 'मुनिवर्य, माझी ही लहानगी कन्या आपल्या स्वाधीन करण्यासाठी मी आलो

आहे. आपण हिचे योग्य रीतीने पालनपोषण करावे व ही मोठी झाली म्हणजे मला परत आणून द्यावी.'

गौतमांनी ब्रह्मदेवाची ही विनंती तत्काळ मान्य केली व अहिल्या गौतमांच्या आश्रमात वाढू लागली.

त्या रम्य उपवनात हरीणपाडसांशी खेळताना तिचे बालपण हा हा म्हणता सरले व तिने ऐन तारुण्यात प्रवेश केला.

तेव्हा ब्रह्मदेवांनी सांगितल्याप्रमाणे गौतम अहिल्येला घेऊन ब्रह्मदेवांकडे गेले आणि त्यांनी अहिल्येला त्यांच्या स्वाधीन केले.

अहिल्या मूळचीच सुंदर; त्यात तिने तारुण्यात प्रवेश केल्यामुळे ती एखाद्या अप्सरेसारखी आकर्षक दिसू लागली.

ही वार्ता स्वर्गलोकांत पसरल्यावर इंद्र, अग्नी, यम, वरुण, वायू, सोम, ईशान्य वगैरे सर्व देव आपापल्या वाहनांवर बसून अहिल्येला मागणी घालण्यासाठी मोठ्या त्वरेने ब्रह्मदेवांकडे आले व त्यांनी आपली इच्छा त्यांच्याजवळ व्यक्त केली.

तेव्हा ब्रह्मदेव थोडा वेळ विचार करून म्हणाले, 'देवांनो, तुमच्यापैकी जो कोणी सर्वात अगोदर पृथ्वी प्रदक्षिणा करील; त्याला मी माझी अहिल्या अर्पण करीन.'

ब्रह्मदेवांच्या तोंडून हा पण बाहेर पडताच सर्व देव क्षणभरही तेथे न थांबता आपापल्या वाहनावर बसून पृथ्वीप्रदक्षिणेसाठी निघाले.

गौतमऋषीही यांच्याच पाठोपाठ निघाले; कारण त्यांनाही अहिल्येशी लग्न करण्याची इच्छा होती. परंतु, त्यांच्याजवळ काही देवांसारखे वाहन नव्हते. त्यामुळे आपली पृथ्वीप्रदक्षिणा कशी पूर्ण होणार, याच काळजीत ते होते.

परंतु त्यांचे दैव बलवत्तर असल्यामुळे त्यांना थोड्याच अंतरावर एक विणारी गाय दृष्टीस पडली. त्याबरोबर त्यांचा आनंद गगनात मावेनासा झाला आणि त्या गाईला डाव्या बाजूने तीन आणि उजव्या बाजूने तीन अशा प्रदक्षिणा घातल्या. शास्त्रामध्ये या प्रदक्षिणा शंकराच्या शतपूजांच्या बरोबर आहे आणि ते शिवलिंगाचे एक पूजन पृथ्वीप्रदक्षिणेसमान सांगितले आहे.

याप्रमाणे गौतमऋषी पृथ्वीप्रदक्षिणेचे श्रेय संपादून मोठ्या आनंदाने ब्रह्मदेवांकडे आले. ब्रह्मदेवांनी अंतर्ज्ञानाने सर्व प्रकार जाणला व त्यांना पृथ्वीप्रदक्षिणेचे पुण्य घडले आहे, असे जाणून अहिल्येचे लग्न त्यांच्याबरोबर लावून दिले.

दुसऱ्या दिवशी इंद्र पृथ्वीप्रदक्षिणा करून परत आला व ब्रह्मदेवांजवळ अहिल्येची मागणी करू लागला. परंतु, ब्रह्मदेवांनी आपण अहिल्या गौतमाच्या स्वाधीन केल्याचे सांगताच इंद्राचा संताप अनावर झाला आणि तो चिडून म्हणाला, 'हे रत्न शेवटी एका भिक्षुकाला मिळाले. ठीक आहे परंतु मी याचे उट्टे काढल्याशिवाय राहणार नाही!' इतके सांगून तो स्वर्गात निघून गेला.

ती संधी साधून इंद्राने गौतमाचे रूप धारण केले आणि तो गौतमाच्या आश्रमात आला.

अहिल्येला इंद्राचा हा कावा समजला नाही. तिला वाटले, हा आपला पतीच आहे म्हणून तिने आश्रमाचे दार उघडून इंद्राला आत घेतले.

तेवढ्यात गौतम ऋषी समिधा घेऊन परत आले. आपल्या आश्रमात आपल्यासारखा दिसणारा एक ऋषी पाहून ते क्षणभर चकित झाले. परंतु अंतर्ज्ञानाने त्यांनी सर्व प्रकार ओळखला आणि त्यांनी इंद्राला शाप देत म्हटले, 'हे कपटी इंद्रा, तुझ्या अंगावर शंभर भगे उत्पन्न होतील.' नंतर अहिल्येकडे वळून ते म्हणाले, 'तू सहस्र वर्षे शिळा होऊन पडशील ! परंतु तुझा अपराध नकळत घडल्यामुळे ज्यावेळी श्रीरामांच्या चरणांचा तुला स्पर्श होईल, त्यावेळी तुझे पूर्वरूप तुला प्राप्त होईल.'

त्याप्रमाणे इंद्राच्या अंगावर शंभर भगे पडली आणि अहिल्या सिद्धाश्रमात (गौतमांच्या आश्रमात) शिळा होऊन पडली. त्यावेळेपासून त्या आश्रमाला 'घोरवन' असे नाव पडले.

ही कथा सांगता सांगता, विश्वामित्र राम आणि लक्ष्मण यांना घेऊन घोरवनाजवळ येऊन पोहोचले.

तेथे त्यांना खरोखरच एक मोठी शिळा दृष्टीस पडली.

तेव्हा विश्वामित्र रामाकडे पहात म्हणाले, 'हे रामा ! आता तू या शिळेला तुझ्या पवित्र पायांचा स्पर्श कर; म्हणजे अहिल्या शापमुक्त होईल !'

ऋषींच्या आज्ञेप्रमाणे श्रीरामाने त्या शिळेला आपल्या पायांचा स्पर्श केला.

त्याबरोबर त्या शिळेच्या ठिकाणी दिव्य स्वरूप धारण केलेली अहिल्या निर्माण झाली ! तिने श्रीरामाला अत्यंत भक्तिभावाने नमस्कार केला. भक्तीच्या उमाळ्याने तिला गहिवरून आले. तिच्या तोंडून एकही शब्द फुटेना. श्रीरामाच्या चरणांवर तिच्या अश्रूंचा अभिषेक होत होता.

ती आज स्वतःला धन्य समजत होती, भाग्यवती समजत होती.

ती कृतज्ञ भावाने श्रीरामाला म्हणाली, 'हे राघवा, तुझ्या कृपेने आज या पापिणीचा उद्धार झाला. माझे पती गौतम यांनी शाप देऊन माझ्यावर एक प्रकारे उपकारच केला. कारण त्यामुळे तुझे साजिरे-गोजिरे रूप प्रत्यक्ष पाहण्याचा दुर्लभ योग आला व देवादिकांनाही वंदनीय अशा चरणांचा मला स्पर्श झाला. देवा, तुझ्या ठायी माझी सदैव भक्ती राहू दे.'

श्रीरामाने 'तथास्तु' असे म्हणून तिच्या डोक्यावर हात ठेवला.

नंतर अहिल्येला गौतम ऋषींच्या स्वाधीन करून ते तिघेजण मिथिलेच्या वाटेने निघाले.

|| सीतेची जन्मकथा ||

वाटेतील सुंदर वने, उपवने मार्गक्रमण करीत असता विश्वामित्रांनी श्रीरामाला सीतेची जन्मकथा सांगितली.

विश्वामित्र म्हणाले, 'श्रीरामा, सुतश्रवा नावाचा एक विद्वान, सदाचारी आणि सुशील ब्राह्मण होता. त्याची व त्याच्या पत्नीची अशी इच्छा होती, की विष्णूच्या वामांकावर शोभेल अशी कन्या आपणास व्हावी. ही इच्छा पूर्ण व्हावी म्हणून तो रोज नियमाने वेदपठण करू लागला आणि एक दिवस त्याची ही इच्छा मोठ्या आश्चर्यकारक रीतीने पूर्ण झाली !'

तो वेदपठण करीत असता एक सुंदर मुलगी त्याच्या मुखातून बाहेर पडली. त्या मुलीचे लावण्य खरोखरच अप्रतिम होते.

तिच्या प्राप्तीमुळे सुतश्रवा आणि त्याची पत्नी या दोघांनाही आनंद झाला नि वेदपठण करीत असता तिची प्राप्ती झाल्यामुळे सुतश्रवाने तिचे नाव ठेवले 'वेदवती'

त्या कन्यारत्नाचे त्या दोघांनी अतिशय प्रेमाने संगोपन केले. परंतु, पुढे ती मुलगी ऐन तारुण्यात आली असतानाच सुतश्रवा ब्राह्मण मृत्युमुखी पडला आणि त्याच्या पतिसेवापरायण

स्त्रीनेही अग्निप्रवेश केला. त्यामुळे तारुण्याने मुसमुसलेली वेदवती पोरकी झाली. तिला कुणाचाच आधार राहिला नाही. आपल्या आईवडिलांनी आपला विवाह भगवान विष्णूशी करण्याचे ठरविले होते, ही गोष्ट मात्र तिच्या लक्षात होती. म्हणून आईवडिलांची अंतिम इच्छा पूर्ण करण्यासाठी वेदवतीने तपश्चर्या करून भगवान श्रीविष्णूला प्रसन्न करून घेण्याचा निश्चय केला आणि त्याप्रमाणे मिथिला नगरीस जाऊन क्षिप्रा नदीच्या काठी तिने चार अग्निकुंडे तयार केली आणि त्या कुंडांच्या मध्यभागी बसून तिने उग्र तपश्चर्येस प्रारंभ केला.

असेच काही दिवस लोटल्यानंतर एक दिवस लंकेचा राजा रावण त्या मार्गाने जात असता वेदवती त्याच्या दृष्टीस पडली. तिचे मनोहर रूप पाहून रावण चकितच झाला! कारण इतके अप्रतिम लावण्य त्याने आजवर कुठेही पाहिले नव्हते.

त्यामुळे वेदवतीचा मोह पडून रावण तिच्याजवळ येऊन म्हणाला, 'हे कोमलांगी, तू तुझे पुष्पकळीसारखे नाजूक शरीर अग्नीच्या तापाने उगाच का बरे कष्टवीत आहेस ? एवढे घोर तप तू कुणासाठी करीत आहेस बरे ?'

त्यावर वेदवती म्हणाली, 'हे उग्र तप मी वैकुंठपती श्रीविष्णूंच्या प्राप्तीसाठी करीत आहे. त्यांनी माझा पत्नी म्हणून स्वीकार करावा एवढीच माझी एकमेव इच्छा आहे.'

वेदवतीचे ते भाषण ऐकून रावण आसुरी हास्य करीत म्हणाला 'हे सौंदर्यलतिके! तुझा हा प्रयत्न निव्वळ वेडेपणाचा आहे!'

'का ?' वेदवतीने नेत्र विस्फारीत विचारले.

'अगं, ज्याच्या प्राप्तीसाठी तू तुझे मुलायम शरीर कष्टविते आहेस, तो शेषशायी विष्णू माझ्या भीतीने क्षीरसागरात लपून बसला आहे. अमरावतीचे सारे देव माझे दास बनले असून, माझी सेवा करण्यासाठी त्यांच्यात जणू चढाओढच लागली आहे. पृथ्वीवरच्या अनेक सुंदर स्त्रिया माझी पट्टराणी होण्यासाठी झुरत आहेत. हे मृगनयने, परंतु तो मान मी फक्त तुझ्यासाठी... केवळ तुझ्यासाठी राखून ठेवला आहे...!'

रावणाचे हे निर्लज्जपणाचे भाषण ऐकून वेदवतीचा संताप अनावर झाला. ती क्रोधाने म्हणाली, 'रावणा! एका श्रीविष्णूवाचून सर्व पुरुष माझे बंधू आहेत. तेव्हा तू विचार करून बोल!'

वेदवतीचा हा निश्चय ऐकून तिला जबरदस्तीने पळवून नेण्यासाठी रावण तिचा हात पकडू लागला, परंतु तेवढ्यात वेदवतीने चपळाई करून अग्निकुंडात उडी मारली.

ते विलक्षण दृश्य पाहून रावणाला अतिशय आश्चर्य वाटले व वेदवतीला अग्निकुंडातून बाहेर काढण्यासाठी त्याने ते कुंड विझवून टाकले आणि तो त्यात वेदवतीचा शोध करू लागला.

परंतु त्या कुंडात वेदवतीच्या ऐवजी त्याला एक सुंदर रत्न सापडले. ते तेजस्वी रत्न घेऊन रावण काहीशा निराशने लंकेस परत आला.

त्याने ते रत्न एका सुंदर पेटीत घालून मंदोदरीकडे- आपल्या पत्नीकडे पाठवून दिले.

मंदोदरीने आपल्या हातांनी ती पेटी उघडली. तेव्हा तिला आतमध्ये एक सुंदर मुलगी शांतपणे झोपलेली आढळली.

ते दृश्य पाहून मंदोदरीच्या अंत:करणात भय उत्पन्न झाले आणि तिने ती पेटी पूर्ववत बंद करून आपल्या पतीच्या स्वाधीन केली – आणि पूर्वीच्याच ठिकाणी नेऊन ठेवण्यास सांगितले.

त्याप्रमाणे रावणाने ती पेटी मिथिला नगरीस पाठवून यज्ञकुंडाच्या जागी पुरून ठेवली.

या गोष्टीस काही वर्षे लोटली.

मिथिला नगरीचा राजा जनक याने पुत्रप्राप्तीसाठी यज्ञ करण्याचे ठरविले. त्याच्या गुरूचे नाव होते शतानंद. त्याच्या पौरोहित्याखाली जनकाने यज्ञाची तयारी केली.

ही यज्ञभूमी क्षिप्रानदीच्या काठावरच होती. येथेच वेदवतीने काही वर्षांपूर्वी अग्निसाधन केले होते. त्याभूमीवर आता शेते उगवली होती. ती जमीन राजदूत नांगराने सारखी करू लागले. त्या वेळी नांगराच्या फाळाला लागून ती पेटी वर आली. राजदूतांना आश्चर्य वाटले. त्यांनी ती पेटी हलकेच उघडली. आत पहातात, तो एक सुंदर हसरी कन्या! त्यांनी पळत जाऊन ती पेटी जनकराजाच्या स्वाधीन केली.

त्या पेटीतील सुंदर मुलीला पाहून जनकाचे डोळे आनंदाने चमकले. त्याने त्या मुलीला पेटीतून बाहेर काढले. आपल्या मांडीवर बसवून तो तिचे कौतुक करू लागला. आपली इच्छा ओळखून परमेश्वरानेच हा प्रसाद आपणास दिला, असे त्याला वाटले आणि त्याने परमेश्वराचे मनोमन आभार मानले.

मिथिला नगरीतील प्रजाजनांनाही या वार्तेमुळे अत्यानंद झाला. त्यांनी ताबडतोब नगर शृंगारून खूप मोठा आनंदोत्सव केला.

ही सुंदर कन्या रत्नाच्या पेटीत राहिल्यामुळे तिला कुणी 'रत्नावली' म्हणतात, धरणीमधून बाहेर आल्यामुळे कुणी तिला 'धरणिजा' म्हणतात, तर विदेही जनकाने रक्षण केल्यामुळे कुणी 'वैदेही जानकी' म्हणूनही तिला ओळखतात. तसेच, नांगराने भूमीवर पडलेल्या रेणेला 'सीता'असे म्हणत असल्यामुळे, तिला 'सीता' असेही नाव प्राप्त झाले आहे.

विश्वामित्रांच्या तोंडून बाहेर पडलेली ती विलक्षण हकिकत राम आणि लक्ष्मण दोघेही तन्मयतेने ऐकत होते. ती कथा ऐकता ऐकता आपण किती चालून आलो, याचेही भान कुणाला राहिले नाही!

।। मिथिलेत आगमन ।।

ते तिघेजण आता मिथिला नगरीच्या अगदी निकट येऊन पोहोचले होते. तेथून मिथिलेच्या वैभवाची स्पष्ट कल्पना त्यांना येत होती.

सारी नगरी आज चैतन्यमय दिसत होती. नगरीबाहेरच देशोदशींच्या राजांसाठी शोभिवंत महाल उभारले होते. शेजारीच त्यांच्या चतुरंग दलाची सोय करण्यात आली होती.

नगरीच्या वेशीवर सप्तरंगी मांडव आणि कमानी शोभत होत्या. असंख्य पताका जागोजाग फडकत होत्या. साऱ्या रस्त्यांवर चंदनाचे सडे घातले होते. घरांसमोर चित्रविचित्र रंगावली शोभत होती. नगराबाहेरच्या उद्यानात सुवासिक फुलांना बहर आला होता. निळ्या तलावात हंस पक्षी पोहत होते.

अशा प्रकारे त्या दिव्य नगरीची शोभा पहात ते तिघेजण राजप्रासादाकडे जाणाऱ्या मुख्य रस्त्यावर येताच राजा जनक त्यांच्या स्वागतासाठी रथ घेऊन आला. त्याने विश्वामित्रांना वंदन करून त्यांची पूजा केली.

त्याचवेळी जनकाचे लक्ष विश्वामित्राबरोबर आलेल्या दोघा तेजस्वी कुमारांकडे गेले. त्यांचे मदनासारखे रूप व दैवी तेज पाहून जनकाला त्यांच्याविषयी कुतूहल निर्माण होऊन त्याने विश्वामित्रांना त्यांची माहिती विचारली.

विश्वामित्र म्हणाले, 'राजा ! हे रघुकुलात जन्मलेल्या महाप्रतापी दशरथ राजाचे पुत्र आहेत. त्यांच्याच पराक्रमामुळे त्राटिका आणि सुबाहू या दुष्ट राक्षसांचा वध झाला. श्रीरामाच्या पदस्पर्शाने शिळा होऊन पडलेल्या अहिल्येचा उद्धार झाला !'

विश्वामित्रांकडून ही हकिकत ऐकताच जनकाने पुढे येऊन राम आणि लक्ष्मण या दोघांना प्रेमाने गाढ आलिंगन दिले.

त्यानंतर विश्वामित्रांना घेऊन राजा जनक यज्ञभूमीकडे निघाला. श्रीराम आणि लक्ष्मण गुरुदेवांची आज्ञा घेऊन मिथिलेची शोभा पहाण्यास निघाले. त्या दोघा तेजस्वी नि सुंदर राजकुमारांकडे पाहून नगरवासीयांत मोठेच कुतूहल निर्माण झाले. महालांच्या गच्चीत उभ्या असलेल्या तरुण स्त्रियांच्या मनात उगाचच हुरहुर निर्माण झाली.

राम आणि लक्ष्मण फिरत फिरत दुर्गेच्या भव्य मंदिराकडे निघाले.

योगायोग असा, की सीता देखील त्याचवेळी दुर्गापूजेसाठी त्या मंदिराकडे निघाली होती.

मंदिराजवळ पोहोचताच तिने समोरच्या शोभिवंत उद्यानातील फुले तोडण्यास सुरुवात केली.

तेवढ्यात राम-लक्ष्मण तेथे येऊन पोहोचले.

सीतेकडे पहात - राम लक्ष्मणाला म्हणाला, 'सौमित्रा, जिच्यासाठी हा धनुर्यज्ञ होणार आहे ती जनकाची सीता हीच असावी. ही भूमिकन्या सीता म्हणजे पावित्र्य आणि सौंदर्य यांचा जणू मधुर संगमच होय !'

सीतेच्या हातातली चांदीची नक्षीदार परडी शेवंतीच्या पिवळ्याधमक फुलांनी गच्च भरली होती. तेवढ्यात तिचं लक्ष पुष्करिणीजवळ उभ्या असलेल्या श्रीरामाकडे गेलं.

दुर्वादलाप्रमाणे सतेज, श्यामल नि मदनाप्रमाणे देखणा श्रीराम पाहून सीतेच्या मनात कसलीतरी हुरहुर निर्माण झाली. तिची नि श्रीरामाची दृष्टादृष्ट होताच तिच्या गालावर लज्जेचे गुलाब फुलले. तिची नजर श्रीरामाच्या चरणकमलांवर स्थिरावली. परंतु क्षणभरचं !

दुसऱ्याच क्षणी सीता आपल्या सखींसह दुर्गामंदिराकडे पळाली.

परंतु तिचे लक्ष मात्र आज पूजेकडे मुळीच नव्हते !

पूजा आटोपून सीता आपल्या राजमहालाकडे निघाली. तिचं लक्ष साहजिकच त्या पुष्करिणीकडे गेलं. परंतु मघा पाहिलेली ती मोहक मूर्ती आता तिथे नव्हती.

त्या पुष्करिणीजवळ येताच सीता किंचित थबकली. अस्वस्थ झाली; तिच्या हातातल्या परडीतून शेवंतीचं एक टपोरं फूल खाली पडलं.

याच ठिकाणी तो सुंदर राजकुमार मघा उभा होता. सीतेला तो मोठा शुभशकुन वाटला. उद्यानाबाहेर सुवर्णरथ उभा होता. सीता आपल्या सखींसह त्या रथात बसली.

रथ चालू लागला.

परंतु सीतेचं मन अजूनही त्या पुष्करिणीभोवतीच रेंगाळत होतं...!

।। स्वयंवर मंडपात ।।

दुसऱ्यादिवशी पंच पंच उषःकाली विश्वामित्र जागे झाले. त्यांनी श्रीराम आणि लक्ष्मण यांना उठविले. सर्वांनी मुखमार्जन करून स्नान उरकले. सूर्याला अर्घ्य दिले.

तेवढ्यात जनक राजाचे कुलगुरू शतानंद विश्वामित्रांना बोलावण्यासाठी आले. शतानंदाचे आमंत्रण स्वीकारून विश्वामित्र, श्रीराम आणि लक्ष्मण यांना घेऊन घाईघाईने स्वयंवर मंडपाकडे निघाले.

त्या दिवशी रस्त्यावरून माणसांचे थवेच्या थवे स्वयंवर मंडपाकडे चालले होते. राजे महाराजांचे शृंगारलेले चकचकीत रथ मोठ्या दिमाखाने खड्ऽऽखड्ऽऽ आवाज करीत मंडपाकडे पळत होते. काही राजे हत्तीवरील सोन्याच्या अंबारीतून मोठ्या ऐटीत निघाले होते. त्यांच्या कंठातील तेजस्वी हिऱ्यांचे दागिने चमचमत होते. शिरपेचातील पाणीदार मोत्यांच्या माळा पुढेमागे डुलत होत्या.

हळूहळू स्वयंवर मंडप माणसांनी फुलून गेला.

तेवढ्यात विश्वामित्र श्रीराम व लक्ष्मण यांच्यासह तिथे आले. श्रीरामाच्या मनोहर रूपाने साऱ्यांनाच मोहून टाकले. यावेळी श्रीरामाची मूर्ती; नक्षत्रांच्या राशीतील पूर्णचंद्राप्रमाणे आनंददायक नि लोभस दिसत होती. त्याचे चालणे, बोलणे, हसणे सारेच मोठे आकर्षक नि मनाला भुरळ पाडणारे होते. त्या मूर्तिमंत आनंदाकडे नि सौंदर्याकडे पाहून सभामंडपातील तरुण स्त्रिया देही असून विदेही बनल्या. श्रीरामाकडे भक्तिभावाने पाहणाऱ्यांना श्रीराम साक्षात नारायणाप्रमाणे दिसत होता. शूर राजांना श्रीराम साक्षात वीररस वाटला. पंडितांना श्रीराम म्हणजे साक्षात ज्ञानाची मूर्ती वाटली.

थोडक्यात, ज्याची जशी भावना, त्या स्वरूपात त्याला श्रीरामाचे दर्शन होत होते. त्याच्या आगमनाने स्वयंवर मंडप चैतन्याने चमकून उठला.

जनक राजाने त्या तिघांचे प्रेमभराने स्वागत केले. विश्वामित्र ऋषींच्या समुदायात पवित्र मृगाजिनावर जाऊन बसले. श्रीराम आणि लक्ष्मण यांच्यासाठी उच्चासने राखून ठेवली होती. परंतु,

उच्चासनावर न बसता ते विश्वामित्रांच्याच चरणांजवळ नम्रतेने बसले.

तेवढ्यात जनकराजा सिंहासनावरून स्वयंवरमाला घेऊन उभ्या असलेल्या सीतेजवळ येऊन उभा राहिला आणि सर्व उपस्थितांकडे पहात गंभीर स्वरात म्हणाला, 'राजे, महाराजे, राजर्षी नि ब्रह्मर्षी, तसेच इथे अगत्याने उपस्थित झालेल्या प्रिय प्रजाजनांनो, आज या ठिकाणी आमंत्रणाचा स्वीकार करून आपण सर्वजण इथे आलात; याबद्दल मी आपणा सर्वांना मन:पूर्वक धन्यवाद देतो. समोर यज्ञवेदीवर एक शिवधनुष्य ठेवलेले आहे. हे धनुष्य भगवान शंकरांकडून राजराजेश्वर परशुराम यांना मिळाले आणि याच्या साहाय्यानेच परशुरामांनी सारे त्रिभुवन जिंकून सर्वांपुढे पराक्रमाचा आदर्श ठेवला. पुढे धनुष्य त्यांनी माझ्याजवळ आणून ठेवले. लहानपणी ही जानकी त्याचा उपयोग खेळण्यासाठी करीत असे. या प्रचंड शिवचापाला जो कुणी वीर प्रत्यंचा चढवील, त्याला माझी जानकी स्वयंवरमाला अर्पण करील. सुर, असुर, नाग, गंधर्व, मानव यापैकी कुणीही येथे येऊन धनुर्भंग करावा. आपणा सर्वांच्या पराक्रमाला हे शिवधनुष्य जणू आवाहन करीत आहे.'

एवढे बोलून राजर्षी जनक सर्व उपस्थितांना वंदन करून सिंहासनावर विराजमान झाला.

साऱ्या सभेत शांतता पसरली. फक्त राजेमहाराजांनी सोडलेले सुस्कारेच त्या शांततेचा भंग करीत होते. बहुतेक राजांनी निराश होऊन मान खाली घातली; तर काही राजे अजूनही आशा-निराशेच्या भोवऱ्यात अडकून पुढे जावे किंवा काय याचा विचार करीत होते.

बराच वेळ ती सभा चित्राप्रमाणे तटस्थ होती. शेवटी एक राजकुमार पुष्पमाला घेऊन उभ्या असलेल्या सीतेकडे पहात मोठ्या आशेने उठला आणि त्या शिवचापाजवळ गेला. परंतु ऊहूं! ते प्रचंड शिवचाप त्याला धड जागचे हलविताही येईना. त्याचा चेहरा लालेलाल झाला, अंगातून घामाच्या धारा वाहू लागल्या. त्याने फिरून प्रयत्न करून पाहिला आणि अखेर खालच्या मानेने तो परत आपल्या जागेवर येऊन बसला. त्याची ती फजिती पाहून सभामंडपात एकच हशा पिकला. त्यामुळे खजील झालेला तो राजपुत्र आपले तोंड लपवून बसला.

त्याच्यानंतर आणखी काही राजांनी तो विलक्षण पण जिंकण्यासाठी प्रयत्नांची पराकाष्ठा केली. परंतु कुणालाच ते अवघड काम पार पाडता आले नाही.

त्या सर्वांची फजिती पाहून लंकाधिपती रावण आसुरी हास्य करीत जागचा उठला आणि डुलत डुलत त्या शिवचापाजवळ येऊन उभा राहिला व सभेकडे गर्वाने पहात म्हणाला, 'ज्या हातांनी मी कैलास पर्वत गदागदा हलविला, ज्या हातांनी इंद्रादी देवांना जिंकून मी सारे त्रिभुवन आपल्या स्वामित्वाखाली आणले व देवांना माझे दास बनविले, त्याच या वज्रबाहूंनी हे शिवचाप मी अगदी सहजपणे उचलून माझा पराक्रम तुम्हाला दाखवतो!'

रावणाचे ते शब्द विजेच्या कडकडाटाप्रमाणे भासत होते. त्याच्या प्रचंड देहामुळे जणू एखादा पर्वतच सभेच्या मध्यभागी उभा आहे असा भास उपस्थितांना होत होता.

रावणाचे ते भाषण ऐकून सीतेच्या उरात धडकी भरली. ऋषींच्या समुदायात वीरासन घालून बसलेल्या श्रीरामाकडे एक असाहाय्य दृष्टिक्षेप टाकून तिने मनातल्या मनात भगवान शंकराची प्रार्थना सुरू केली, 'हे कैलासराण्या, हे पार्वतेपते, आता तूच माझ्या रक्षणासाठी धावून ये.

देवाधिदेवा, तुझ्याशिवाय आता कोण माझे रक्षण करणार ?'

आणि समाधिस्थ भगवान शंकर भक्ताच्या रक्षणासाठी आपल्या दीर्घ समाधीतून जागे झाले. त्यांचे रौद्र स्वरूप पाहून त्रैलोक्याला कंप सुटला.

नंदीवर आरूढ झालेल्या भगवंतांनी आपला डमरू वाजविला. शंख फुंकला नि आपला चमकदार त्रिशूल एका हातात घट्ट धरीत ते स्वयंवर मंडपाकडे धावले.

इकडे लंकाधिपती रावणाने सभेकडे सगर्व दृष्टिक्षेप टाकून त्या प्रचंड शिवचापाला हात लावला.

जानकीच्या हातातली पुष्पमाला थरारली....

प्रथम रावणाने आपल्या फक्त एकाच हाताने ते शिवचाप वर उचलण्याचा प्रयत्न केला; परंतु गोष्ट त्याच्या शक्तीबाहेरची होती. त्याचा चेहरा संतापाने जास्वंदासारखा लाल दिसू लागला.

त्याच्या त्या संतापलेल्या तांबड्यालाल चेहऱ्याकडे पाहण्याची मोठमोठ्या वीरांनाही हिंमत झाली नाही.

शेवटी रावणाने आपले वीसही हात त्या धनुष्याला लावले आणि मोठ्या शिकस्तीने ते धनुष्य वर उचलले.

सारी सभा विस्फारीत नेत्रांनी रावणाचा तो अपूर्व पराक्रम पहात होती.

जनक राजा कपाळाला हात लावून बसला होता; तर सीतेच्या साऱ्या शरीराला कंप सुटला होता. ती मिटल्या डोळ्यांनी भगवंताला आळवीत होती.

आता रावण त्या धनुष्याला बाण लावणार तोच...

भगवान शंकर त्या ठिकाणी त्वरेने धावून आले. त्यांनी त्या प्रचंड धनुष्याला नुसता स्पर्श केला. त्याबरोबर ते धनुष्य रावणाच्या अंगावर कोसळले. त्या धनुष्याच्या भारामुळे रावण कोलमडून भुईवर पडला. त्याच्या नाकातोंडातून रक्त वाहू लागले. तो मोठमोठ्याने विव्हळत उसासे सोडू लागला.

त्याने ते धनुष्य अंगावरून बाजूला लोटण्याचा शिकस्तीने प्रयत्न केला. आपली सारी ताकद त्या धनुष्याला लावली. परंतु, ते धनुष्य त्याला किंचितही बाजूला सरकविता येईना.

हे दृश्य पाहून जनकराजा जागचा उठला नि सभेकडे दृष्टिक्षेप टाकीत म्हणाला, ‘‘राजांनो ! आज पण कोणीच जिंकला नाही; तर माझी जानकी कुमारीच राहील. माझा पण विलक्षण खरा : परंतु आपल्या पौरुषाने स्वयंमेव मृगेन्द्रता धारण करणारा एक तरी भूपती, एक तरी गंधर्व, एकतरी सुर किंवा असुर या पृथ्वीतलावर असेल अशी माझी कल्पना होती. परंतु बहुरत्ना अशा या वसुंधरेवर एकही पराक्रमी वीर सापडत नाही याला काय म्हणावे ? ही पृथ्वी आज निर्वीर तर झाली नाही ना ?’’

जनकराजाचे हे भाषण ऐकून साऱ्याच नृपतींनी आपले चेहरे लपविले.

श्रीराम मात्र याला अपवाद होता. त्याचे बाहू सळसळत होते. नेत्र आरक्त दिसत होते. त्याने विश्वामित्रांकडे पाहिले.

विश्वामित्रांनी त्याचे मनोगत ओळखून त्यास म्हटले, ‘श्रीरामा, उठ. ते शिवधनुष्य उचलून

जनकराजाची चिंता दूर कर.'

गुरूदेवांची आज्ञा ऐकताच श्रीराम उठला. त्याने गुरूदेवांना वंदन केले नि तो सभेच्या मध्यभागी येऊन उभा राहिला.

त्याला पाहून सीतेची एक दासी दुसरीला म्हणाली, 'हा लहानसा राजकुमार एवढे प्रचंड कोदण्ड कसे उचलणार ?'

त्यावर दुसरी दासी हळूच म्हणाली, 'पराक्रम का वयावर अवलंबून असतो ? सूर्यबिंब किती लहान, परंतु साऱ्या त्रिभुवनाला प्रकाश देतेच की नाही ? हा श्रीराम आज नक्कीच धनुर्भंग करून आपल्या जानकीला वरेल.'

दासीचे हे भाषण सीतेला अमृतमय वाटले. ती गालातल्या गालात हसली. तिने सभेच्या मध्यभागी उभ्या असलेल्या श्रीरामाकडे एक चोरटी नजर टाकली.

शरदातील चंद्राप्रमाणे दिसणारे त्याचे मुखमंडल, नीलकमलाप्रमाणे भासणारी तेजस्वी अंगकांती, पुष्ट भरदार भुजा, विशाल नेत्रद्वय, हृदयावर रुळणारा तेजस्वी रत्नहार नि त्रिभुवनाला तृणवत् मानणारी ती वीर दृष्टी पाहून सीतेचे हृदय आनंदाने बहरले.

साऱ्या सभेत गंभीर शांतता पसरली होती. फक्त रावणाचे दीर्घ सुस्कारेच काय ते त्या शांततेचा भंग करीत होते. तो आपल्या शेवटच्या घटका मोजीत होता.

तेवढ्यात श्रीरामाने अत्यंत नम्रपणे त्या शिवचापाला वंदन केले व ते धनुष्य केवळ एका हाताने उचलून तो उजव्या हाताने प्रत्यंचा चढवू लागला. तोच विजेप्रमाणे कडकडाट होऊन त्या प्रचंड कोदण्डाचे दोन तुकडे होऊन श्रीरामाच्या चरणांशी पडले.

श्रीरामाची ती अभूतपूर्व लीला पाहून सर्वांचेच नेत्र विस्फारीत झाले.

तेवढ्यात श्रीरामावर पुष्पवृष्टी झाली. टाळ्यांचा प्रचंड कडकडाट झाला. चौघडा वाजला. सनईचे मंजूळ स्वर निनादले.

विश्वामित्रांच्या डोळ्यातून आनंदाश्रू ओघळले. 'शाब्बास, श्रीरामा शाब्बास! रघुकुलाची कीर्ती तू उंचावलीस. आज ईक्ष्वाकू वंश धन्य झाला!' ते म्हणाले.

तेवढ्यात श्रीरामाला पंचारतीने ओवाळण्यात आले. जानकीला घेऊन राजर्षी जनक पुढे आला. जानकीने प्रभुरामचंद्राच्या गळ्यात पुष्पमाला घातली.

सौंदर्य आणि शौर्य एकरूप झाले.

।। राम-सीता विवाह ।।

श्रीरामाच्या पराक्रमामुळे साऱ्या मिथिलेत आनंदीआनंद झाला.

जनकराजाने सर्व उपस्थित राजांना विवाहसमारंभासाठी ठेवून घेतले. जे राजे आले नव्हते;

त्यांना अगत्याचे आमंत्रण देऊन कुंकुमपत्रिका पाठविल्या.

दशरथाला बोलाविण्यासाठी जनकराजाचा प्रधान त्वरेने अयोध्येकडे धावला.

अयोध्येत पोहोचताच त्याने दशरथाची भेट घेतली. श्रीरामाचा पराक्रम त्याला ऐकविला नि जनकराजाचे पत्र त्याच्या पुढे ठेविले.

आपल्या पुत्राच्या पराक्रमाची विलक्षण हकिकत वाचून दशरथाला धन्यता वाटली. त्याने पत्रातील सुवार्ता सर्वांना ऐकविली.

दुसऱ्या दिवशी दशरथ राजा शृंगारलेल्या रथातून मिथिलेकडे निघाला. त्याच्याबरोबर कौसल्या, सुमित्रा अन् कैकयी या राण्या होत्या. कुलगुरू वसिष्ठही होते, पाठोपाठ चतुरंग सेना होती.

मजलदरमजल करीत सारे वऱ्हाडी मिथिलेस पोहोचले. राजर्षी जनक त्यांचीच वाट पहात होता. त्याने सामोरे येऊन सर्वांचे जिव्हाळ्याने स्वागत केले.

दशरथाला भेटण्यासाठी विश्वामित्र, श्रीराम आणि लक्ष्मण यांना घेऊन तातडीने तिथे आले. दशरथाने विश्वामित्रांना वंदन केले. श्रीराम आणि लक्ष्मण यांना पोटाशी धरून कुरवाळले.

दशरथाबरोबर भरत शत्रुघ्नही आले होते. एकमेकांच्या भेटीने सर्वांनाच आनंद झाला. दशरथाच्या त्या चार तेजस्वी पुत्रांकडे पाहून सर्व मिथिलावासी लोकांना दशरथाच्या भाग्याचा हेवा वाटला. काही लोक म्हणाले, 'पहा, चारही पुरुषार्थ साधणारे दशरथ महाराज आज आपले व्याही झाले. हे चार पुत्र म्हणजे जणू चार पुरुषार्थच होत नि हा श्रीराम चारही पुरुषार्थांचाच अवतार आहे. आमची जानकी खरोखरच मोठी भाग्याची.'

तर काहीजण म्हणाले, 'श्रीराम आणि सीता यांच्या जोडीपेक्षा अधिक सुंदर, अधिक पवित्र, अधिक मंगल दुसरे काही असूच शकणार नाही !'

दुपारच्या वेळी दशरथ, जनक, वसिष्ठ नि विश्वामित्र यांचा सुखसंवाद चालू असता विश्वामित्र म्हणाले, 'जनका, तुझी दुसरी कन्या तू लक्ष्मणाला दे. तसेच तुझा कुशध्वज नावाचा जो भाऊ आहे त्याच्या दोन मुली भरत व शत्रुघ्न यांना दे.'

त्यावर राजर्षी जनक हात जोडून म्हणाला, 'मुनिवर, आपली आज्ञा मला प्रमाण आहे.'

त्याप्रमाणे जनकाने आपली दुसरी कन्या उर्मिला लक्ष्मणासाठी निवडली; तर कुशध्वजाच्या मांडवी व श्रुतकीर्ती या कन्या अनुक्रमे भरत आणि शत्रुघ्न यांच्यासाठी निवडल्या.

नंतर प्रत्यक्ष ब्रह्मदेवांनी या विवाहाचा मुहूर्त काढून दिला. त्या दिवशी मोठ्या थाटात विवाह समारंभ सुरू झाला.

मधुपर्क झाला, लाजाहोम झाला; प्रत्यक्ष अग्निदेव आहुती घेण्यासाठी प्रकटले. लग्नविधी सांगण्यासाठी साक्षात वेदांनी ब्राह्मणांची रूपे घेतली.

भाग्यशाली जनकाने श्रीरामाचे पाय धुतले. ज्या पदस्पर्शाने अहिल्येचा उद्धार झाला, ते पवित्र चरण धुण्याचे भाग्य राजर्षी जनकाला लाभले.

जनकाच्या भाग्याची ही जणू परिसीमा होती.

श्रीराम व सीता यांच्याच जोडीला लक्ष्मण नि उर्मिला, भरत-मांडवी, शत्रुघ्न आणि श्रुतकीर्ती यांचेही मंगल विवाह मोठ्या थाटात पार पडले.

|| परशुरामाची भेट ||

विवाह-समारंभ आटोपल्यावर राजर्षी जनकाचा निरोप घेऊन दशरथ आपल्या परिवारासह अयोध्येकडे निघाला.

श्रीराम आणि सीता यांनी जनकाला वंदन केले. जनकाने त्या दोघांच्या अंगावरून प्रेमाचा हात फिरविला. सीतेच्या नेत्रांत अश्रूंनी गर्दी केली होती. जनकालाही हुंदका आवरत नव्हता. सीतेच्या कुरळ्या केसांवरून वात्सल्यभावाने हात फिरवीत तो म्हणाला, 'जानकी, पती हाच स्त्रियांचा देव. श्रीरामाची सेवा कर. त्याच्या शब्दाबाहेर जाऊ नकोस. पातिव्रत्य-पालन हाच स्त्रियांचा धर्म होय. त्यायोगे श्रीरामाच्या हृदयात तुला कायमचे स्थान मिळेल !'

नंतर श्रीरामाकडे पहात जनक म्हणाला, 'श्रीरामा, तुझ्यासारखा जावई मला मिळाला ही माझ्या भाग्याची परिसीमा आहे. सारे जग तुला 'मर्यादा पुरुषोत्तम' म्हणून ओळखते. तुझा पराक्रम, तुझी सत्यनिष्ठा रघुकुलाला ललामभूत ठरेल. तुझा आदर्श आर्यांच्या हजारो पिढ्यांना मार्गदर्शक ठरेल. श्रीरामा तुझ्या आचरणाचे प्रतिबिंब विश्वसंस्कृतीच्या प्रवाहात दिसेल.'

श्रीरामाचे नेत्र भरून आले. त्याने जनकाला पुन्हा एकदा वंदन केले.

विश्वामित्र ऋषींनीही सर्वांना निरोप दिला.

सर्वांना निरोप देण्यासाठी जनक राजा मिथिलेच्या सीमेपर्यंत आला होता.

सीमेशी येताच हत्तीवरील सोन्याच्या अंबारीत बसलेल्या राम व सीतेने जनकाला नमस्कार केला.

'ठीक आहे. येतो आम्ही.' दशरथ म्हणाला.

लक्ष्मण, भरत नि शत्रुघ्न यांनीही जनक राजाला वंदन केले.

हत्ती निघाले, सोन्याच्या अंबाऱ्या उन्हात चमकू लागल्या. हत्तीच्या गळ्यातील घंटांचा आवाज कानांना सुखवू लागला.

सारे वऱ्हाडी एका डोंगराला वळसा घालून अयोध्येच्या रस्त्याला लागले.

थोड्याच वेळात समोरून येणाऱ्या एका तेजस्वी वीराने साऱ्यांचे लक्ष आकर्षून घेतले. साक्षात तेजच जणू त्याच्या रूपाने अवतरले होते. कमरेला वल्कले, विशाल भालावर रेखलेले त्रिपुण्ड, अग्निप्रमाणे आरक्त नेत्र, विशाल बाहू नि त्रिभुवनाला कह्यात ठेवणारी ती भेदक नजर.

राजराजेश्वर परशुरामांची ती उग्र मूर्ती पाहून सारेजण अंबारीतून खाली उतरले. परशुरामांची

मुद्रा विलक्षण क्रोधायमान दिसत होती. साऱ्यांनीच त्या महान विभूतीला त्रिवार वंदन केले. त्यांच्या हातातील लखलखणारा तेजस्वी परशू डोळे दिपवीत होता.

'हे पितृभक्त उदार पुरुषा, हे भार्गवरामा, हे करुणाकरा, हे दीनवत्सल परशुधरा, आम्ही तुला अनन्यभावाने शरण आहोत. तुझे कृपाकटाक्ष सदैव आमचे रक्षण करोत!' श्रीरामाने राजराजेश्वर परशुरामांना साष्टांग नमन करीत म्हटले.

परंतु परशुरामांची उग्र मुद्रा किंचितही शांत झाली नाही.

त्यांच्या आरक्त नेत्रांतून जणू अग्निवर्षाव होत होता. ते उग्र रूप पाहून श्रीरामाशिवाय सारेच घाबरले.

श्रीरामाचे मन मात्र मेरूप्रमाणे अचल आणि स्थिर होते.

जराजर्जर झालेला दशरथ चिंताग्रस्त झाला होता. त्याच्या मनश्चक्षूंसमोर परशुरामांचे सारेच चरित्र दृग्गोचर झाले.

राजराजेश्वर परशुराम कोण होते बरे ?

।। परशुरामांचे चरित्र ।।

जमदग्नी नावाचे एक अतिशय तेजस्वी ऋषी होते. भरत खंडात होऊन गेलेल्या सात प्रसिद्ध ऋषीत त्यांचे नाव घेतले जाते. त्यांच्या विवाह ईक्ष्वाकू वंशातील रेणुराजाची कन्या रेणुका हिच्याशी झाला.

परशुराम हा त्यांचा पाचवा मुलगा. आपल्या पित्याजवळ अध्ययन करून तो वेदशास्त्रसंपन्न झाला. पुढे धनुर्विद्या व अस्त्रविद्या शिकण्यासाठी तो गंधमान पर्वतावर गेला. त्याने साक्षात भगवान शंकरांना प्रसन्न करून घेतले. त्यावेळी स्वत: शंकरांनी धनुर्विद्या व अस्त्रविद्या; एवढेच नव्हे तर, आपले प्रभावी धनुष्यही त्यास भेट दिले.

पुढे आणखी काही अस्त्रांची प्राप्ती करून घेण्यासाठी परशुरामांनी महागणपतीची उपासना सुरू केली. त्यांची खडतर तपश्चर्या पाहून गणपतीही त्यांच्यावर प्रसन्न झाला आणि त्याने परशुरामांना 'परशु' नावाचे एक प्रभावी अस्त्र देऊन अभय वचन दिले.

या परशुत एक विलक्षण गुण होता. त्याची धार कधीही कमी होत नसे.

पुढे परशुरामांनी शिवधनुष्य व परशु या दोन अत्यंत प्रभावी अस्त्रांचा उपयोग करून सर्व पृथ्वीवर अजिंक्यपद मिळविले.

अशा प्रकारे सर्वत्र विजय मिळवून परशुराम पुन्हा आपल्या पित्याच्या आश्रमात येऊन राहिले.

एक दिवस काय झाले, त्यांची आई रेणुका गंगेवर पाणी आणण्यासाठी गेली होती. त्या वेळी

जमदग्नी ऋषी आपल्या आश्रमात आन्हिक कर्म करीत होते व त्यांची सर्व मुले रानात समिधा आणण्यासाठी गेली होती.

तिकडे रेणुका गंगेवर पाणी भरीत असता तिचे लक्ष चित्रांगद नावाच्या एका गंधर्वाकडे गेले. चित्रांगद आपल्या बरोबरच्या सुंदर स्त्रियांसमवेत गंगा नदीत मोठ्या मजेत जलक्रीडा करीत होता. त्याचे ते अपूर्व वैभव पाहून रेणुकेला आपले माहेरचे दिवस आठवले. 'आपण माहेरी असताना आपलेही असेच वैभव होते. परंतु, लग्नानंतर रानातील एका आश्रमात आपण जगत आहोत.' असा विचार तिच्या मनात आला व ती किंचित दु:खी झाली.

तिच्या मनातला तो विचार जमदग्नी ऋषींनी अंतर्ज्ञानाने ओळखला. त्यांच्या तळपायाची आग मस्तकात गेली. त्यांनी ताबडतोब रुमण्वान्, सुषेण, विश्वावसू या आपल्या मुलांना बोलवून मातेचा वध करण्याची त्यांना आज्ञा केली.

परंतु प्रत्यक्ष जन्मदात्या मातेवर हात टाकण्याचे धाडस त्यापैकी कुणालाच झाले नाही.

ते पाहून जमदग्नींनी परशुरामाला बोलावून तीच आज्ञा केली. परशुरामांनी आपल्या पित्याची आज्ञा शिरसावंद्य मानून एका क्षणाचाही विचार न करता आपल्या आईचा वध केला, एवढेच नव्हे तर आपल्या वडिलांच्या दुसऱ्या आज्ञेवरून आपल्या चारी भावांनाही ठार केले.

आज्ञाधारक परशुरामाचे ते कृत्य पाहून जमदग्नी ऋषी परशुरामावर प्रसन्न झाले आणि त्यांनी 'तू स्वेच्छामरणी होशील.' असा त्यास आशीर्वाद दिला. त्याचप्रमाणे दोन वर मागावयास सांगितले.

त्यावेळी परशुरामांनी कोणते वर मागितले बरे ?

ते म्हणाले, 'माझी आई व माझे बंधू जिवंत व्हावेत; नि मुख्य म्हणजे मी ठार मारल्याची स्मृती त्यांना नसावी.'

दुसरा वर मागताना ते म्हणाले, 'पिताजी, आपण आपला राग यापुढे कायमचा सोडून द्यावा.'

त्यावर जमदग्नींनी प्रसन्न होऊन 'तथास्तु' म्हटले. त्याबरोबर रेणुका व परशुरामांचे चारही भाऊ झोपेतून जागे झाल्याप्रमाणे उठले नि त्याच क्षणी जमदग्नींनीही आपला राग कायमचा सोडला.

त्यानंतर मातृहत्येच्या पातकाचे क्षालन करण्यासाठी परशुराम कैलास पर्वतावर गेले. त्यांनी तिथे उग्र तपश्चर्या आरंभिली. ती त्यांची तपश्चर्या पाहून भगवान शंकर त्यांच्यावर प्रसन्न झाले व त्यांनी मातृवधाबद्दल त्यांना क्षमा करून संपूर्ण धनुर्वेद शिकविला. त्याचप्रमाणे आपल्या जवळची अत्यंत प्रभावी अस्त्रेही त्यांना दिली.

नि या अस्त्रांचा उपयोग करण्याचा प्रसंग त्यांच्यावर लवकरच आला.

एकदा काय झाले, जमदग्नी ऋषी आपल्या चौघा मुलांसह बाहेर अरण्यात गेले होते. त्यांच्या आश्रमात फक्त त्यांची पत्नी रेणुका होती.

त्याचवेळी कार्तवीर्य नावाचा एक राजा त्यांच्या आश्रमात आला. रेणुकेने त्याचे उत्तम प्रकारे स्वागत केले.

थोड्याच वेळात जमदग्नीही आश्रमात परत आले. त्यांनी कार्तवीर्याचे उत्तम प्रकारे आदरातिथ्य

केले. त्याला व त्याच्या सैन्याला पंचपक्वान्नांचे भोजन दिले. तसेच कार्तवीर्याला उंची वस्त्रे अर्पण केली.

जमदग्नीचे इंद्रासारखे ऐश्वर्य पाहून कार्तवीर्याला त्यांचा हेवा वाटला. या आश्रमवासी मुनीजवळ असलेले ऐश्वर्य स्वत:सारख्या बलाढ्य राजाजवळही असू नये या गोष्टीचे त्याला वैषम्य वाटले.

सरळ वृत्तीच्या जमदग्नी ऋषींनी आपणास हे ऐश्वर्य कामधेनूमुळे प्राप्त झाले, असे कार्तवीर्याला सांगितले.

त्यामुळे कार्तवीर्याला ऋषींजवळच्या कामधेनूची लालसा उत्पन्न झाली व त्याने ऋषींजवळ तिची मागणी केली.

ऋषी म्हणाले, 'तिची तुझ्याबरोबर येण्याची इच्छा असेल, तर तू तिला खुशाल घेऊन जा !'

राजाने कामधेनूला विचारले. ती म्हणाली, 'तुच्छ वैभवशाली राजवाड्यापेक्षा हा पवित्र नि सुंदर आश्रमच मला अधिक प्रिय आहे.'

कामधेनूचे हे उत्तर ऐकून कार्तवीर्याचा स्वाभिमान दुखावला. त्याने कामधेनूला जबरदस्तीने आपल्याबरोबर नेण्याचे ठरविले.

कार्तवीर्याचा तो बेत पाहून कामधेनू भयभीत झाली व जमदग्नीजवळ जाऊन म्हणाली, 'मुनिवर, माझे रक्षण करा.'

त्यावर जमदग्नी शांत स्वरात म्हणाले, 'गोमाते, मी रागाचा त्याग केला आहे. त्यामुळे मी काही करू शकत नाही. तुझे रक्षण आता तूच कर.'

ते ऐकून कामधेनू क्षणभर विचारात पडली. परंतु दुसऱ्याच क्षणी तिने आपल्या शक्तीने खूप मोठे सैन्य निर्माण केले. त्या सैन्याने कार्तवीर्याशी तुंबळ युद्ध करून त्याचा पराभव केला. ते पाहून कार्तवीर्य जीव वाचविण्यासाठी रणातून पळून गेला.

परंतु त्या दिवसापासून त्याने जमदग्नींशी वैर धरले.

पुढे काही दिवसांनी कार्तवीर्य दिग्विजय करण्याच्या ईर्षेने देशोदेशी हिंडू लागला. त्याला एकापाठोपाठ एक असे अनेक विजय मिळाले. त्यामुळे तो उन्मत्त बनला.

एक दिवस तर तो समुद्रावरच चाल करून गेला. त्याने उन्मत्तपणे खूप मोठी गर्जना करून म्हटले, 'समुद्रा, बोल. माझ्या तोलाचा योद्धा या पृथ्वीवर कोण आहे ?'

त्या वेळी समुद्राने मनुष्यरूप धारण करून म्हटले, 'हे मदोन्मत्त राजा, तुझ्याशी युद्ध करून तुझा पराभव करणारा एक महान योद्धा लवकरच तुला भेटेल. त्याचे नाव आहे परशुराम !'

ते ऐकून कार्तवीर्य खूप मोठ्याने हसला व वाटेतील अनेक देव उद्ध्वस्त करीत पुढे निघाला.

त्याला वाटेत वसिष्ठांचा पवित्र आश्रम दिसला. उन्मादाच्या भरात त्याने तो आश्रमही जाळून टाकला.

ते पाहून वसिष्ठ मुनींच्या मुखातून शापवाणी बाहेर पडली : 'हे उन्मत्त राजा, ज्याअर्थी माझा काहीही अपराध नसताना तू माझा सुंदर व पवित्र आश्रम जाळून टाकलास, त्याअर्थी तुझे दिवस आता भरले आहेत. लवकरच धनुर्धर परशुराम तुझा नाश करील.'

परंतु, त्या शापवाणीकडे दुर्लक्ष करून कार्तवीर्य थेट जमदग्नींच्या आश्रमात आला. त्या वेळी जमदग्नी ऋषी समाधी लावून निजानंदात निमग्न होते.

ती संधी साधून कार्तवीर्याने जमदग्नींचा शिरच्छेद केला. त्या वेळी रेणुकेने अडथळा केल्यामुळे त्याने तिच्यावरही एकवीस वार केले व कामधेनूला घेऊन तो आपल्या देशाकडे निघाला.

थोड्याच वेळात आपल्या भावांसह परशुराम आश्रमात परत आले. त्या वेळी रेणुकेने सर्व प्रकार त्यास निवेदन केला.

तो ऐकून परशुरामांचा क्रोध अनावर झाला व मातेच्या एकवीस जखमांचे स्मरण ठेवण्यासाठी परशुरामांनी एकवीस एकमुखी रुद्राक्षांची माळ गळ्यात धारण केली आणि एकवीस वेळा पृथ्वी नि:क्षत्रिय करण्याची घोर प्रतिज्ञा करून ते आपला धारदार परशू घेऊन आश्रमाबाहेर पडले.

प्रथम परशुरामांनी तमास्त्र सोडून सहस्रार्जुनाच्या महिकावती नगरीत सगळीकडे अंधारच अंधार करून टाकला. नंतर अग्न्यस्त्र सोडून ती नगरी जाळून टाकण्यास सुरुवात केली.

ते पाहून कार्तवीर्य म्हणजेच सहस्रार्जुन याने पर्जन्यास्त्र सोडून त्याच्या सर्व सैन्याचा क्षणात नाश केला.

परशुरामांचा तो विलक्षण पराक्रम पाहून सहस्रार्जुन चकित झाला व त्याने मोठ्या त्वेषाने एकाच वेळी पाचशे धनुष्ये आकर्ण ओढून पाचशे तेजस्वी बाण परशुरामांच्या अंगावर सोडले. परंतु, महाधनुर्धर परशुरामांनी तितकेच बाण सोडून सहस्रार्जुनाचे बाण मधल्यामधेच तोडून टाकले.

त्यानंतर परशुरामांनी सहस्रार्जुनाशी तुंबळ युद्ध सुरू केले. त्याच्या सहस्र भुजा एकवीस वेळा तोडल्या. परंतु त्या भुजा क्षणार्धात उत्पन्न झाल्या. हा विलक्षण चमत्कार पाहून परशुरामही आश्चर्यचकित झाले आणि त्यांनी विघ्नहर्त्या महागणपतीची प्रार्थना केली.

त्याबरोबर तीन कोटी गणपती, तीन कोटी महावीर व तीन कोटी नृसिंह, परशुरामांच्या मदतीसाठी रणांगणावर प्रकट झाले.

परशुरामांचे ते विलक्षण सैन्य पाहून सहस्रार्जुन घाबरून आपल्या रथासह आकाशात उडाला. परंतु परशुरामांनी एकच अचूक बाण मारून त्याला रथासह आकाशातून खाली पाडले व परशूने त्याचे डोके उडवून दिले.

परंतु ते तोडलेले मस्तक पुन्हा आपोआप सहस्रार्जुनाच्या धडाला चिकटले.

याप्रमाणे एकवीस वेळा झाले.

हा चमत्कार पाहून परशुरामांचा बंधू विश्वावसू म्हणाला, 'रामा, या राक्षसाच्या हृदयात अमृत आहे. त्या अमृताचा नाश केल्याशिवाय हा मरावयाचा नाही.'

ते ऐकून परशुरामांनी आपला परशू नेम धरून सहस्रार्जुनाच्या हृदयावर मारला. त्याबरोबर त्याचे हृदय फुटून त्यातील अमृत वाहून गेले. ते पाहताच परशुरामांनी सहस्रार्जुनाचे शिर कापून घेतले व आपल्या मातेला आणून दाखविले.

पुढे आपल्या प्रतिज्ञेप्रमाणे परशुरामांनी एकंदर एकवीस वेळा पृथ्वी नि:क्षत्रिय करून उन्मत्त क्षत्रिय राजांचा नाश केला व पृथ्वीवर आनंदाचे व शांततेचे साम्राज्य प्रस्थापित केले.

।। परशुरामांनी परीक्षा घेतली ।।

श्रीरामाने सीतास्वयंवराच्या वेळी शिवधनुष्याचा भंग केल्याचे वर्तमान महर्षी नारदांनी महेंद्र पर्वतावर जाऊन परशुरामांना सांगितले. परशुरामांना तो आपला मानभंग वाटला; कारण ते त्र्यंबक धनुष्य साक्षात शिवशंकरांकडूनच परशुरामांना प्राप्त झाले होते. त्यामुळे नारदमुनींनी कथन केलेली हकिकत ऐकून परशुरामांचा क्रोध अनावर झाला.

आपला लखलखीत परशू पाजळीत ते मिथिलेकडे निघाले. दशरथ राजा वऱ्हाड घेऊन अयोध्येकडे निघाला असता वाटेतच परशुरामांची व त्याची भेट झाली.

परशुरामांचे सारे चरित्र दशरथाच्या डोळ्यांसमोर असल्यामुळे परशुरामांचा उग्र अवतार पाहून आपल्या मुलांची आता धडगत नाही, असे दशरथाला वाटले व तो विलक्षण घाबरून गेला.

तेवढ्यात परशुराम गरजले, 'मूर्खांनो, माझे धनुष्य कुणी तोडले तेवढे सांगा. ज्याने माझे धनुष्य तोडले असेल त्याला मी सहस्रार्जुनाप्रमाणेच माझा शत्रू मानून त्याचा नाश करीन.'

परशुरामांचे ते भाषण ऐकून लक्ष्मण हसून म्हणाला, 'गुरुदेव, अशी कित्येक धनुष्ये मी लहानपणी मोडली आहेत. मात्र आपण म्हणता ते शिवधनुष्य श्रीरामचंद्रांनी मोडले.'

'लक्ष्मणा, साक्षात शिवशंकराचे धनुष्य तू सामान्य समजतोस ?' परशुरामांनी दातओठ खात विचारले.

'गुरुदेव,' लक्ष्मण पुन्हा हसून म्हणाला, 'ते धनुष्य कुणाचेही असले तरी त्याची चिंता करण्याचे आम्हाला काय कारण ? जनकाने पण लावून आव्हान दिले व श्रीरामाने ते स्वीकारले; कारण दिलेले आव्हान स्वीकारणे हा क्षत्रियांचा धर्मच आहे.'

'लक्ष्मणा, तुझी ही उन्मत्त बडबड बंद कर. न पेक्षा माझ्या परशूशी गाठ आहे.' परशुराम गरजले.

'आपल्या प्रत्यक्ष मातेचा वध ज्या परशूने केला तो हाच परशू काय ?' लक्ष्मणाने खोचक प्रश्न केला.

तेव्हा परशुराम हातातला परशू पाजळीत लक्ष्मणावर धावले.

तेवढ्यात श्रीरामांनी पुढे होऊन त्यांची समजूत घातली.

'गुरुदेव!' श्रीराम वंदन करून म्हणाले, 'आपण शांत व्हावे. आपल्या सामर्थ्याची या अजाण बालकाला कल्पना नाही. शिवाय, आपला खरा अपराधी मी आहे.'

'ठीक आहे. श्रीरामा, तुझी पराक्रमाची घमेंड मी आता उतरवितो. हे पहा विष्णूधनुष्य. हे धनुष्य हातात घे आणि त्याला बाण लावून दाखव. न पेक्षा तुला माझ्याशी युद्ध करावे लागेल. बोल पाहू, आहे कबूल ?'

श्रीरामांनी नुसते स्मित केले. नंतर गुरुदेव वसिष्ठांना वंदन करून त्यांनी ते विष्णूधनुष्य हातात घेतले. त्याचे एक टोक भूमीवर टेकविले व ते धनुष्य डाव्या हाताने सहज वाकवून उजव्या हाताने

प्रत्यंचा चढविली. नंतर भात्यातून एक अमोघ मंत्रसिद्ध बाण काढून धनुष्याला लावला व ते परशुरामांना म्हणाले, 'गुरुदेव, रामबाण कधीही फुकट जात नाही. हा बाण एकतर तुमच्यावर सोडीन किंवा तुमचा स्वर्गमार्ग मोडून टाकीन बोला, यापैकी काय करू ?'

तेव्हा परशुराम म्हणाले, 'श्रीरामा, तुझा पराक्रम पाहून मी चकित झालो आहे. मला या पृथ्वीतलावर अनेक कामे करावयाची आहेत. तेव्हा तू हा बाण माझ्यावर सोडू नकोस. त्यापेक्षा स्वर्ग-मार्ग मोडून टाक.'

श्रीरामांनी त्याप्रमाणे परशुरामाचा स्वर्ग-मार्ग मोडून टाकला.

नंतर परशुराम म्हणाले, 'श्रीरामा, तुझ्या या अवताराची प्रचिती पाहण्यासाठीच मी तुझी परीक्षा घेतली. हे विष्णू-धनुष्य आता मी तुलाच अर्पण करतो;

असे म्हणून आपल्या जवळील सर्व सामर्थ्य श्रीरामांना देऊन परशुराम महेंद्र पर्वताकडे निघून गेले.

श्रीरामाचा तो अभूतपूर्व पराक्रम पाहून वृद्ध दशरथाला धन्यता वाटली. त्याने श्रीरामाला अतिशय प्रेमाने घट्ट आलिंगन दिले.

त्यानंतर मजलदरमजल करीत सारे वऱ्हाडी अयोध्येला पोहोचले. एका शुभ मुहूर्तावर त्यांनी अयोध्येत प्रवेश केला.

त्यांच्या स्वागतासाठी मंत्रिगण जमले होते. अयोध्येचे सारे प्रजाजन नवविवाहित दाम्पत्यांना पाहण्यासाठी गर्दी करून उभे होते.

सारी अयोध्या नगरी आज एखाद्या नववधूप्रमाणे नटली होती. सनईच्या सुरांमुळे सर्वत्र मांगल्य दाटले होते.

राजपुत्रांचे हत्ती वेशीजवळ येताच सुवासिनींनी पंचारती ओवाळली. सुवर्णकलशातील शकुनजलाने त्यांचे पाय धुतले. त्याच्यावर पारिजात पुष्पांची मंगल वृष्टी केली. नंतर त्या नवविवाहित दाम्पत्यांनी गृहप्रवेश केला.

॥ मंथरेने विष ओतले ॥

त्यानंतर बारा वर्षांचा काळ अतिशय आनंदात गेला. दिवसेंदिवस अयोध्येच्या प्रजेला श्रीरामांविषयी अधिकाधिक प्रेम वाटू लागले. विश्वामित्रांसारख्या प्रतापी महर्षींना अनावर झालेल्या मारिच, सुबाहू आदी राक्षसांचा श्रीरामांनी वध केला होता. अहिल्येसारख्या पतितेचा श्रीरामांच्या पदस्पर्शाने उद्धार झाला होता. महाप्रतापी राजांना अवजड वाटणारे प्रचंड शिवधनुष्य मोडून श्रीरामांनी स्वयंवरातील पण जिंकला होता व त्यानंतर परशुरामासारख्या महान धनुर्धराचेही त्यांनीच गर्वहरण केले होते.

त्यामुळे श्रीरामाबद्दलच्या प्रजेच्या अपेक्षा उंचावल्या होत्या.

श्रीरामाचे प्रजावात्सल्य व पितृभक्ती पाहून वृद्ध दशरथालाही श्रीरामालाच युवराज करावे, असे वाटू लागले.

पुढे एक दिवस कैकयीच्या माहेराहून भरत आणि शत्रुघ्न यांना बोलावणे आले. त्याप्रमाणे दशरथाने त्या दोघांना आजोळी पाठवून दिले.

दशरथ राजाला अलीकडे अनेक अशुभ स्वप्ने पडत होती. त्याने याबाबत ज्योतिषांना विचारले. दशरथाची पत्रिका पाहून ज्योतिषी म्हणाले, 'महाराज, सध्या राहू व मंगळ हे दोन पापग्रह आपल्याला पीडा करीत आहेत. लवकरच एखादी अनर्थकारक वार्ता आपल्या कानावर न पडो म्हणजे झाले!'

राजज्योतिषांची ती भविष्यवाणी ऐकून दशरथ अधिकच कष्टी झाला. त्याने ग्रहशांती करवून अनेक दाने दिली.

परंतु, त्याचाही फारसा उपयोग झाला नाही.

पुढे एक दिवस कुलगुरू वसिष्ठ त्याच्या भेटीला आले असता दशरथ म्हणाला, 'मुनिवर, माझे हे जराजीर्ण शरीर केव्हा गळून पडेल याचा आता काहीच भरवसा नाही. आजवर माझ्या प्रजेचे मी स्वतःच्या पुत्राप्रमाणे पालन केले. परंतु, आता प्रजेची सेवा करण्यास आवश्यक ते शरीरस्वास्थ्य नसल्यामुळे मंत्री, गुरुजन आणि प्रजा यांच्या संमतीने श्रीरामाला युवराजपदाचा अभिषेक करण्याची माझी इच्छा आहे.'

त्यावर वसिष्ठ म्हणाले, 'दशरथा, तुझा हा विचार सर्वस्वी योग्य आहे. श्रीराम म्हणजे चारी पुरुषार्थांचा आधार आहे. श्रीराम म्हणजे अनंत सद्गुणांचे निवासस्थान, श्रीराम म्हणजे पराक्रमाची परिसीमा, श्रीराम म्हणजे मूर्तिमंत आनंद! पृथ्वीची क्षमाशीलता, बृहस्पतीची बुद्धी नि अग्नीचे पावित्र्य त्याच्या ठिकाणी ज्वलंत वास करीत आहे. दशरथा, तुझा हा विचार तू अवश्य अंमलात आण!'

दशरथाने श्रीरामाला बोलावून आपला विचार त्याला सांगितला. पितृआज्ञेची अवज्ञा करणे श्रीरामांना शक्य नव्हते.

दशरथाने ही सुवार्ता कौसल्या, सुमित्रा, कैकयी व लक्ष्मण या सर्वांना सांगितली. श्रीराम राजा होणार हे ऐकून सर्वांनाच मनस्वी आनंद झाला.

लवकरच युवराजपदाच्या अभिषेकाचा दिवस ठरला.

होमशाळेत अनेक यज्ञ सुरू झाले. श्रीरामाला अभिषेक करण्यासाठी सारी तीर्थे धावून आली.

एवढा आनंदाचा दिवस अयोध्या नगरीने क्वचित पाहिला असेल. आज साऱ्या नगरीत आनंदोत्सव साजरा होत होता. अभिषेकाचा सोहळा पाहण्यासाठी अयोध्येचे प्रजाजन खास ठेवणीतले कपडे घालून राजमार्गावरून चालले होते. स्त्रिया उंची शालू व दागदागिन्यांनी नटल्या होत्या.

परंतु त्याच वेळी...

त्याच वेळी एक कुबडी वृद्ध स्त्री फणफणत कैकयीच्या महालाजवळ आली. तिने धाडकन्

महालाचा दरवाजा उघडला.

'कोण ? मंथरा ? का आलीस ? आणि आज अशी दु:खीकष्टी का तू ?' कैकयीने मंथरेकडे पहात विचारले.

'एक अतिशय दु:खाची बातमी ऐकली म्हणून !' मंथरा कैकयीच्या महालाचा दरवाजा लोटून घेत म्हणाली.

'कोणती दु:खाची बातमी ? महाराजांचे कुशल आहे ना ?'

'कैकयी, उद्या श्रीरामाला युवराजपद मिळणार.'

'मग ? यात दु:ख करण्याचे काय कारण ? श्रीराम राजा होणार ही तर केवढी आनंदाची गोष्ट ! मला नेहमी वाटतं, की पुढल्या जन्मी श्रीरामासारखा सर्वगुणसंपन्न पुत्र मला मिळावा. तसंच गोजिरवाणं रूप, तसाच पराक्रम... कौसल्येनं गेल्या जन्मी कोणतं बरं पुण्य केलं असेल ?'

'कैकयी, श्रीराम राजा होणार म्हणून आज तुला आनंदाच्या उकळ्या फुटताहेत. परंतु, तू उद्याचा विचार केला आहेस ?'

'उद्याचा विचार ? तो कसला ?'

'कैकयी, तुझ्या भोळेपणाची मला कीव येते. अगं, उद्या राम राजा झाल्यावर दशरथ महाराजांना विचारतो कोण ? मावळत्या सूर्याला कुणीही नमस्कार करीत नाही, हे नेहमी लक्षात ठेव !'

'मंथरे, आज तू फारच तोंड सोडून बोलायला लागलीस हं !'

'तुझा भोळा स्वभाव तुला दगा देईल तेव्हा या मंथरेची किंमत तुला कळेल ! कैकयी, राम राजा झाल्यावर तुला य:कश्चित दासीप्रमाणे याच राजवाड्यात दिवस कंठावे लागतील हे तू विसरतेस. इतके दिवस सौंदर्याच्या बळावर दशरथ महाराजांना मुठीत ठेवून तू कौसल्येचा मत्सर केलास, तिला तुच्छ लेखलेस. पण उद्या कौसल्या राजमाता झाल्यावर याचा सूड घेतल्याशिवाय राहील, असे तुला वाटते ? त्याच कारस्थानी कौसल्येने महाराजांपुढे श्रीरामाच्या पितृप्रेमाची नि पराक्रमाची महती गाऊन त्यांना भारून टाकले नि भोळे महाराज त्याला भुलून श्रीरामाला युवराज करायला निघाले आणि त्या दोघांनी वेळ तरी कशी जुळवून आणली पहा. तुझा भरत आजोळी गेला, त्याच वेळी ही राज्याभिषेकाची चक्रे इतक्या शीघ्र गतीने कशी फिरली ? आता संन्यासिनीचा वेष घेऊन तू वनात जाण्याची तयारी करावीस हेच बरे !'

मंथरेने कैकयीच्या कानात विष ओतले. तिच्या कारस्थानाला ती बळी पडली. मंथरेने तिच्या भावी आयुष्याचे रंगविलेले भेसूर चित्र पाहून ती दचकली.

तिने आजवर स्वत:चे सौंदर्य नि तारुण्य यांच्या बळावर दशरथाला आपल्या मुठीत ठेवून आपल्या सवतींचा मत्सर केला होता. परंतु श्रीरामावर तिचे पूर्ण प्रेम होते. तो राजा होण्याला तिचा कधीच विरोध नव्हता. कारण श्रीरामाची अपूर्व योग्यता ती जाणून होती.

परंतु, कपटी मंथरेने एक भयंकर कल्पित चित्र तिच्या डोळ्यांपुढे उभे केले.

कैकयी म्हणाली, 'मंथरे, ही कैकयी वनात जाईल असे तुला वाटते ! मग तू अजून मला

पुरते ओळखले नाहीस. मी तर वनात जाणार नाहीच; परंतु रामाला मात्र वनात पाठवीन; तरच नावाची कैकयी !', 'मला हे मुळीच शक्य वाटत नाही.' मंथरा मुद्दामच म्हणाली.

'मंथरे, यात अशक्य काय आहे ? दशरथ महाराज ज्या वेळी देवदानवांच्या युद्धात देवांच्या बाजूने लढत होते, त्या वेळी मी त्यांच्याच शेजारी रथात बसले होते. युद्ध ऐन रंगात आले नि त्याचवेळी महाराजांवर अचानक एक मोठी आपत्ती कोसळली.'

'ती कोणती ?'

'महाराज राक्षसांच्या एका तुकडीबरोबर लढत असता अचानक त्यांच्या रथाचे चाक रथापासून निसटू लागले. आता थोड्याच वेळात तो रथ निरुपयोगी होणार होता. महाराजांचा धीर त्या दृश्याने खचला. समोरून महाभयंकर अक्राळविक्राळ राक्षस आक्रोश करीत महाराजांच्या दिशेने चालून येत होते. रथ-चक्र आता रथापासून विलग होणार तोच... तोच मी एका हाताने ते धरून ठेवले. त्यामुळे तो रथ पडला नाही व महाराजांना युद्ध पुढे चालू ठेवता आले.'

'पहा, महाराजांचेही प्राण त्या दिवशी केवळ तुझ्यामुळे वाचले. परंतु, त्यांनी तुला काय दिले ?' मंथरेने विचारले.

'असं कसं म्हणतेस ? युद्ध संपल्यावर महाराजांनी मला दोन वर मागावयास सांगितले. परंतु, हे वर मी पुढे केव्हातरी मागून घेईन, असे मी महाराजांना त्या वेळी सांगितले.'

'म्हणजे ? ते वर अजून मागावयाचेच आहेत का ?' मंथरेचे डोळे असुरी आनंदाने चमकले.

'होय'

'मग... मग कैकयी मी जे सांगते ते नीट ऐक. त्याने तुझे हित होईल.'

'सांग. लवकर सांग. तुझ्याशिवाय माझ्या हिताचा सल्ला देणारे माझ्या विश्वासातले दुसरे आहे तरी कोण ?'

'कैकयी, मग आता उठ नि प्रथम सारे दागिने फेकून दे. केस मोकळे सोड, मलिन वस्त्रे नेस. महाराज लवकरच तुझ्या महालात येतील. तुझा हा नवा अवतार पाहून ते तुझ्या रागाचे कारण तुला विचारतील. त्या वेळी बराच वेळ तू एक शब्दही बोलू नकोस. दशरथ महाराज तुझ्या या नाटकाला फसतील नि तुला खूश करण्यासाठी काय हवे ते करण्यासाठी तयार होतील. त्या वेळी तू पूर्वी राहिलेले दोन वर मागून घे. त्यापैकी एका वराने तू तुझ्या लाडक्या भरताला राज्यावर बसव नि दुसऱ्या वराने... दुसऱ्या वराने रामाला चौदा वर्षे वनवासाला पाठवून दे...!'

।। कैकयीने वर मागितला ।।

अंतःपुरात अशा प्रकारे मंथरेचे गुप्त कारस्थान शिजत होते. त्या कारस्थानाची बाहेर आनंदात मग्न असलेल्या प्रजाजनांना थोडीदेखील कल्पना नव्हती. ते सारा दिवस मर्यादापुरुषोत्तम श्रीरामाचे

गुणसंकीर्तन करीत होते.

रात्र झाली. राज्याभिषेकाची सारी व्यवस्था संपवून राजा दशरथ कैकयीच्या महालाकडे निघाला. वाटेतील कौसल्या व सुमित्रा यांच्या महालांकडे त्याने पाहिलेसुद्धा नाही.

कैकयीच्या शोभिवंत महालाशी येताच दोघा दासींनी महालाचा दरवाजा अदबीने उघडला.

हातातील चंपक पुष्पाचा सुवास घेत राजा दशरथ आत गेला. आपली चाहूल लागताच सौंदर्यलतिका कैकयी आपल्या स्वागतासाठी हसतमुखाने धावून येईल, अशी त्याची कल्पना होती. परंतु तसे झाले नाही.

सारा महाल आज उदास नि भयाण दिसत होता. महालात नेहमीप्रमाणे दिव्यांची आरास नव्हती. दिव्यांच्या थिजलेल्या वाती आपली काळी तोंडे दाखवीत सुस्त पडून होत्या. नेहमीचा मंद सुवास आज दरवळत नव्हता.

त्या महालातले सारे चैतन्यच जणू आज हरवले होते.

महालाची ती स्थिती पाहून दशरथाचे मन खिन्न झाले. त्याच्या हातातले फूल गळून पडले. तो हलक्या पावलाने नि धडधडत्या हृदयाने कैकयीराणीच्या कक्षात गेला.

त्या ठिकाणचे दृश्य पाहून तर त्याच्या हृदयाची धडधड आणखीनच वाढली.

त्याची आवडती कैकयी केस मोकळे सोडून विलाप करीत होती. तिच्या अंगावर एकही दागिना दिसत नव्हता. तिने मलिन वस्त्रे परिधान केली होती.

दशरथ धावत पुढे गेला नि तिच्या खांद्यावर हात ठेवून म्हणाला, 'प्रिये, तू अशी का रुसलीस ? तुला कुणी दुखविले ?'

परंतु, कैकयीने त्याचे हात झिडकारून टाकले आणि ती अधिकच मोठमोठ्याने विलाप करू लागली.

दशरथाला या प्रकाराचा काहीच बोध होईना. तो पुन्हा कैकयीच्या पाठीवरून हात फिरवीत म्हणाला, 'हे सुमुखी, हे सुलोचने, तुझा कुणी अपराध केला मला सांग. कुणी तुला दुखवून आपल्या मरणाला आमंत्रण दिले ? प्रत्यक्ष इंद्र असला तरी मी त्याला या अपराधाबद्दल आज क्षमा करणार नाही.'

'अशा लाघवी बोलण्याला यापुढे मी फसणार नाही.' कैकयी पुन्हा त्याचे हात झिडकारीत म्हणाली.

'कैकयी' मी रघुकुलाची, माझ्या लाडक्या श्रीरामाची शपथ घेऊन सांगतो, आजवर मी जे केले ते तुझ्या हितासाठीच केले. माझ्या श्रीरामाखालोखाल मी या जगात तुझ्याशिवाय कुणावरच निष्कपट प्रेम केले नाही. उद्या श्रीरामाला राज्याभिषेक होणार. अशा मंगलप्रसंगी तू असा मलिन वेष धारण करावास हे बरे नाही.

'महाराज, आपण साखरपेरणी तर फार छान करता. परंतु वेळ आली म्हणजे मागे सराल.'

'कैकयी मला तू अजून कसे ओळखले नाहीस ? प्रिये, मी आजवर कधीही तुझ्या शब्दाबाहेर गेलो नाही. तुझा शब्द मी प्रत्येक वेळी अखेरचा मानला.'

'मग आपण मला पूर्वी जे दोन वर दिले आहेत, त्याची आठवण आहे का आपल्याला ?'

दशरथ स्मित करीत म्हणाला, 'प्रिये, त्या दोन वरांचे मला पूर्ण स्मरण आहे. ते दोन वर तू कोणत्याही क्षणी माझ्याकडून मागून घे. सांग तुला काय देऊ ? इंद्राचा ऐरावत की त्याची अमरावती ? स्वर्गातले अमृत की...'

'नको, नको. त्या गोष्टींची आज मला आवश्यकता नाही...'

'मग तुला सुवर्णांचा महाल बांधून देऊ की...'

'नको. मला सुवर्णाचा महालही नको. मला फक्त...'

'बोल, मृगनयने बोल. दोनच काय, परंतु, तू आज चार वर मागून घेतलेस तरी त्याची पूर्तता आज मी करीन. रघुकुलाची रीत तुला ठाऊकच आहे. दिलेलं वचन पूर्ण करण्यासाठी प्राणाचं मोल द्यावं लागलं, तरी आम्ही मागे हटणार नाही...'

'मग ऐका तर. नीट लक्ष देऊन ऐका. पहिल्या वराने उद्या माझ्या भरताला यौवराज्याचा अभिषेक करावा आणि दुसऱ्या वराने रामाला वल्कले नेसवून चौदा वर्षे वनवासात पाठवावे...'

ते शब्द महालात पुन्हा पुन्हा घुमले. दशरथाने आपले सुन्न मस्तक दोन्ही हातांनी गच्च दाबून धरले.

तापलेल्या शिसाचा रस ओतावा, त्याप्रमाणे कैकयीचे ते शब्द दशरथाच्या कानात शिरले. त्याला हुंदका आवरता येईना.

बराच वेळ त्याच्या तोंडून शब्दही फुटेना.

'काय मागितलंस कैकयी हे ? वराचा दुरुपयोग केलास तू. राक्षसिणी, माझ्या प्राणाहून प्रिय श्रीरामाला मी वनात पाठवू ? कैकयी, अजून विचार कर. मी भरताला गादीवर बसवतो. त्याला उद्याच बोलावून यौवराज्याचा अभिषेक करतो. तुला राजमाता बनवतो. परंतु कैकयी, माझ्या रामाला वनवासाला पाठवू नकोस... सूर्याशिवाय प्रकाश जसा संभवत नाही. त्याचप्रमाणे रामाशिवाय दशरथ ही कल्पनाच मला करता येत नाही.'

'महाराज, कौसल्येच्या लाघवी बोलण्याला फसून तुम्ही रामाला यौवराज्याचा अभिषेक करायला निघालात, परंतु ही कैकयी, तो भरत तुमचा कुणीच नव्हे का ? कौसल्या राजमाता झाली की कैकयीच्या हातात झोळी आलीच म्हणून समजा ! ज्या कैकयीवर तुम्ही प्राणापलीकडे प्रेम केलेत, ज्या कैकयीच्या भोवती भुंग्याप्रमाणे रुंजी घातलीत, त्या कैकयीच्या भवितव्याचा विचार कधी केलात तुम्ही ?'

'कैकयी, तू सवतीमत्सराने जळते आहेस. परंतु, रघुकुलाची शपथ घेऊन तुला सांगतो, की कौसल्येने याबाबत माझ्याजवळ एक चकार शब्दही कधी काढला नाही. श्रीरामाची निवड कौसल्येनं केली नाही. माझ्या मंत्र्यांनी, कुलगुरू वसिष्ठांनी नि माझ्या प्राणाहून प्रिय प्रजाजनांनी श्रीरामाचे नाव मला सुचविले. कैकयी, मी वचनबद्ध असल्यामुळे तुझ्या पहिल्या वरानुसार मी भरताला राज्याभिषेक करतो. परंतु, श्रीरामाला, माझ्या श्रीरामाला तू वनवासाला पाठवू नकोस. तसे झाले तर एक क्षणही मी जिवंत राहू शकणार नाही.'

'महाराज, दिलेले वर पूर्ण करता येणार नव्हते ; तर मोठेपणाने वर दिलेतच कशाला ? तुम्ही सत्यप्रतिज्ञ आहात. क्षत्रिय आहात. दिलेले वचन मोडणं हे क्षत्रियधर्मात बसत नाही. कोणत्याही परिस्थितीत माझ्या दोन्ही वरांची पूर्तता ही झालीच पाहिजे.'

दुष्ट कैकयीचे हे हट्टी भाषण ऐकून राजा दशरथ 'राम, राम' असे म्हणत जमिनीवर कोसळला.

|| वनवासाची तयारी ||

सकाळ झाली. राज्याभिषेकाची सारी तयारी सुमंताने एव्हाना पूर्ण केली होती. राजप्रासादात सनईचे मंगल सूर निनादत होते. आचारशील ब्राह्मण उच्च स्वरात वेदघोष करीत होते. कुलगुरू वसिष्ठ दशरथाची वाट पहात होते. त्यांच्या हातात सर्व तीर्थांनी भरलेला मंगल कलश होता. अयोध्येचे प्रजाजन तर हा मंगल सोहळा पाहण्यासाठी केव्हापासून ताटकळत होते.

परंतु राजा दशरथ अजून कैकयीच्या महालातून बाहेर येत नव्हता. त्यामुळे सुमंत काहीसा गोंधळात पडला होता.

शेवटी मनाचा हिय्या करून तो कैकयीच्या महालात गेला. तेथील दृश्य पाहून तो दचकला.

महाराज दशरथ कैकयीच्या सुवर्णशय्येवर बसून ढसढसा रडत होते.

सुमंताला पाहून कैकयी करड्या आवाजात म्हणाली, 'जा. रामाला बोलविले आहे म्हणून सांगा.'

सुमंत खालच्या मानेने बाहेर पडला. या मंगल प्रसंगी अचानक कोणते विघ्न उपस्थित झाले हे त्याला कळेना.

तो खिन्न मनाने श्रीरामाच्या महालात गेला. व्रतस्थ श्रीराम त्या वेळी नारायणाचे चिंतन करीत होते. त्यांच्या प्रसन्न मुद्रेवर त्या वेळी दैवी तेज झळकत होते.

सुमंताने श्रीरामांना वंदन करून म्हटले, 'रामा, कैकयीदेवींनी आपल्याला त्यांच्या मंदिरात बोलविले आहे.'

श्रीराम तत्काळ उठले नि रथात बसून कैकयीच्या महालात गेले.

तेथील दृश्य पाहून त्यांचे हृदय हेलावले. त्यांनी पित्याच्या चरणांवर डोके टेकले. कैकयीला वंदन केले ; परंतु, त्या दोघांनीही श्रीरामाकडे पाहिले नाही.

ते पाहून श्रीराम आश्चर्याने म्हणाले, 'बाबा, आई आज आपण बोलत का नाही ? आपणावर काही संकट तर ओढवले नाही ना ?'

कैकयी म्हणाली, 'राम, महाराजांनी मला फार पूर्वी दोन वर दिले होते. ते दोन वर मी आज मागून घेतले. परंतु, त्यांची पूर्तता सत्यप्रतिज्ञ महाराजांकडून आज होऊ शकत नाही.'

'देवी, आपण कोणते वर मागून घेतले होते ? त्या वरांची पूर्तता करण्याची मी प्रतिज्ञा

करतो.' श्रीराम हात जोडून म्हणाले.

'सत्यप्रतिज्ञ रामा, ऐक, नीट लक्ष देऊन ऐक. पहिल्या वराने मी भरताला राज्याभिषेक करावा असे मागितले.'

'आनंदाची गोष्ट आहे देवी. राज्यावर भरत बसला काय किंवा राम बसला काय, सारखेच नाही का ?' श्रीराम शांत स्वरात म्हणाले.

'नि दुसऱ्या वराने मी असे मागितले की, रामाने वल्कले नेसून चौदा वर्षे वनात जावे.'

'देवी, मग या क्षणापासून श्रीराम वनवासी आहे. मला राज्याचा लोभ नाही. या अलंकारांचा लोभ नाही. पित्याने दिलेल्या वरांची पूर्तता मला करता आली; तर माझे आयुष्य सार्थकी लागले, असे मी समजेन. देवी, आपण मुळीसुद्धा चिंता करू नका. आपल्या इच्छेप्रमाणेच सारे घडून येईल.'

श्रीरामाचे मन सागराप्रमाणे विशाल होते. त्यांचे भाषण ऐकून दशरथाच्या नेत्रांतून घळाघळा अश्रू वाहू लागले.

श्रीरामांनी पित्याच्या चरणांवर डोके टेकले नि अतिशय शांतपणे ते कौसल्यामातेच्या महालाकडे निघाले.

श्रीरामाला पाहताच कौसल्येच्या आनंदाला उधाण आले. तिने वात्सल्याने श्रीरामाला पोटाशी धरले.

श्रीराम म्हणाले, 'आई, आजपासून हा राम वनवासी आहे.'

कौसल्या एकदम दचकली.

श्रीरामांनी अत्यंत शांत स्वरात घडलेली सारी हकिकत तिला सांगितली. कौसल्येवर जणू वज्राघात झाला ! ती मटकन् खाली बसली.

तेवढ्यात सीता तिथे आली. तिने श्रीरामांच्या पायावर डोके ठेवले. श्रीरामांनी तिला ही सारी हकिकत निवेदन केली. ती हकिकत ऐकता ऐकता तिने दोन्ही हातांनी आपला सुंदर चेहरा झाकून घेतला.

सीता म्हणाली, 'नाथ, मी तुमची धर्मपत्नी आहे. पतिसेवा हाच स्त्रियांचा धर्म. आपण वनात जाणार असाल, तर मलाही छायेप्रमाणे आपल्या बरोबर आलेच पाहिजे. चंद्रापासून रोहिणीला कसे दूर राहता येईल ?'

श्रीराम हसले. म्हणाले, 'सीते, तुला वनवासाची कल्पना नाही. तेथे क्षणाक्षणाला अनेक संकटे येणार. हिंस्र पशू, राक्षस यांचा त्रास तर तेथे पाचवीला पुजलेला. त्यापेक्षा या प्रासादात तुला अधिक सुख लाभेल.'

त्यावर सीता व्याकूळ होऊन म्हणाली, 'प्राणनाथ, प्रकाशाशिवाय सूर्याची, चांदण्याशिवाय चंद्राची आणि गतीशिवाय वायूची जशी कल्पनासुद्धा करता येत नाही; त्याचप्रमाणे श्रीरामाशिवाय सीतेची कल्पनाही मला करता येत नाही. हे करुणासागरा, मला आपल्याशिवाय एक क्षणही दूर राहता येणार नाही.'

श्रीराम म्हणाले, 'प्राणप्रिये सीते, मी तुझ्या हिताचे तेच सांगतो. वनवास हा तुझ्यासारख्या कमनीय बांध्याच्या नाजूक स्त्रियांसाठी नाही. तेथे तुला वल्कले नेसावी लागतील. झोपडीत रहावे लागेल. कंदमुळे खाऊन उपजीविका करावी लागेल.'

'नाथ, केवळ आपल्या सहवासाच्या आनंदात मी सारे कष्ट आनंदाने सहन करीन. तेथल्या झोपडीतही स्वर्गीय आनंद फुलेल, तेथल्या कंदमुळांनाही अमृताचा स्वाद येईल. तेथले काटेकुटे मला पुष्पशय्येप्रमाणे सुखद वाटतील. प्राणनाथ, आपल्याविना मी एक पळभरही जगू शकणार नाही.'

सीता आपल्या निश्चयापासून ढळणार नाही, हे श्रीरामांनी ओळखले. त्यांनी सीतेला बरोबर नेण्याचे मान्य केले.

त्याचवेळी सुमित्रेसह लक्ष्मण तिथे आला. श्रीराम सीतेसह वनवासाला जाणार असल्याची हकिकत त्याला समजली होती.

श्रीरामांना पाहून लक्ष्मणाने वंदन केले. तो म्हणाला, 'श्रीरामा, वृद्ध दशरथाने कैकयीच्या नादाने काय हा अविचार केला ?'

श्रीराम म्हणाले, 'लक्ष्मणा, आता कोणतीही शक्ती मला परतवू शकणार नाही. भावनेपेक्षा कर्तव्य केव्हाही श्रेष्ठ होय !'

'श्रीरामा, तुला कर्तव्यपालनापासून परावृत्त करण्याची शक्ती खरोखरच कुणाजवळही नाही. परंतु माझी बंधुप्रीती मला स्वस्थ बसू देत नाही. श्रीरामा, तुझ्या विरहामुळे जीवनात निर्माण होणारी पोकळी मी कशी भरून काढू?'

श्रीराम लक्ष्मणाच्या पाठीवर प्रेमाने हात ठेवीत म्हणाले, 'लक्ष्मणा, तुला येथे राहून करण्यासारखी अनेक कामे आहेत. माझ्या वियोगामुळे दशरथ महाराजांना होणारे दु:ख तुझ्याकडे पाहून हलके होईल. राज्यावर बसणाऱ्या भरताला तुला मदत करता येईल, शिवाय...'

'छे छे ! श्रीरामा, तूच माझे सारसर्वस्व आहेस. तुझ्या विरहाची पुसट कल्पनादेखील हा लक्ष्मण सहन करू शकत नाही. आपला शिष्य या नात्याने आपण मला बरोबर घेऊन चला.'

श्रीरामांना लक्ष्मणाचा आग्रह मोडवेना.

'ठीक आहे लक्ष्मणा, आपल्या आईची आज्ञा माग, आपल्याला शक्य तितक्या लवकर निघायला हवे.'

लक्ष्मणाने सुमित्रेकडे पाहिले.

त्या दोघांचे अपूर्व बंधुप्रेम पाहून तिला गहिवरून आले. तिने लक्ष्मणाच्या पाठीवरून हात फिरविला. ती म्हणाली, 'लक्ष्मणा, श्रीरामाची सेवा हेच तुझे जीवनसर्वस्व आहे. तू आनंदाने श्रीरामाबरोबर वनात जा. तेथे राम हाच तुझा पिता नि सीता हीच तुझी माता !'

लक्ष्मणाने मातृदेवतेला वंदन केले आणि तो श्रीरामांबरोबर निघाला.

श्रीरामांनी कौसल्या मातेचा व दशरथाचा आशीर्वाद घेतला.

कौसल्या म्हणाली, 'रामा, सत्यप्रतिज्ञ आणि महान त्यागी म्हणून तुझी त्रिभुवनात कीर्ती होईल.'

त्यानंतर सुमित्रा, कैकयी आणि कुलगुरू वसिष्ठ यांना वंदन करून राम, लक्ष्मण व सीता यांनी वल्कले धारण केली आणि ते रथात जाऊन बसले.

श्रीरामांना निरोप देण्यासाठी दु:खी अयोध्याजन राजद्वाराशी जमले होते. साऱ्या अयोध्येवर अवकळा पसरली होती.

श्रीरामांनी सर्व प्रजाजनांना वंदन केले.

त्या तिघांना वनवासात जाताना पाहून दशरथाने व्याकूळ स्वरात म्हटले, 'परमेश्वरा, या पुत्रवियोगापेक्षा मला मरण का देत नाहीस ? आता मी कुणासाठी जगू ? श्रीरामा, वत्सा, लाडक्या, तुझी ही शांत प्रसन्न मूर्ती मला फिरून कधी दिसेल ? थांब. क्षणभर थांब. तुझी लोभस मूर्ती एकदा डोळे भरून मला पाहू दे... फक्त एकदाच...!'

दशरथाचा तो विलाप ऐकून राजस्त्रियांचे हृदय शतश: विदीर्ण झाले. दशरथाला बोलता बोलता मूर्च्छा आली.

श्रीरामांचा रथ दिसेनासा झाला. जणू सारे चैतन्यच त्या रथाबरोबर निघून गेले.

राजवैद्यांनी नाना उपचार करून दशरथाला शुद्धीवर आणले.

परंतु शुद्धीवर आल्यावर पुन्हा ध्यास घेतला तो फक्त श्रीरामाचा !

।। दशरथाचा मृत्यू ।।

राजा दशरथाचा पुत्रशोक पाहून साऱ्यांचेच अंत:करण कळवळले. कौसल्या अन् सुमित्रा रात्रंदिवस त्याच्या चरणाशी बसून होत्या.

दशरथाला त्याच्या आयुष्यातील फार पूर्वीचा एक प्रसंग आठवला.

ती भयंकर शापवाणी पुन्हा ऐकल्याचा भास त्याला झाला. त्याने आपले कान दोन्ही हातांनी गच्च दाबून धरले.

परंतु फार वर्षांपूर्वी घडलेला तो प्रसंग त्याच्या दृष्टीसमोरून हलेना. त्या प्रसंगाच्या आठवणीने त्याचे शरीर घामाने डबडबले. ओठ कोरडे पडले.

'देवी कौसल्ये, माझ्याजवळ ये.' तो अडखळत म्हणाला.

कौसल्या जवळ आली. तिने दशरथाच्या कपाळावर हात ठेवला.

'देवी, श्रावण-वधाचा तो प्रसंग मला आज भेडसावतो आहे. त्या अजाण निष्पाप श्रावणाचा माझ्याकडून नाहक वध झाला. श्रावणाच्या वृद्ध मातापित्यांजवळ मी अपराधी चेहऱ्यानं उभा

राहिलो. त्या अंधांना वाटलं, आपला श्रावण बाळच आला. मी त्यांना पाणी देऊ लागलो त्या वेळी ती दोघे म्हणाली, 'बाळा श्रावणा, बोलत का नाहीस ? आमच्या त्रासामुळे रागावलास होय ?'

'देवी, काय बोलणार मी ? नि कसं बोलणार ? हृदय घट्ट करून सारा खरा प्रकार त्यांना सांगून टाकला.'

'देवी, आपल्या मुलाच्या हृदयद्रावक मृत्यूची हकिकत ऐकून जणु लक्ष बाण त्यांच्या हृदयात शिरले. आणि...!' 'दशरथा, तूही पुत्रशोकाने मरशील.' असा शाप देऊन त्या दोघांनी श्रावण बाळाला भेटण्यासाठी या जगाचा निरोप घेतला... 'तो भयानक शाप आज खरा होणार. राम... राम... राऽम...'

दशरथाच्या घशाला घरघर लागली आणि श्रीरामाच्या चैतन्यमयी मूर्तीचे ध्यान करीत त्याने प्राण सोडला.

त्याचे निष्प्राण शरीर पाहून कौसल्या आणि सुमित्रा यांनी एकच किंकाळी फोडली. राजवाड्यातील दासी ऊर बडवू लागल्या.

ही दुवार्ता वाऱ्यासारखी साऱ्या अयोध्येत पसरली. त्याबरोबर हातातील कामे टाकून सारे प्रजानन शोकविव्हल अवस्थेत राजद्वाराशी गोळा झाले. सारेजण कैकयीला शिव्याशाप देत होते.

तेवढ्यात कुलगुरू वसिष्ठ धावून आले. त्यांनी ताबडतोब मार्कंडेय, जाबाली, वामदेव, कात्यायन नि गौतम यांना पाचारण केले.

राजा दशरथाचे प्रेत तेलाच्या नावेत ठेवण्यात आले.

राजपुरोहित वसिष्ठांना म्हणाला, 'गुरुदेव, पुढची तयारी करण्यापूर्वी प्रथम भरताला बोलावून घेणे आवश्यक आहे. नाहीतर राजाविना प्रजेत अराजक माजेल. शास्त्याशिवाय शिस्त संभवत नाही !'

कुलगुरूंना राजपुरोहिताचे म्हणणे पटले. त्यांनी ताबडतोब भरताला घेऊन येण्यासाठी जयंत नावाच्या दूताला पाठवून दिले.

जयंताचा रथ वायुवेगाने दौडत कैकय देशाकडे निघाला.

बऱ्याच प्रवासानंतर त्याचा रथ कैकय देशाच्या गिरिभज नामक राजधानीत येऊन पोहोचला. ती रात्रीची वेळ होती.

जयंताचा रथ खड्खड् आवाज करीत राजद्वाराशी येऊन थबकला.

जयंताने राजदूतांना भेटून भरताला जागे करण्याची विनंती केली.

प्रसंगाचे गांभीर्य ओळखून एक दूत भरताच्या महालात शिरला.

त्याने भीत भीतच भरताला हाक मारली.

भरताने डोळे उघडले.

'राजकुमार, अयोध्येहून खास दूत आलाय...आपली भेट मागतो आहे.'

'एवढ्या रात्री ? माझे मातापिता कुशल आहेत ना ? माझ्या श्रीरामाचे कुशल आहे ना ?'

भरताच्या तोंडून नकळत प्रश्न बाहेर पडले.

तेवढ्यात जयंत तिथे येऊन ठेपला. त्याने भरताला वंदन केले. कुलगुरूंचा निरोप त्याला सांगितला.

जयंताच्या अवेळी येण्यामुळे भरताच्या मनात अनेक शंका-कुशंकांनी गर्दी केली.

परंतु, जयंताने दशरथाच्या मृत्यूची वार्ता त्याला मुद्दामच सांगितली नाही.

भरताने शत्रुघ्नाला उठविले. मातामह आणि मातुल यांची परवानगी घेऊन तो तातडीने अयोध्येकडे निघाला.

।। चित्रकूट पर्वतावर ।।

श्रीरामांना अयोध्या सोडून आता सात दिवस झाले होते. प्रथम त्यांनी तमसेच्या पवित्र तीरावर एक रात्र काढली. दर्भासनाच्या शय्येवर श्रीराम आणि सीता नारायणाचे चिंतन करीत निद्राधीन झाली. लक्ष्मण त्या दोघांचे रक्षण करण्यासाठी धनुष्यबाण घेऊन जागत बसला.

सकाळी श्रीराम उठले. त्यांनी स्नान उरकले, सूर्याला अर्घ्य दिले. त्यांचा रथ तमसेच्या तीरावरून पुढे निघाला. सीता श्रीरामांजवळ बसली होती. लक्ष्मण त्यांच्या पाठीशी उभा होता.

अरण्यातून वाट काढीत त्यांचा रथ शृंगवेरपूर इथे पोहोचला. तो निषादांचा मुलूख होता. तिथे गुह नावाचा राजा राज्य करीत होता. राजा दशरथाचा तो जिवलग मित्र. श्रीरामाच्या आगमनाची सुवार्ता कळताच त्यांच्या स्वागतासाठी गुह सामोरा आला.

त्याने श्रीरामांना वंदन केले.

श्रीरामांचा तापसी वेष पाहून निषादाला आश्चर्य वाटले. त्याने त्याबाबत श्रीरामांना विचारले.

श्रीरामांनी सारी हकिकत गुहाला कथन केली.

गुहाच्या नेत्रांत अश्रू दाटले. तो म्हणाला, 'श्रीरामा, हे सारे राज्य तुझे आहे. येथे तू आनंदाने रहा.'

श्रीराम म्हणाले, 'गुहा, रघुकुलावरील तुझे प्रेम असेच अखंड राहू दे. मी चौदा वर्षे वनवासात राहण्याची प्रतिज्ञा केली आहे. तुझ्या राज्यातले सुखोपभोग मला स्वीकारता येणार नाहीत.'

श्रीरामांच्या दर्शनासाठी शृंगवेरपुरातील सारे प्रजाजन गोळा झाले होते. पतितपावन श्रीरामांच्या दर्शनाने साऱ्यांची अंत:करणे तृप्त झाली. ती रात्र सर्वांनी श्रीरामांच्या सुखद सहवासात घालविली.

सकाळ होताच सुमंताला रडू कोसळले. त्याने श्रीरामांच्या चरणकमलावर डोके ठेविले. तो म्हणाला, 'श्रीरामा, मला तुमच्याबरोबरच वनात येण्याची परवानगी द्या. हा रथ इथेच राहू दे. आपण सारे पायीच प्रवास करू.'

श्रीरामांनी सुमंताला वर उठविले. ते समजुतीच्या स्वरात म्हणाले, 'सुमंता, भावनेपेक्षा कर्तव्य श्रेष्ठ आहे. कैकयी तुझी वाट पहात असेल. तू रिकामा रथ घेऊन अयोध्येला परत गेलास, तरच राम वनात गेल्याची तिची खात्री पटेल. तुझे प्रेम मी जाणतो. परंतु, तुझे कर्तव्य तुला विसरून चालणार नाही.'

प्रयत्न करूनही सुमंताला हुंदका आवरता आला नाही.

श्रीराम म्हणाले, 'सुमंता, सत्यापरता धर्म नाही. सत्यासाठी शिबी, दधीची, हरिश्चंद्र यांनी अपार कष्ट सहन केले. श्रीराम सत्यवचनी आहे. जा, तू अयोध्येला परत जा.'

व्यथित मनाने सुमंत रथात बसला. त्याने क्षणभर थांबून श्रीरामाची मनोहर मूर्ती डोळ्यांत साठविली आणि त्यांना विनम्रभावाने वंदन करून तो अयोध्येकडे निघाला.

त्यानंतर गुहाचा निरोप घेऊन श्रीराम, लक्ष्मण आणि सीता त्यांच्यासह गंगेच्या पवित्र तीरावर आले. गंगेचे अथांग पात्र पाहून तिघांची मने भारावून गेली. तिघांनी गंगामातेला विनम्रभावाने वंदन केले. त्यानंतर तिघांनी गंगेच्या पवित्र जलात स्नाने उरकली. सर्वांगाला भस्माचे लेपन केले.

त्यांना गंगेच्या पलीकडे जायचे होते.

तीरावर अनेक रंगीबेरंगी नावा डुलत होत्या.

श्रीरामांना पाहून 'केवट' नावाचा नावाडी धावतच पुढे आला.

श्रीरामांनी त्याला नावेतून पलीकडे नेण्याची विनंती केली.

केवट विनोदाने म्हणाला, 'प्रभो, आपण शिळेला पाय लावताच त्या शिळेचे रूपांतर अहिल्येत झाले. आपला पाय माझ्या होडीला लागला तर त्या होडीच्या जागीही अशीच एखादी सुंदर स्त्री निर्माण होईल नि माझा धंदा बसेल ! तेव्हा मी तुम्हाला होडीतून पलीकडे नेऊ शकत नाही.'

केवटाचे भाषण ऐकून लक्ष्मणाच्या भ्रुकुटी वक्र झाल्या. त्याचा हात बाणांच्या भात्याकडे गेला.

परंतु, श्रीरामांनी त्याला डोळ्यांनी खुणावून शांत केले.

केवट पुढे म्हणाला, 'रामराया, तुमचे पाय धुण्याची तुम्ही परवानगी देत असाल तर मात्र माझी हरकत नाही.'

केवटाची भक्ती रामरायांनी ओळखली. त्यांच्या चेहऱ्यावर प्रसन्न हास्य झळकले.

केवटाच्या खांद्यावर प्रेमाने हात ठेवून ते म्हणाले, 'केवटा, तुझी अट मला मान्य आहे. काय हवे ते कर, परंतु आम्हाला पैलतीरावर पोहोचव.'

श्रीरामांची परवानगी मिळताच केवटाला आपल्या भाग्याचा हेवा वाटला. त्याने प्रभू रामचंद्रांच्या चरणकमलांवर पवित्र गंगाजलाचा अभिषेक केला.

त्यानंतर केवटाने त्या तिघांना नावेत बसविले. वल्ह्यांच्या खळ्ळ्ळ् खळ्ळ्ळ् आवाजात नावेने किनारा सोडला. नाव पैलतीराला येऊन पोहोचली. तिघेही किनाऱ्यावरील मऊमऊ वाळूत उतरले.

त्यांचा प्रवास सुरू झाला.

पुढे लक्ष्मण, मध्ये सीता आणि मागे राम अशा क्रमाने ते चालू लागले.

बराच वेळ प्रवास केल्यानंतर त्यांना भारद्वाज ऋषींचा मनोहर आश्रम दिसू लागला.

भारद्वाजांनी त्या तिघांचे सुस्वागत केले.

श्रीरामाच्या वनवासाची सर्व हकिकत ऐकून घेतल्यावर भारद्वाज म्हणाले, 'श्रीरामा, तुझ्या पदस्पर्शाने माझा आश्रम पवित्र झाला. तू सीतेसह आता येथेच रहा.'

त्यावर श्रीराम म्हणाले, 'मुनिवर, हा आश्रम नगराच्या जवळ आहे. येथे लोकांचा त्रास होईल. त्यापेक्षा आम्हाला एखादे निर्जन परंतु रम्य असे स्थळ सुचवा.'

भारद्वाज क्षणभर विचार करून म्हणाले, 'श्रीरामा, येथून फक्त दहा कोसांवर चित्रकूट नावाचा एक मनोहर पर्वत आहे. त्या पर्वतावर आपण आश्रम बांधून रहा. हा पर्वत फळ-फुलांनी संपन्न असून निसर्गसौंदर्याने नटलेला आहे.'

श्रीरामांनी भारद्वाजांचा निरोप घेतला; चित्रकूटाच्या वाटेने त्यांचा प्रवास सुरू झाला.

मार्गावरील सारा प्रदेश हिरव्यागार वनराजीने नटला होता. रंगीबेरंगी फुले मधेच पानाआडून हसत होती. पांढऱ्या शुभ्र पक्ष्यांचे थवे आकाशाकडे झेपावत होते. त्यांची किलबिल कानांना सुखवीत होती.

ती अनुपम निसर्गशोभा डोळ्यांत साठवीत श्रीराम, लक्ष्मण नि सीता चित्रकूट पर्वतावर येऊन पोहोचली.

तेथील एका सुरम्य स्थळी त्यांनी एक लहानशी पर्णकुटी तयार केली आणि एका शुभमुहूर्तावर वास्तुशांती करून श्रीरामांनी लक्ष्मण आणि सीता यांच्यासह त्या मनोहर पर्णकुटीत प्रवेश केला.

।। भरताची बंधुप्रीती ।।

कैकय देशातून निघालेला भरताचा रथ अयोध्येला पोहोचला. सर्वत्र भयाण शांतता पसरली होती. कुत्री रडत होती. वेशीवरील माणसे डोक्याला हात लावून खिन्न चेहऱ्याने बसली होती.

साऱ्या अयोध्येवर कसलीतरी अवकळा पसरली होती.

भरताच्या छातीत धस्स झाले.

रथ कैकयीच्या महालाजवळ थांबला.

भरताला पाहताच कैकयीने आपली मान खाली घातली.

आईचे कुंकुमरहित कपाळ पाहून भरताला क्षणात साऱ्या प्रकाराचा बोध झाला. आईला घट्ट मिठी मारून त्याने हंबरडा फोडला.

कैकयीने सारी हकिकत त्याला सांगून टाकली.

शेवटी ती म्हणाली, 'आता व्यर्थ शोक करून उपयोग नाही. प्रजाजनांना नि मंत्रिगणाला विश्वासात घेऊन तू आता अयोध्येचे राज्य कर.'

त्यावर भरत संतापून म्हणाला, 'चांडाळणी ! तुझी जीभ झडून पडो ! कुलकलंकिनी, राज्यधर्म न जाणता स्वत:च्या स्वार्थासाठी तू पतीचा नाश केलास. सर्व त्रिभुवनाला वंदनीय अशा प्रात:स्मरणीय श्रीरामचंद्राला तू चौदा वर्षे वनवासात पाठविलेस. श्रीरामा, श्रीरामा, कुठे आहेस तू ?'

भरताचा आक्रोश ऐकून पाषाणालाही पाझर फुटला असता.

तिकडे शत्रुघ्नाच्या कानीही सारी हकिकत पडली. या सर्व कारस्थानामागे मंथरेचा हात आहे, हे समजताच तो मंथरेच्या शोधावर निघाला.

कैकयी भरताची समजूत घालण्यासाठी त्याच्याजवळ आली. परंतु, तिला दूर लोटून भरत म्हणाला, 'पापिणी, तुझा कलंकित चेहरा मला यापुढे केव्हाही दाखवू नकोस. तुझ्या या पातकाची फेड करण्यासाठी कोणतेही प्रायश्चित्त पुरे पडणार नाही. राक्षसिणी, जा ! दूर हो ! तुझा पुत्र म्हणवून घेण्याचीही मला आज शरम वाटते आहे.'

आपले डोके गच्च दाबून धरून भरत मंचकावर बसला होता. त्याचे ओठ थरथरत होते. मधूनच तो आपले कपाळ बडवून घेत होता.

शत्रुघ्नाने थोड्याच वेळात कुबड्या मंथरेला शोधून काढले. ती वृद्ध, कपटी स्त्री आपल्याच मनोराज्यात दंग होती. तिने आपल्या अंगावर हिऱ्यामोत्यांचे दागिने चढविले होते.

तिला पाहताच शत्रुघ्नाचा राग अनावर झाला आणि त्याने तिचे केस पकडले आणि तो तिला फरफटत भरताकडे नेऊ लागला.

तेवढ्यात भरत तिथे आला.

शत्रुघ्न म्हणाला, 'भरता, साऱ्या अनर्थाला ही चांडाळीण कारणीभूत आहे. हिला जिवंत ठेवून उपयोग नाही.'

भरत म्हणाला, 'शत्रुघ्ना, मंथरेचा वध करणे श्रीरामाला आवडणार नाही; तिला सोडून दे.'

शत्रुघ्नाने मंथरेला सोडून दिले.

त्यानंतर भरत कौसल्येच्या महालात गेला.

कौसल्या जुनाट विटके वस्त्र नेसून एका कोपऱ्यात बसली होती. रडून रडून तिचे डोळे सुजले होते.

भरत म्हणाला, 'कौसल्यामाते मी पूर्णपणे निरपराधी आहे. मला राजा होण्याची इच्छा नाही. माझ्या नकळत माझ्या दुष्ट मातेने हे कारस्थान रचले. माते, या पापात जर माझा हात असेल तर गुरुपत्नीकडे पापदृष्टीने पाहणाऱ्याला जे पातक लागते, वेदरक्षण करणाऱ्या ब्राह्मणांची वस्ती जाळणाऱ्यांना जे पातक लागते, मित्र आणि राजा यांच्यावर विषप्रयोग करणाऱ्यांना जे पातक लागते, ते पातक मला लागो. माते, मी आताच वनात जाऊन माझ्या लाडक्या श्रीरामाला परत घेऊन येतो.'

भरताचे हे भाषण ऐकून कौसल्येचे मृदू अंत:करण विरघळले. तिने भरताच्या पाठीवरून वत्सलतेने हात फिरवीत म्हटले, 'भरता, तुझे श्रीरामावरील प्रेम पाहून माझा ऊर भरून आला. भरता, तुझे मन थोर आहे. तुझे बंधुप्रेम, तुझी सत्यनिष्ठा, तुझे औदार्य रघुकुलाच्या इतिहासात अमर होऊन राहील.'

त्यानंतर राजा दशरथाच्या प्रेताचे यथाशास्त्र दहन करण्यात आले.

चौदाव्या दिवशी कुलगुरू वसिष्ठ भरताला म्हणाले, 'भरता, आपल्या पश्चात राजा दशरथाने अयोध्येच्या सिंहासनावर तुझी निवड केली आहे. तेव्हा यथाशास्त्र राज्याभिषेक करवून तू राज्यपदाची सूत्रे हाती घे.'

त्यावर भरत म्हणाला, 'गुरुदेव, मला राजा होण्याची इच्छा नाही. माझा श्रीरामच अयोध्येचा राजा होईल. आम्ही वनात जाऊन सारे त्रिभुवन पालथे घालून श्रीरामचंद्राचा शोध घेऊ. श्रीरामाची आपण समजूत घालू; त्याला राजा करू. मी वल्कले नेसीन. मी भस्म धारण करीन. मी जटा वाढवीन...'

भरताचे हे भाषण ऐकून सर्व ऋषींनी भरताची स्तुती केली. ते म्हणाले, 'भरता, तुझी कीर्ती दिगंतात पसरेल. श्रीरामाबरोबरच लोक तुझेही गुणसंकीर्तन करतील. तुझी बंधुप्रीती भारतीय संस्कृतीचा मानबिंदू ठरेल...'

भरताने सर्व आचार्यांना नम्रभावाने वंदन केले.

|| श्रीरामांचा शोध ||

दुसऱ्या दिवशी सुमंताला घेऊन भरत-शत्रुघ्न श्रीरामांचा शोध घेण्यासाठी निघाले. त्यांच्याबरोबर कौसल्या अन् सुमित्रा होत्या. एक लक्ष अश्वारूढ स्वार शिस्तीत चालले होते.

सुमंत त्या सर्वांना मार्ग दाखवीत होता.

श्रीरामांच्या गुणांचे चिंतन करीत सारेजण शृंगवेरपूर इथे आले. निषाद राजा गुह याला भरताचा संशय आला. तो आपल्या मंत्र्याला म्हणाला, 'या भरताच्या मनात कपट दिसते. आपले राज्य निष्कंटक करण्यासाठी तो श्रीराम अन् लक्ष्मण यांचा वध करण्यासाठी आलेला दिसतो. परंतु, श्रीराम साऱ्यांना पुरून उरतील. श्रीराम म्हणजे मूर्तिमंत पराक्रम. श्रीराम म्हणजे साक्षात शौर्य!'

गुहाने आपल्या सर्व सैन्याला युद्धासाठी तयार राहण्याचा आदेश दिला.

तेवढ्यात भरत गुहाच्या भेटीसाठी आला. गुह श्रीरामांचा मित्र आहे, असे समजल्यामुळेच तो मुद्दाम आला होता.

गुहाला पाहताच भरताला आनंद झाला. त्याने गुहाला कडकडून मिठी मारली. तो म्हणाला,

‘माझ्या श्रीरामाला परत आणण्यासाठी मी निघालो आहे. आम्हाला राजपदावर श्रीरामच हवेत. मी त्यांचा सेवक. मला राज्यपद नको. सूर्याची जागा चंद्राला घेता येईल का ?’

भरताची रामभक्ती पाहून गुहाला गहिवरून आले.

तो म्हणाला, ‘भरता, तुझे कल्याण असो. तुझ्या बंधुप्रीतीला तोड नाही. चल, मी तुला श्रीरामांचा मार्ग दाखवितो.’

असे म्हणून तो भरताला घेऊन गंगेवर आला. श्रीरामांनी जेथून गंगा नदी पार केली होती, त्या घाटाला निषादांनी ‘रामघाट’ असे नाव दिले होते. तेथे येऊन सारे गंगापार झाले.

श्रीरामांचे चिंतन करीत सारेजण मार्गक्रमण करू लागले.

थोड्याच वेळात भारद्वाज ऋषींचा मनोहर आश्रम त्यांना दिसला.

भरताने आश्रमात जाऊन मुनिवरांना वंदन केले.

भारद्वाजांनाही प्रथम भरताचा संशय आला.

ते म्हणाले, ‘भरता, श्रीरामांचा नाश करण्याचा दुष्ट बेत सोडून दे. श्रीराम अजिंक्य आहेत. तुझ्या पित्याने दिलेल्या राज्यावर समाधान मान.’

भारद्वाजांचे भाषण ऐकून भरताचे डोळे अश्रूंनी भरून आले. तो हात जोडून म्हणाला, ‘मुनिवर आपल्यासारख्या त्रिकालज्ञांनी तरी असा संशय घ्यायला नको होता. श्रीरामांकडे जाण्यात माझा हेतू गंगोदकाप्रमाणे शुद्ध आहे. मुनिवर, श्रीरामांच्या चरणांवर हे मस्तक नमविण्यासाठी मी अधीर झालो आहे. मी स्वप्नातही श्रीरामांचे अनिष्ट चिंतीले नाही. त्यांना परत आणण्यासाठी मी निघालो आहे.’

भरताचे हे निष्कपट भाषण ऐकून भारद्वाजांनी त्याला प्रेमभराने मिठी मारली.

ते म्हणाले, ‘भरता तुझ्यासारखे पुरुष ज्या कुलात जन्म घेतात ते रघुकुल धन्य होय. ही रामप्रीती तुझ्या हृदयात अखंड वास करो.’

एवढे बोलून भारद्वाजांनी भरत व त्याचे सैन्य यांच्या भोजनाची व्यवस्था केली.

नंतर थोडी विश्रांती घेतल्यावर भारद्वाज म्हणाले, ‘भरता, येथून दहा कोसांवर चित्रकूट नावाचा एक पर्वत आहे; त्या पर्वतावर श्रीरामांची मनोहर अन् पवित्र पर्णकुटी तुझ्या दृष्टीस पडेल.’

भरताने चित्रकूटाच्या दिशेने भक्तिभावाने नमस्कार केला आणि भारद्वाज ऋषींचा निरोप घेऊन तो आपल्या प्रचंड सैन्यासह चित्रकूटाच्या वाटेने निघाला.

।। भरतभेट ।।

त्या वेळी श्रीराम नारायणाचे चिंतन करीत पर्णकुटीच्या बाहेर सीतेसह बसले होते. हातात धनुष्य घेतलेला लक्ष्मण त्यांच्यामागे उभा होता. त्याची शोधक नजर सर्वत्र भिरभिरत होती.

झाडे डुलत होती. वायू मंद गतीने वाहत होता. जमिनीवर ऊन-सावल्यांची रांगोळी पसरली होती. पक्ष्यांची किलबिल त्या शांततेत कानाला मोठी सुखद वाटत होती.

तेवढ्यात दूरवर शोधक नजरेने पाहणाऱ्या लक्ष्मणाच्या भ्रुकुटी एकाएकी वक्र झाल्या. अयोध्येचे हजारो सैनिक चित्रकूटाच्या दिशेने येत होते. कित्येक सैनिक घोड्यांवर बसले होते. त्यांच्या संचलनामुळे आकाश धुळीने व्याप्त झाले होते.

त्या सैन्याच्या अग्रभागी एक रथ डौलाने चालत होता.

अग्रभागी चमकणाऱ्या त्या रथात कोण आहे बरे ?

लक्ष्मणाने किंचित पुढे येऊन पाहिले.

तो रथ भरताचा होता.

हातात धनुष्य घेतलेल्या भरताला पाहून शीघ्रकोपी लक्ष्मणाच्या अंगाचा संताप झाला. त्याच्या मुठी आवळल्या गेल्या.

त्याने आपले धनुष्य सज्ज करून श्रीरामांना म्हटले, 'श्रीरामा, हे प्रचंड सैन्य घेऊन भरत नि शत्रुघ्न आपल्याशी युद्ध करण्यासाठी येत आहेत. भरताला आपले राज्य निष्कंटक करावयाचे आहे. परंतु त्याला म्हणावे, जोपर्यंत हा लक्ष्मण धनुष्य सज्ज करून श्रीरामांच्या सेवेसाठी उभा आहे; तोपर्यंत साक्षात शंकर आले तरीसुद्धा मी त्यांची गय करणार नाही. श्रीरामा, तुमचा अनादर करणाऱ्याला मी प्रायश्चित्त दिल्याशिवाय कदापि राहणार नाही !'

असे म्हणून लक्ष्मणाने आपल्या पाठीवरील भात्यातून एक तेजस्वी बाण बाहेर काढला.

लक्ष्मणाची आपल्यावरील भक्ती पाहून श्रीरामांची चर्या आनंदित झाली. ते म्हणाले, 'लक्ष्मणा, शांत हो. उदार हृदयाच्या भरताला तू अजून ओळखले नाहीस. मला अयोध्येला परत नेण्यासाठी तो येत आहे. कदाचित पुत्र-वियोगाने व्याकूळ झालेले दशरथ महाराजही आपल्या भेटीसाठी येत असतील.'

श्रीरामांचे ते भाषण ऐकून लक्ष्मण शांत झाला.

तेवढ्यात शोकविव्हल झालेला भरत तिथे आला. त्याने श्रीरामांना पाहताच त्यांच्या चरणांकडे धाव घेतली. श्रीरामांचे पवित्र चरण त्याने हृदयाशी घट्ट आवळून धरले. त्यांच्या नेत्रांतून अश्रूंचा पूर वहात होता.

श्रीरामांनाही गहिवरून आले. श्रीरामांनी भरताला वर उठविले. त्याला प्रेमाने गाढ आलिंगन दिले.

ते म्हणाले, 'भरता, माझ्या मातापित्याचे कुशल आहे ना ? अयोध्येची प्रजा सुखात आहे ना ? कैकयी नि सुमित्रा माता आनंदात आहेत ना ?'

कैकयीचे नाव ऐकताच भरत संतापून म्हणाला, 'श्रीरामा, त्या दुष्ट कैकयीचे आपण नावही घेऊ नका. सारा अनर्थ तिच्यामुळे घडून आला. रामराया, आपल्या विरहामुळे व्याकूळ झालेला आपला पिता 'राम-राम' असा मंगल नामोच्चार करीत स्वर्गवासी झाला.

श्रीरामा, सारी अयोध्या अनाथ झाली आहे. अयोध्येला सनाथ करण्यासाठी आता आपणच

राज्याचा स्वीकार करा.'

पित्याच्या स्मृतीने श्रीरामांचे कमलनयन अश्रूंनी भरून आले.

भरताच्या पाठीवरून मायेचा हात फिरवीत ते म्हणाले, 'भरता, झाल्या प्रकारात कुणाचाच दोष नाही. ही सारी कर्माची गती. आपल्या पित्याच्या दु:खद मृत्यूनंतर अयोध्या अनाथ होणे साहजिकच आहे. परंतु, अयोध्येच्या राज्यावर पित्याने तुझी निवड केली आहे. हा राम कोणत्याही मोहाला बळी पडून आपल्या सत्यवचनांपासून ढळू शकणार नाही. तेव्हा अयोध्येचे राज्यपद भूषवून आपल्या प्रजाजनांचे तूच उत्तम प्रकारे रक्षण कर.'

भरताने श्रीरामांना अयोध्येस परत नेण्याचा खूप प्रयत्न केला. परंतु, श्रीरामांचे मन किंचितही विचलित झाले नाही.

श्रीराम पुढे म्हणाले, 'भरता, खरे पाहता अयोध्येच्या राज्यावर माझ्यापेक्षा तुझाच अधिकार जास्त आहे. कारण, महाराज दशरथांनी ज्यावेळेस कैकयीचे पाणिग्रहण केले, त्या वेळी 'हिच्याच मुलाला मी राज्य देईन.' असे वचन त्यांनी कैकय राजाला दिले होते. भरता, या सर्व गोष्टींचा पूर्ण विचार केल्यानंतर तू अयोध्येच्या राज्यावर बसणे आणि मी वनवासात राहणे हेच सर्वस्वी योग्य ठरेल.'

श्रीरामांचे हे धीरोदत्त भाषण ऐकून सर्वांनाच श्रीरामचंद्रांच्या विशाल मनाचा भव्य साक्षात्कार झाला.

सत्यप्रतिज्ञ श्रीराम आपल्या प्रतिज्ञेपासून कदापि ढळणार नाहीत हे भरताने ओळखले.

तो म्हणाला, 'श्रीरामा, आपल्या निश्चयापासून मी आपणास परावृत्त करू शकत नाही. अयोध्येचा राज्यकारभार तर चालला पाहिजे. तेव्हा आपण या चंदनी पादुका आपल्या पदस्पर्शाने पवित्र करा. या पादुका सिंहासनावर ठेवून मी अयोध्येचे राज्य चालवीन. अयोध्येच्या पवित्र राजसिंहासनाला स्पर्श करण्याची माझी पात्रता नाही.'

भरताचा भक्तिभाव जाणून श्रीरामांनी त्या पादुकांना स्पर्श केला.

भरताने त्या पादुकांवर मस्तक ठेवले. सुवासिक फुले वाहिली.

तो म्हणाला, 'श्रीरामा, आपण चौदा वर्षे पूर्ण होताच अयोध्येला परत या. त्यानंतर एक पळभरही तुमचा विरह मला सहन होणार नाही. आपण जर थोडादेखील उशीर कराल तर आपल्या पवित्र नामाचा जयघोष करीत हा भरत अग्नीमध्ये प्रवेश करील.'

भरताचा भक्तिभाव पाहून श्रीरामांनाही गहिवरून आले. ते म्हणाले, 'भरता सर्व काही तुझ्या मनाप्रमाणे होईल. संतसज्जनांचा आदर राख, परदारा-आणि परधन यांचा विचारही मनात आणू नकोस. सदासर्वकाळ पुण्य मार्गाचे आचरण कर. वडीलधाऱ्यांचे आशीर्वाद घे. कोणत्याही संकटाला तोंड दे आणि रघुकुलाला कलंकित करील असे कोणतेही कृत्य करू नकोस.'

श्रीरामांचा उपदेश ऐकून भरताचे कान तृप्त झाले. तो म्हणाला, 'श्रीरामा, मी आपल्या आज्ञेबाहेर नाही.'

श्रीरामांनी भरत आणि शत्रुघ्न यांना निरोप दिला. श्रीरामांच्या पादुका घेऊन भरत अयोध्येकडे निघाला.

अयोध्येला पोहोचताच भरत कुलगुरू वसिष्ठांना भेटला. त्याने श्रीरामचंद्राच्या पादुका वसिष्ठांना दाखविल्या.

तो म्हणाला, 'गुरुदेव, या श्रीरामाच्या पादुका मी सिंहासनावर ठेवतो. सारे राज्य रामाचे. मी केवळ त्यांचा दास, सेवक. त्यांच्या नावाने मी राज्यकारभार पाहीन. या दिव्य पादुकांवर राज्याभिषेक करा. त्याच्यावर छत्र-चामरे ढळू द्या.'

वसिष्ठ स्तिमित झाले.

भरताच्या पाठीवरून प्रेमाने हात फिरवीत ते म्हणाले, 'भरता, तुझे बंधुप्रेम रघुकुलाला ललामभूत ठरेल. हे जितेंद्रिय भरता, तुझे सदैव कल्याण असो.'

भरताने कुलगुरूंना वंदन केले.

कुलगुरू वसिष्ठांनी भरताच्या इच्छेप्रमाणे श्रीरामांच्या पादुका समारंभपूर्वक सिंहासनावर ठेवल्या.

त्यानंतर भरताने आपल्या मंत्रिगणांना राज्यकारभाराची कामे वाटून दिली. आपल्या तिन्ही मातांचे रक्षण करण्याचे काम त्याने शत्रुघ्नावर सोपविले आणि तो जीवन्मुक्त भरत अयोध्येनजीकच्या नंदीग्रामात गेला. त्याने भुईत विवर तयार केले. वल्कले परिधान केली आणि तो तपश्चर्येला बसला.

भरताची अलोट रामभक्ती पाहून भारावून गेलेले कवी तुलसीदास म्हणतात,

भरत सरिसा को राम सनेहि ।
जग जपु राम, राम जपु जेही ।।

म्हणजे-'भरतासारखा रामसखा दुसरा आढळणार नाही. जग श्रीरामांचे नाव जपते, परंतु श्रीराम मात्र भरताचेच नाव जपतात.'

।। जयंताला अद्दल घडली... ।।

भरत अयोध्येला निघून गेला खरा, परंतु, त्याच्या सोबत आलेल्या अयोध्येच्या लोकांना श्रीरामांचे वसतिस्थान आता समजले होते. हे लोक आपल्यावरील प्रेमामुळे पुन्हा पुन्हा चित्रकूटावर येतील, अशी भीती श्रीरामांना वाटू लागली.

त्यामुळे त्यांनी चित्रकूट सोडण्याचे ठरविले; कारण त्यांना खरेखुरे वनवासी जीवन जगावयाचे होते.

तशात चित्रकूटावर एक अप्रिय प्रसंग घडून आला.

एके दिवशी इंद्राचा मुलगा जयंत फिरत फिरत आकाशमार्गाने तेथे आला. त्याचे लक्ष सीतेकडे गेले. सीतेची लावण्यमयी मूर्ती पाहून दुष्ट जयंत सीतेला स्पर्श करण्यासाठी तळमळू लागला. परंतु, त्याला श्रीरामांचे भय वाटत होते. त्यांच्या हातातील तेजस्वी धनुष्य आणि भात्यातील

टोकदार बाण पाहून जयंताला तेवढे धाडस होईना.

यातून मार्ग काढण्यासाठी त्याने कावळ्याचे रूप धारण केले आणि तो सीतेच्या जवळ जवळ येऊ लागला.

त्या कावळ्याकडे पाहून सीता भ्यायली. त्याला उडवून लावण्यासाठी तिने बरेच प्रयत्न केले. परंतु तो कावळा मुळीच न घाबरता तिच्या अधिकच जवळ येऊ लागला. त्याने त्यापुढे मजल मारून सीतेच्या गोऱ्यापान नाजूक पावलावर चोच मारली. सीतेच्या पायातून भळभळा रक्त वाहू लागले.

तेवढ्यात श्रीराम तेथे आले. त्यांनी ते भयानक दृश्य पाहिले, त्यांचा क्रोध अनावर झाला. त्यांनी ताबडतोब एक दर्भ घेऊन त्यावर अस्त्राचे आमंत्रण केले आणि तो दर्भ त्या कावळ्याच्या दिशेने सोडून दिला.

ते पाहून कावळ्याचे रूप घेतलेला जयंत धापा टाकीत इंद्रलोकाकडे पळाला. परंतु, त्या अस्त्राने तेथेही त्याची पाठ सोडली नाही. त्याने जीव मुठीत धरून सप्तलोक पालथे घातले. परंतु, त्या अस्त्राचे निवारण करण्याची शक्ती कुणातच नव्हती.

अशा प्रकारे सप्तलोक, सप्तपाताळ, सप्तसमुद्र पालथे घालूनही त्याला त्या अस्त्राचे निवारण करता आले नाही. तेव्हा श्रीरामांना शरण जाण्यावाचून आता दुसरा मार्ग नाही, हे ओळखून कावळ्याचे रूप घेतलेला जयंत श्रीरामांकडे परत आला. त्याने श्रीरामांची क्षमा मागून अस्त्राचे निवारण करण्याची त्यांना विनंती केली.

त्यावर श्रीराम म्हणाले, 'हे काकपक्ष्या, शरण आलेल्याला मरण देणे हे खऱ्या क्षत्रियाचे ब्रीद नसल्यामुळे मी तुला जीवदान देतो. परंतु, श्रीरामाने सोडलेले अस्त्र कधीही फुकट जात नाही. त्यामुळे तुला थोडीशी इजा ही होणारच ! तुझा उजवा डोळा या अस्त्राचे योगे फुटून जाईल. एवढेच नव्हे, तर या प्रसंगाची आठवण म्हणून तुझे सर्व जातभाई यापुढे एकाक्ष होतील.'

श्रीरामांच्या तोंडून एवढे शब्द बाहेर पडताच त्या दर्भास्त्राने त्या काकपक्षाचा उजवा डोळा फोडून टाकला व ते शांत झाले.

चित्रकूटावरील या प्रकरणामुळे श्रीरामांचे मन उद्विग्न झाले व त्यांनी चित्रकूट पर्वत सोडण्याचे नक्की केले.

श्रीरामांचा हा विचार ऐकून त्या पर्वतावरील भिल्ल लोकांना अतिशय दुःख झाले. ते म्हणाले, 'आपण येथे आल्यापासून येथले सारेच वातावरण कसे मंगलमय बनले. आपल्या चरणदर्शनाने आमची दुःखे दूर झाली. आपण गेल्यावर आमचे कसे होणार ?'

श्रीराम म्हणाले, 'मी कोठेही गेलो तरी मला तुमचे स्मरण राहील. नारायणाचे चिंतन करीत आनंदात रहा.'

लक्ष्मण म्हणाला, 'भिल्लांनो, श्रीराम येथून गेले तरी श्रीरामाचे नामही तुम्हाला तारून नेईल. त्यांचे चिंतन तुमच्या आधिव्याधी नष्ट करील.'

श्रीरामांनी त्या भिल्लांचा निरोप घेतला व सीता आणि लक्ष्मण यांच्यासह ते दक्षिण दिशेकडे निघाले.

।। अत्रिऋषींच्या आश्रमात ।।

मार्गातील उपवनांची शोभा पहात श्रीराम पुढे चालले असता, त्यांना दूरवर एक मनोहर आश्रम दृष्टीस पडला.

कुणाचा बरे हा आश्रम ? येथले वातावरण एवढे प्रसन्न कसे ?

ती तिघेजण याच गोष्टीचा विचार करीत चालली असता त्या आश्रमातून एक महातेजस्वी ऋषी बाहेर पडले.

महर्षी अत्रिंना पाहून त्यांच्या पवित्र चरणांना स्पर्श करण्यासाठी श्रीराम पुढे धावले.

श्रीरामांच्या दर्शनाने अत्रिऋषींच्या शांत चेहऱ्यावर प्रसन्न हास्य फुलले.

ते म्हणाले, 'श्रीरामा, आपल्या पदस्पर्शाने हा आश्रम आज पुनीत झाला. माझे जन्मोजन्मीचे पुण्य आज फळाला आले.'

त्या साऱ्यांना घेऊन अत्रिमुनी आश्रमात आले.

महासती अनसुया हिने परमशीलवती सीतेला मोठ्याप्रेमाने आपल्या शेजारी बसविले. ती सीतेला म्हणाली, 'बाळ सीते, तुझ्यासारखी पतिभक्ती मोठमोठ्या पतिव्रतांनाही साधणार नाही. सर्व सुखांनी परिपूर्ण असा राजप्रासाद सोडून पतिसेवेचे व्रत मोडू नये म्हणून तू पतिबरोबर अरण्यवास पत्करलास, वल्कले धारण केलीस, कंदमुळे खाऊन तृप्तीची ढेकर दिलीस. सीते, पातिव्रत्याचा आदर्श म्हणून आर्यावर्तातील या पुढील हजारो पिढ्या तुझीच स्तुतिस्तोत्र गातील.'

अनसुया पुढे म्हणाली, 'सीते, माझी आठवण म्हणून मी तुला वस्त्रे, ही भूषणे, ही उटी व हे अनुलेपन देते. या चारही वस्तू सदासर्वकाळ सतेज राहतील.'

सीतेने त्या दिव्य वस्तूंचा आनंदाने स्वीकार केला.

त्यानंतर रात्रभर विश्रांती घेऊन दुसऱ्या दिवशी ती तिघे पुढील प्रवासास निघाली.

निघताना अत्रिऋषींनी त्या सर्वांना शुभाशीर्वाद दिले.

वाटेतील रम्य वनश्रींचे सौंदर्य डोळ्यांत साठवीत त्या तिघांनी दंडकारण्याचा रस्ता धरला. उन्हाचा ताप क्षणाक्षणाला वाढत होता. परंतु ढग त्या तिघांवर सावली धरीत होते.

त्यांचा प्रवास मोठ्या मजेत चालला होता. परंतु, वाटेत त्यांच्यावर एक मोठे संकट येऊन कोसळले.

।। विराध राक्षसाचा उद्धार ।।

त्या निबिड अरण्यातून मार्ग काढणे अतिशय अवघड होते; कारण मार्गात अनेक काटेरी वृक्षांच्या जाळ्या पसरलेल्या होत्या. त्याशिवाय अस्वले, सिंह, वाघ यासारखे हिंस्र प्राणी तर जागोजाग दृष्टीस पडत होते.

तरीपण या संकटाची पर्वा न करता ती तिघे पुढे चालत होती.

तेवढ्यात एखाद्या डोंगराप्रमाणे दिसणारी एक भव्य आकृती त्या तिघांच्या दृष्टीस पडली.

त्या काळ्याकभिन्न आकृतीकडे पाहून सीता घाबरून श्रीरामांना बिलगली.

तेवढ्यात ती आकृती संथ पावले टाकीत नि आपले परातीएवढे डोळे त्या तिघांवर रोखीत त्यांच्या दिशेने येऊ लागली.

तो राक्षस असल्याचे श्रीरामांना ओळखले. त्याचे सर्वांग रक्ताने माखलेले होते. त्याच्या विशाल खांद्यावर हत्ती, घोडे इ. प्राण्यांची प्रेते लटकत होती.

त्या तिघांकडे पाहताच तो राक्षस मेघांच्या गडगडाटाप्रमाणे हास्य करीत म्हणाला, 'बऱ्याच दिवसांत मानवांच्या मांसाची मेजवानी मिळाली नव्हती. तुमचे मांस अगदी कोवळ्या काकडीप्रमाणे लुसलुशीत असेल नाही का ? हे मानवांनो, ऐका ! मी या वनाचा राजा आहे. माझे नाव विराध. साक्षात ब्रह्मदेवाच्या वरामुळे कोणतेही शस्त्र माझा वध करण्यास असमर्थ आहे. तुमच्या हातातील ते धनुष्यबाण टाकून द्या. त्यांचा काहीएक उपयोग होणार नाही.'

तेवढ्यात एक लांब टांग टाकीत विराध सीतेजवळ आला आणि त्याने सहज लीलेने सीतेला उचलून घेतले व तो म्हणाला, 'तुम्हा दोघांना खाऊन टाकून या सुंदर स्त्रीला मी माझी बायको करून घेणार ! हा: हा: हा: !'

ते ऐकून श्रीरामांनी तत्काळ आपले धनुष्य सज्ज केले व ते म्हणाले, 'पापी राक्षसा, तुझे मरण जवळ आलेले दिसते.'

एवढे म्हणून त्यांनी एका पाठोपाठ एक असे सात तेजस्वी बाण विराधाला मारले. लक्ष्मणानेही बाणांचा पाऊस पाडला.

तेव्हा विराधाने भयानक हास्य करून एक जांभई दिली. त्यासरशी ते सर्व बाण त्याच्या तोंडातून बाहेर पडले.

तो विक्राळ हास्य करीत म्हणाला, 'तुम्ही बाणांचा पाऊस पाडलात तरी माझ्यावर त्याचा कसलाच परिणाम होणार नाही. ब्रह्मदेवांच्या वरामुळे माझे शरीर कोणत्याही शस्त्रामुळे छिन्नभिन्न होणार नाही. तुम्ही मुकाट्याने शस्त्रे खाली ठेवून माझ्या स्वाधीन व्हा.'

परंतु, श्रीराम आणि लक्ष्मण यांनी युद्ध चालूच ठेवले. ते पाहून विराध त्रिशूळ घेऊन श्रीरामांवर धावून आला.

परंतु श्रीरामांनी एकाच तीक्ष्ण बाणाने त्याच्या त्रिशुळाचे दोन तुकडे करून टाकले.

तेव्हा विराधाचा संताप अनावर झाला. त्याच्या आरक्त नेत्रांतून जणू अग्निज्वाळाच बाहेर पडू लागल्या. त्याने श्रीराम व लक्ष्मण यांच्यावर झडप घालून त्यांना आपल्या खांद्यावर ठेवले व तो धावू लागला.

हे दृश्य पाहून सीतेने तर हंबरडाच फोडला. एवढा भयानक प्रसंग ती आपल्या आयुष्यात प्रथमच अनुभवीत होती.

श्रीराम व लक्ष्मण यांनी तत्काळ कमरेचे खड्ग काढून त्या राक्षसाच्या बाहूवर वार केले.

त्या भयानक मारामुळे विराध जमिनीवर कोसळला. तेव्हा श्रीरामांनी त्याच्या मानेवर पाय देऊन लक्ष्मणाला म्हटले, 'लक्ष्मणा, हा विलक्षण राक्षस कोणत्याही शस्त्राने मरणार नाही. तेव्हा आपण याला जमिनीत पुरून टाकू.'

ते ऐकताच लक्ष्मणाने एक हत्ती मावेल एवढा खड्डा तयार केला व मग दोघांनी मिळून विराधाला त्या खड्ड्यात उभे केले व चारी बाजूंनी माती व दगड टाकण्यास सुरुवात केली. त्यामुळे विराधाचे प्राण कासावीस होऊ लागले.

तेवढ्यात त्याला पूर्वजन्माचे स्मरण झाले.

तो श्रीरामांना वंदन करीत म्हणाला, 'हे राजराजेश्वरा, हे मर्यादापुरुषोत्तम रामा, क्षणभर थांब ! मी पूर्वी तुंबरू नावाचा एक गंधर्व होतो. एक दिवस मी कुबेराच्या दरबारात गायन करीत असता माझे लक्ष नृत्यानंदात मग्न असलेल्या रंभेकडे गेले. तिच्या गोऱ्यापान पावलांची तालबद्ध हालचाल पाहून माझे लक्ष तिथेच खिळून राहिले. त्यामुळे मी माझे गाणेही विसरलो.'

ते पाहून कुबेराला माझा भयंकर संताप आला व तो शापवाणीने म्हणाला, 'मृत्युलोकावर तू भयंकर राक्षस होशील व तारस्वरात गात राहशील.'

कुबेराचा तो शाप ऐकून माझी छाती दडपून गेली. मी कुबेराचे पाय धरून म्हणालो, 'महाराज ! माझ्यावर दया करा. मला उ:शाप द्या.'

माझा केविलवाणा चेहरा पाहून कुबेराला माझी दया आली व तो म्हणाला, 'ठीक आहे. श्रीराम ज्या वेळी दंडकारण्यात येतील त्या वेळी त्यांच्या कृपेने तुझा उद्धार होईल.'

त्याचे हे वाक्य संपताच मी स्वर्गातून पृथ्वीतलावर आपटलो व माझे विराध राक्षसात रूपांतर झाले. हे दीनवत्सल रामा, तुमच्या चरणदर्शनाने मी पावन झालो आहे. आता मला माझ्या पूर्वस्वरूपाची प्राप्ती होऊ दे.'

श्रीरामांनी 'तथास्तु' म्हटले.

त्याबरोबर विराधाचे विद्रूप शरीर नष्ट होऊन त्या जागी तुंबरू गंधर्वाची दिव्य आकृती निर्माण झाली.

तुंबरूने श्रीरामांच्या चरणांवर डोके ठेवले व क्षणार्धात तो नीलनभातून विहार करीत स्वर्ग लोकाकडे निघून गेला.

।। श्रीरामांची प्रतिज्ञा ।।

विराधाने सांगितलेल्या अद्भुत वृत्तान्ताचा विचार करीत ती तिघेजण शरभंग ऋषींच्या आश्रमाजवळ येऊन पोहोचली.

शरभंग महान योगी होते. ते आता वृद्ध झाले होते. आपला अंतकाल समीप आल्याचे त्यांनी अंतर्दृष्टीने ओळखले होते व म्हणूनच श्रीरामांचे चिंतन करीत ते त्यांची मार्गप्रतीक्षा करीत होते.

श्रीराम आश्रमाजवळ येऊन पोहोचताच शरभंगांचा आनंद हृदयात मावेना.

श्रीरामांनी आश्रमात येऊन शरभंगांच्या पायांवर डोके ठेवले आणि म्हटलके, 'मुनिवर्य, आपल्या दर्शनाने मी पावन झालो. मला आशीर्वाद द्या.'

शरभंगांनी त्या तिघांना उत्तमोत्तम आशीर्वाद दिले.

मग श्रीराम म्हणाले, 'मुनिश्रेष्ठ, वनवासातला काही काळ आम्ही या घोर दंडकारण्यात घालविणार आहोत. आम्हाला येथे वास्तव्य करण्यासाठी योग्य स्थळ सुचवा.'

शरभंग क्षणभर डोळे मिटून म्हणाले, 'प्रभो, येथून जवळच पुण्यसलीला मंदाकिनी तुमच्या दृष्टीस पडेल. तिच्या प्रवाहाच्या उलट दिशेने तुम्ही पुढे जा. वाटेत महर्षी अगस्तींचा शिष्य सुतीष्ण तुम्हाला भेटेल. तो तुम्हाला सुयोग्य स्थळ सुचवील.'

ते भाषण ऐकून श्रीरामांना आनंद झाला आणि ते शरभंग ऋषींना वंदन करून त्यांचा निरोप मागू लागले.

तेव्हा शरभंग म्हणाले, 'हे पतितपावन श्रीरामा, माझा अंतकाळ आता अगदी समीप आला आहे. आपल्या चरणांचे अंतकाळी दर्शन व्हावे म्हणून आजवर मी योगबळाने आपल्या प्राणांचे रक्षण केले. परंतु, आज आपले स्मरण करीत या जीर्ण देहाचा मी त्याग करणार आहे, तेव्हा आपण थोडा वेळ येथेच थांबा.'

श्रीरामांनी त्यांची विनंती आनंदाने मान्य केली.

मग शरभंगांनी योगसाधना करून चिता सिद्ध केली आणि श्रीरामाची मनोहर मूर्ती डोळ्यांत साठवीत त्या परम भाग्यशाली ऋषींनी अग्नीत प्रवेश केला. त्या अग्नीतून एक दिव्य ज्योत बाहेर पडली. शरभंग वैकुंठलोकी निघून गेले.

त्या दिव्य ज्योतीला वंदन करून श्रीराम, लक्ष्मण व सीता यांच्यासह सुतीष्णाच्या शोधार्थ पुढे निघाले. त्यांच्यासमवेत काही ऋषीही होते.

मार्गक्रमण करीत असता श्रीरामांना वाटेत मानवी हाडांचे प्रचंड ढीग दिसले. श्रीरामांनी आश्चर्यचकित होऊन त्या ऋषींना म्हटले, 'ऋषींनो, हा हाडांचा प्रचंड ढीग येथे कोठून आला ?'

साऱ्या ऋषींचे चेहरे खिन्न झाले.

एक ऋषी म्हणाले, 'श्रीरामा, राक्षसांनी खाऊन टाकलेल्या ऋषींची ही हाडे आहेत.'

दुसरे ऋषी म्हणाले, 'या मार्गावर असे अनेक ढीग आपल्याला दिसतील.'

त्या ढिगांवरून श्रीरामांना राक्षसांच्या अत्याचारांची कल्पना आली.

ऋषी म्हणाले, 'धनुर्धर रामचंद्रा, तुम्ही अनाथांचे नाथ आणि दीनांचे वाली आहात. धर्मरक्षण हे आपले ब्रीद आहे. श्रीरामचंद्रा, असुरांच्या या भयानक अत्याचारांपासून आपल्याशिवाय आमचे रक्षण कोण करणार ?'

श्रीरामांनी सर्व ऋषींना अभय दिले. ते म्हणाले, 'ऋषीहो, तुम्ही निर्धास्त रहा. या भूमीवरून मी सर्व राक्षसांचा नायनाट करून टाकीन.'

श्रीरामांची ती घोर प्रतिज्ञा ऐकून सर्व ऋषींनी श्रीरामांचा उच्च स्वरात जयघोष केला.

ते म्हणाले, 'श्रीरामा, तू वैदिक धर्माचा आधार आहेस. तुझ्या पराक्रमामुळे असुरांचा नाश होऊन वैदिक धर्माचा उत्कर्ष होवो.'

त्यानंतर प्रवास करीत ते सर्वजण मंदाकिनी नदीच्या काठाने पुढे निघाले.

वाटेतच त्यांना सुतीष्ण दिसला. श्रीरामांचे स्मरण करीत तो ध्यानमग्न बसला होता. श्रीरामांनी त्याला स्पर्श केला. परंतु, सुतीष्ण भानावर आला नाही.

तेव्हा श्रीरामांनी त्याच्या ध्यानात त्याला चतुर्भुज स्वरूपात दर्शन दिले. तसा सुतीष्ण भानावर आला. त्याने श्रीरामांच्या कुसुमकोमल चरणांवर डोके ठेवले. तो म्हणाला, 'प्रभो, तुमच्या दर्शनाने माझ्या नेत्रांचे पारणे फिटले. आपण माझ्या हृदयात सीता व लक्ष्मण यांच्यासह निरंतर वास करावा.'

श्रीराम म्हणाले, 'तुझी इच्छा पूर्ण होवो.'

॥ अगस्तींच्या आश्रमात ॥

त्यानंतर सुतीष्णाला घेऊन श्रीराम अगस्ती ऋषींच्या आश्रमाकडे निघाले.

अगस्ती ऋषी आता वृद्ध झाले होते. परंतु, त्यांचे शरीर सूर्याप्रमाणे तेजस्वी दिसत होते.

श्रीरामांना अगस्तींच्या दोन कथा आठवल्या.

ते सीता व लक्ष्मण यांना म्हणाले, 'अगस्तीऋषी महासामर्थ्यवान आहेत. अगस्ती म्हणजे मूर्तिमंत ज्ञान ! मूर्तिमंत पावित्र्य ! फार वर्षांपूर्वी दक्षिण देशात दण्डक या नावाचा एक प्रतापशाली राजा होऊन गेला. त्याला वाटे, आपल्यासारखा पराक्रमी राजा या पृथ्वीतलावर दुसरा नाही. त्याचा हा गर्व दिवसेंदिवस वाढत चालला आणि त्यामुळे कित्येक वेळा त्याच्या हातून ऋषिमुनींचाही अपमान होऊ लागला.

एकदा काय झाले, शृंग नावाचे ऋषी नदीवर स्नान करून राजमार्गाने चालले असता, समोरून या दण्डक राजाची स्वारी आली.

राजाला पाहताच सर्व लोकांनी बाजूला होऊन त्याला प्रणाम केला. परंतु, शृंगऋषीने राजाकडे जरासुद्धा लक्ष दिले नाही. ते आपले नारायणाचे चिंतन करीत रस्त्याने तडक पुढे चालले.

शृंगऋषींचा तो उद्धटपणा पाहून दण्डकाच्या तळपायाची आग मस्तकास गेली व तो अंबारीतून ओरडून म्हणाला, 'हे उन्मत्त ब्राह्मणा, मी या देशाचा सार्वभौम राजा येथून चाललो असता तू यःकश्चित ब्राह्मण मला साधा नमस्कारही करीत नाहीस ?'

त्यावर शृंगऋषी चिडून म्हणाले, 'राजा, तू मला ओळखले नाहीस वाटते ? मी महासामर्थ्यशाली च्यवनऋषींचा मुलगा शृंग. माझे तपःसामर्थ्य आणि कीर्ती तुझ्या कानावर अद्याप कशी आली नाही ?'

शृंगऋषींचे ते भाषण दण्डकाला अपमानास्पद वाटले. त्याने हातातील चाबकाचा एक फटकारा शृंगांच्या पाठीवर मारला.

त्याबरोबर शृंगऋषी रागाने लालेलाल झाले. हातातील कमण्डलूतले पाणी ओंजळीत घेत ते शापवाणीने म्हणाले, 'हे उन्मत्त राजा, तुझ्या या अपराधाची शिक्षा म्हणून तू व तुझे सर्व राज्य, भस्मसात होवो.'

ही भयंकर शापवाणी बाहेर पडताच दण्डकराजा जागच्याजागी कापराप्रमाणे जळून गेला

आणि त्याचे सुंदर राज्यही भस्मसात झाले.

दण्डक राजाचे राज्य सेतुबंधापासून विंध्याचलापर्यंत होते. हा सर्व प्रदेश भयाण व उजाड दिसू लागला. तो प्रदेश दण्डकराजाचा असल्यामुळे त्यास पुढे 'दण्डकारण्य' असे नाव पडले.

हा दण्डकारण्याचा रुक्ष प्रदेश पुढे अगस्ती ऋषींनी सुरम्य बनविला.

श्रीराम पुढे म्हणाले, 'याबद्दलची कथाही मोठी मनोरंजक आहे. एकदा नारदाच्या चिथावणीवरून मेरू आणि विंध्य या पर्वतात भांडण लागले. मेरू म्हणे, मी विंध्याचलापेक्षा उंच आहे तर विंध्याचल म्हणे, मी मेरूपेक्षा उंच आहे.'

'याप्रमाणे त्या दोन्ही पर्वतात उंचपणाबद्दल चुरस लागल्यामुळे ते दोघेही उंच उंच होऊ लागले. होता होता त्यांची शिखरे पार आकाशाला भिडली. त्यामुळे सूर्य आणि चंद्र यांच्या आकाशातील मार्गात अडथळा उत्पन्न झाला आणि सृष्टीचे सारे गाडेच अडून बसले.'

हे पाहून सारे देव काळजीत पडले.

नारद म्हणाले, 'देवांनो, तुम्ही अगस्ती ऋषींकडे जा. विंध्यपर्वत अगस्तींचा शिष्य आहे. अगस्ती ऋषींना विंध्याकडे पाठवा. गुरुदेवांना पाहून विंध्य नम्र होऊन, भूमीवर लोटांगण घालील.'

देवांना नारदांची ही युक्ती फारच पसंत पडली. सारे देव रथात बसून आकाशमार्गाने महर्षी अगस्तीकडे आले. त्यांनी योगिराज अगस्तींना वंदन केले. अगस्ती ब्रह्मानंदात निमग्न होते.

देवांच्या चाहुलीने अगस्तींची समाधी उतरली.

देवांनी अगस्तींना आपली अडचण सांगितली.

अगस्ती म्हणाले, 'मी तुमचे काम करीन. पृथ्वीचे गाडे चालू राहिले पाहिजे.'

अगस्ती विंध्य पर्वताकडे गेले. गुरुदेवांना पाहून विंध्याने साष्टांग नमस्कार घातला. तो म्हणाला, 'गुरुदेव मी आपल्याला शरण आहे. आपली काही सेवा करण्याची संधी मला द्या!'

अगस्तींचा तेजस्वी चेहरा स्मिताने फुलला. ते गंभीर स्वरात म्हणाले, 'बा विंध्या! मी दक्षिणेकडे यात्रेला निघालो आहे. परंतु, तू वाटेत उभा असल्यामुळे माझी वाट बंद झाली आहे. तेव्हा मी परत येईपर्यंत तू फक्त आडवा हो.'

विंध्य म्हणाला, 'गुरुदेव! मी आपल्या आज्ञेबाहेर नाही. हा पहा मी आडवा झालो.'

विंध्य पर्वताची उंची हळूहळू कमी झाली.

सूर्य-चंद्रांनी सुटकेचा नि:श्वास सोडला. देवांचे डोळे आनंदाने चमकले.

विंध्य पर्वताने आपली उंची कमी केलेली पाहून मेरू पर्वतानेही आपला अभिमान सोडून आपली उंची कमी केली.

अशा प्रकारे सर्वत्र आनंदीआनंद झाल्यावर अगस्ती ऋषी दंडकारण्याचा प्रदेश सुपीक करण्याच्या उद्योगाला लागले. त्यांनी आपल्या तप:सामर्थ्याने पर्जन्यवृष्टी करून सारा भू-भाग झाडाफुलांनी बहरून टाकला.

तथापि, शृंगऋषींच्या शापाची खूण म्हणून दंडकारण्यातील भूमी इतर भूमीप्रमाणे कृष्णवर्णाची न राहता राखाडी वर्णाचीच राहिली व ती अद्याप तशीच आहे.

श्रीरामांची कथा ऐकता ऐकता सारेजण अगस्तींच्या आश्रमाजवळ येऊन ठेपले. कथा–श्रवणात रंगल्यामुळे कुणालाच चालण्याचे श्रम भासले नाहीत.

श्रीराम पुढे म्हणाले, 'या अगस्ती ऋषींचे सामर्थ्य एवढे, की एकदा त्यांनी सगळा समुद्रच पिऊन टाकला. त्याचे असे झाले, त्या वेळी असुरांनी समुद्रकाठावरील प्रदेशात अनेक अत्याचार सुरू केले होते. हे असुर समुद्रात दडून बसत असल्यामुळे कुणासही सापडत नसत. तेव्हा अगस्तीऋषींनी एक युक्ती केली. त्यांनी सारा समुद्रच पिऊन टाकला. त्यामुळे समुद्रात दडून बसलेले असुर आपोआपच नष्ट झाले.'

अगस्ती ऋषींच्या या गोष्टी ऐकून सीता व लक्ष्मण यांना त्या महासामर्थ्यशाली ऋषींचे दर्शन घेण्याची उत्सुकता लागून राहिली.

तेवढ्यात ते सारेजण त्या मुनींच्या आश्रमानजीक येऊन पोहोचले.

अंतर्ज्ञानी ऋषींनी श्रीरामांचे आगमन जाणले आणि श्रीरामांच्या स्वागतासाठी ते आश्रमातून बाहेर आले. अगस्तींची सदैव ब्रह्मानंदात डुलत असलेली शांत, तेजस्वी व प्रसन्न मूर्ती पाहून श्रीराम, लक्ष्मण व सीता या तिघांनी त्यांना साष्टांग नमस्कार घातला.

अगस्तींनी त्या सर्वांना आशीर्वाद देऊन म्हटले, 'श्रीरामा, तुझ्या आगमनाने हा आश्रम पावन झाला. तुझी आनंदमयी मूर्ती पाहून माझ्या नेत्रांचे पारणे फिटले. श्रीरामा, आश्रमात चल, तुझ्या पदस्पर्शाने आश्रमातला कणन्‌कण पुनीत होऊ दे.'

साऱ्यांना घेऊन अगस्ती आश्रमात शिरले. त्यांनी मृगाजीन पसरले. श्रीरामांना फल व पुष्पं अर्पण केली.

नंतर ते म्हणाले, 'श्रीरामा, सांप्रत या भागात अनार्यांचा फारच धुमाकूळ चालू आहे. अनार्य हे आर्यावर्तावर आलेले फार मोठे संकट आहे. या अनार्यांचा नाश करण्यासाठीच तुझा अवतार आहे. तुझ्या या कार्याला हातभार लावण्यासाठी मी काही दिव्य शस्त्रे तुला देतो. विश्वकर्म्याने निर्माण केलेले हे तेजस्वी वैष्णव धनुष्य, अग्नीप्रमाणे लखलखीत असा हा ब्रह्मदत्त बाण, हा अक्षय भाता, सुवर्णाची मूठ बसविलेले हे विजयी खड्‌ग, देवांनी मला दिलेल्या या दिव्य वस्तू आज मी तुला देतो. श्रीरामा, यांचा उपयोग करून तू अनार्यांचे आक्रमण थोपवून धर. आर्यावर्तांच्या इतिहासात तुझा पराक्रम अमर होऊन राहील. भारतीय संस्कृती तुझे ऋण कधीही विसरणार नाही.'

त्या दिव्य वस्तूंना वंदन करून श्रीरामांनी त्यांचा मोठ्या आनंदाने स्वीकार केला.

त्यानंतर श्रीराम म्हणाले, 'मुनिवर्य, या भागात निवासासाठी एखादे सुयोग्य स्थळ आपण मला सुचवा.'

त्यावर क्षणभर विचार करून अगस्ती म्हणाले, 'येथून जवळच 'पंचवटी' म्हणून एक निसर्गसुंदर प्रदेश आहे. आपल्या निवासासाठी तो सर्वथैव योग्य आहे, तेथे राहून आपण दुष्टांचा नाश व सुष्टांचे प्रतिपालन करू शकाल.'

श्रीरामांनी अगस्तींचा निरोप घेतला आणि ते सीता व लक्ष्मण यांच्यासह पंचवटीत येऊन पोहोचले.

तेथील वनश्रींची अनुपम शोभा पाहून सर्वांनाच मोठा आनंद झाला.

लक्ष्मणाने तेथील मधू वृक्षांच्या थंडगार छायेत एक मनोहर पर्णकुटी तयार केली व ती तिघे नारायणाचे स्मरण करीत त्या पर्णकुटीत राहू लागली.

त्याच ठिकाणी पक्ष्यांचा राजा जटायू याची व श्रीरामांची ओळख झाली.

जटायू हा दशरथाचा मित्र होता. श्रीरामांच्या आगमनाने त्याला मोठा आनंद झाला.

|| शूर्पणखेला घडली अद्दल! ||

श्रीराम, लक्ष्मण व सीता पंचवटीत रहात असता एक दिवस एक मोठीच विलक्षण हकिकत घडून आली.

ती तिघे पर्णकुटीच्या बाहेर सुखदु:खाच्या गोष्टी बोलत असता शूर्पणखा नावाच्या एका राक्षसीने श्रीराम व लक्ष्मण यांना पाहिले. शूर्पणखा ही लंकेचा राजा रावण याची बहीण. तिचे बेढब शरीर व अक्राळविक्राळ रूप पाहून कुणाच्याही छातीत धडकीच भरली असती. एखाद्या नागिणीसारखी फुत्कार टाकीत ती त्या तिघांकडे पाहत होती.

श्रीरामांचे मनोहर रूप पाहून ती त्यांच्यावर मोहित झाली. श्रीरामांचे रूप तिला मदनाप्रमाणे भासले. त्यांची नीलकमलाप्रमाणे शोभणारी सतेज कांती, कमलपत्राप्रमाणे भासणारे दीर्घ नेत्र, धनुष्याकृती रेखीव भिवया, भ्रमराच्या रंगाशी स्पर्धा करणारे काळे कुरळे केस असे श्रीरामांचे दैवी सौंदर्य पाहून शूर्पणखा मंत्रमुग्ध होऊन गेली. त्यांच्याच शेजारी एखाद्या सिंहाच्या ऐटीत खडकावर पाय रोवून उभा असलेला लक्ष्मण पाहून तिच्या हृदयात नाजूक धडधड सुरू झाली. त्या दोघा सुकुमार राजपुत्रांना पाहून ती अगदी वेडीच बनली व त्यांना वश करण्यासाठी काय करावे, याचा विचार करू लागली.

तेवढ्यात तिला एक नामी युक्ती सुचली. तिने एक आसुरी हास्य केले. त्या हास्याने पशूपक्षी घाबरून पळाले. माकडे लांब लांब उड्या मारीत दूर दूर निघून गेली. झाडे शहारली, जमीन थरारली.

मायावी शूर्पणखेने क्षणात आपले रूप पालटले. एकाएकी पांढराशुभ्र धूर निर्माण झाला व दुसऱ्याच क्षणी त्या धुरातून एक सौंदर्यलतिका तेथे प्रकटली.

नाजूक कमनीय बांधा, फुलासारखी नाजूक कांती, मादक नजर, चंचल दृष्टिक्षेप नि अवखळ, अल्लड हास्य ! एखाद्या स्वर्गीय अप्सरेप्रमाणे दिसत होती ती ! तिने अंगावर वनमाला धारण केल्या होत्या. मोजकीच वस्त्रे अंगावर धारण केल्यामुळे तिच्या रेखीव सौष्ठवाची स्पष्ट कल्पना येत होती.

हळुवार, परंतु तालबद्ध पावले टाकीत ती सुंदरी नूपुरांचा छुमछुम आवाज करीत श्रीरामांच्या दिशेने येऊ लागली.

तिला पाहून लक्ष्मणाचे डोळे रागाने लाल झाले. सीतेच्या भ्रुकुटी वक्र झाल्या !

परंतु श्रीरामांची मुद्रा ? ती पूर्वीप्रमाणेच शांत होती. शूर्पणखेचा नकली शृंगार पाहून श्रीरामांनी गालातल्या गालात स्मित केले.

पायातले नूपुर झंकारले. शूर्पणखा तालबद्ध मोजकी पावले टाकीत श्रीरामांच्याजवळ आली. तिने श्रीरामांकडे पाहून एक सुस्कारा सोडला. चोरट्या नजरेने हळूच लक्ष्मणाकडे पाहिले आणि हातातल्या कमलपुष्पाशी अल्लडपणे खेळत ती श्रीरामांना म्हणाली, 'महाराज, एक विचारू का ?'

'अवश्य.' श्रीराम म्हणाले.

'आपल्या राजबिंड्या रूपाला हा वनवासी पुरुषाचा पोषाख मुळीच शोभत नाही. महाराज, आपण हा वनवास कशासाठी स्वीकारलात ?'

श्रीराम काहीच बोलले नाहीत. सीतेच्या चेहऱ्यावर क्षणाक्षणाला वाढणारा संताप पाहून ते नुसते हसले.

'सांगा नं.' शूर्पणखा लाडिकपणे म्हणाली.

'मी दशरथाचा पुत्र राम. पित्याच्या आज्ञेवरून मी हा वनवास पत्करला.' श्रीराम हसून म्हणाले.

'कित्ती पितृभक्त आहात हो.' शूर्पणखा आणखी पुढे सरकत म्हणाली, 'महाराज, आपला हा वनवास माझ्या बाकी पथ्यावर पडला.'

श्रीरामांना हसू आवरेना. 'तो कसा ?' त्यांनी हसू दाबीत विचारले.

'महाराज, माझ्या लग्नासाठी अनुरूप वर मिळावा म्हणून मी अन् माझ्या पित्याने सारे त्रिभुवन पालथे घातले. परंतु, माझ्या सौंदर्याला शोभेल असा देखणा व पराक्रमी पुरुष कुठे आढळला नाही. त्यामुळे.. जन्मभर अविवाहित रहाण्याचंच माझ्या नशिबी आलं होतं. परंतु, आज माझ्या भाग्याचा दिवस उजाडला. महाराज, आपण माझा स्वीकार कराल ना ?'

लक्ष्मणाचे ओठ संतापाने थरथरत होते. सीतेच्या मुठी आवळल्या जात होत्या. परंतु, श्रीरामांचा चेहरा एखाद्या मूर्तीप्रमाणे स्थिर होता.

ते सस्मित चेहऱ्याने म्हणाले, 'हे सुंदरी, माझे तर लग्न पूर्वीच झाले आहे. त्यामुळे तुझी विनंती मला मान्य करता येत नाही. परंतु... हा माझा भाऊ लक्ष्मण मात्र अद्याप अविवाहित आहे. तेव्हा...'

'आलं लक्षात महाराज. मी त्यांनाच विचारते.' शूर्पणखा लक्ष्मणाच्या जवळ सरकत म्हणाली.

तिने एक चोरटा दृष्टिक्षेप लक्ष्मणाकडे टाकला नि हातातील फुलाशी खेळत ती लाडिक स्वरात म्हणाली, 'महाराज, आपल्या बंधूचं म्हणणं ऐकलंत ना ? आपण तरी माझा स्वीकार करावाच, गडे !'

त्यावर लक्ष्मण क्रोध आवरून म्हणाला, 'हे त्रिभुवन सुंदरी, मी श्रीरामांचा सेवक आहे. माझ्याशी लग्न केल्यावर तूही सेविका होशील नि सेविकेचं आयुष्य तुझ्यासारख्या सौंदर्यवतीला मुळीच आवडायचं नाही. त्यापेक्षा तू श्रीरामांचीच भार्या हो.'

शूर्पणखा किंचित चिडली अन् तशीच श्रीरामांकडे गेली व म्हणाली, 'श्रीरामा, आता आपणच माझा स्वीकार करावा.'

त्यावर शूर्पणखेकडे एक जळजळीत दृष्टिक्षेप टाकीत श्रीराम म्हणाले, 'दुष्ट शूर्पणखे, तुझे मायावी रूप मी तुला पहाताक्षणीच ओळखले. तू आमच्या नादी लागण्यापेक्षा तुझ्याच जातीतील एखाद्या सुस्वरूप राक्षसाशी विवाह का करीत नाहीस ?'

श्रीरामांचे ते जळजळीत उद्गार ऐकून शूर्पणखेने मायावी रूप टाकून पूर्वीचे अक्राळविक्राळ रूप धारण केले व ती म्हणाली, 'मी रावणाची बहीण शूर्पणखा आहे. या सीतेला मी प्रथम खाऊन टाकते. ही अडचण दूर झाली की मग आपण दोघे मनसोक्त विहार करू.'

एवढे बोलून ती अवदसा सीतेच्या दिशेने पाय आपटीत निघाली.

तोच श्रीराम ताडकन् उठून लक्ष्मणाला म्हणाले, 'लक्ष्मणा, या मूर्ख राक्षसीचे नाक, कान कापून हिला जन्माची अद्दल घडव.'

श्रीरामांची आज्ञा होताच लक्ष्मण लखलखीत खड्ग घेऊन शूर्पणखेवर धावून गेला व त्याने तिचे नाक आणि कान छाटून टाकले.

।। खर-दूषणांचा वध ।।

विद्रूप झालेली शूर्पणखा अक्राळविक्राळ गर्जना करीत महावनात शिरली. तिच्या आक्रोशाने सारे वन हादरले. झाडावरची माकडे भीतीने पटापट खाली पडली. वाघ, सिंहासारखे हिंस्र पशूही भयभीत होऊन गुहेत दडले.

तिचा भयानक आक्रोश ऐकून खर व दूषण हे तिचे दोघे भाऊ धावतच तिच्याकडे आले.

आपल्या लाडक्या बहिणीची ती दुर्दशा पाहून त्या दोघांचे बाहू स्फुरण पावले. त्यांचे हात कमरेच्या लखलखीत खड्गाकडे गेले.

'धिक्कार असो तुमच्या पराक्रमाचा !' शूर्पणखा नागिणीप्रमाणे फुत्कार सोडीत म्हणाली.

'शूपर्णखे, तुझी ही भयंकर अवस्था कुणी केली तेवढे सांग. आम्ही त्या दुष्टाला फरफरा ओढीत तुझ्या पुढे आणतो.' खर चवताळून म्हणाला.

शूपर्णखेने रडत रडत सारी हकिकत त्यांना सांगितली.

त्याबरोबर खराने आपल्या मर्जीतील चौदा राक्षसांना बोलावून तत्काळ श्रीरामांवर चालून जाण्याची आज्ञा केली.

ते चौदा राक्षस शस्त्रास्त्रे घेऊन ताबडतोब श्रीरामांच्या पर्णकुटीकडे निघाले.

त्यांच्या पावलांच्या दाणदाण आवाजाने पुन्हा एकदा सारे वन हादरले. आकाशात धुळीचे लोट उसळले. ते लोट पाहून लक्ष्मणाला शंका आली. त्याने श्रीरामांना म्हटले, 'श्रीरामा, राक्षससेना

आपल्यावर चाल करून येत आहे. सीता देवीला कोठेतरी लपवून ठेवले पाहिजे.'

श्रीरामांनी सीतेला गुहेत लपविले व आपले धनुष्य सज्ज करून ते लढाईच्या पवित्र्यात उभे राहिले.

तेवढ्यात महाभयंकर राक्षस श्रीरामांवर चालून आले. शूर्पणखाही त्यांच्याबरोबर होतीच.

त्या राक्षसांना पाहून श्रीरामांनी आपल्या खांद्यावरील अक्षय भात्यातून अमोघ बाण काढले व त्या राक्षसांवर सोडले.

त्या प्रखर बाणांनी विद्ध होऊन ते सर्व राक्षस भयंकर गर्जना करीत मरण पावले.

ते भयानक दृश्य पाहून शूर्पणखा क्रोधाने व दुःखाने किंचाळत पुन्हा खराकडे आली. तिने श्रीरामांचा पराक्रम खराला ऐकविला व खराची निर्भत्सना केली.

त्यामुळे चिडून जाऊन खराने चौदा हजार राक्षसांचे प्रचंड सैन्य जमा केले व एका विशाल रथावर आरूढ होऊन तो दूषणासह श्रीरामांशी युद्ध करण्यास निघाला. त्याचे महाकपाल, स्थूलाक्ष, प्रमाथ आणि त्रिशिरा हे पराक्रमी सेनापती त्याच्यापुढे चालत होते.

राक्षसांच्या त्या प्रचंड सैन्याकडे पाहून श्रीरामांनी प्रत्यंचेचा टणत्कार केला. त्या भयानक आवाजाने राक्षसांच्या कानठळ्या बसल्या. काही राक्षस भीतीने पळून जाऊ लागले. परंतु, खराने त्यांना धीर देऊन पुन्हा युद्धासाठी सज्ज केले.

ते भयानक युद्ध पाहण्यासाठी आकाशात देवांनी एकच गर्दी केली.

सुरुवातीला राक्षसांनी प्रचंड शीळांचा श्रीरामांच्या दिशेने वर्षाव सुरू केला. तेव्हा श्रीरामांनी अक्षय भात्यातील सुवर्णभूषित बाणांचा राक्षसांवर पाऊस पाडला. त्या भयानक शरवृष्टीमुळे सूर्यही दिसेनासा होऊन सर्वत्र दाट काळोख पसरला. हजारो राक्षस मरण पावले.

आपल्या सैन्याचा तो भयानक संहार पाहून खराचे चारही सेनापती श्रीरामांवर चालून आले. परंतु श्रीरामांच्या दिव्य अस्त्रांनी त्यांचाही क्षणार्धात वध झाला.

ते पाहून संतप्त झालेला खर अक्राळविक्राळ गर्जना करीत श्रीरामांवर तीक्ष्ण बाण सोडू लागला. परंतु त्याचे सर्व बाण श्रीरामांनी वाटेतच मोडून टाकले. शेवटी एका बाणाने श्रीरामांनी खराचा सारथीही ठार केला व दुसऱ्या बाणाने त्याच्या रथाचे दोन तुकडे करून टाकले.

तेव्हा खराने रथातून उडी मारली व हातात गदा घेऊन तो श्रीरामांच्या समोर आला व त्याने ती प्रचंड गदा श्रीरामांच्या दिशेने फेकून दिली.

परंतु श्रीरामांनी सोडलेल्या प्रभावी बाणाने ती गदाही छिन्नविछिन्न होऊन वाटेतच मोडून पडली.

त्यानंतर क्रोधाने संतप्त झालेल्या खराने प्रचंड वृक्ष मुळासकट उपटून श्रीरामांवर फेकले. परंतु, श्रीरामांनी अचूक बाण सोडून ते वृक्षही मधल्यामध्येच मोडून टाकले.

तेवढ्यात खराच्या सूचनेप्रमाणे हजारो राक्षस लखलखीत शस्त्रे घेऊन श्रीरामांवर चालून आले. तेव्हा श्रीरामांनी मोहनास्त्र सोडले. त्यायोगे राक्षसांना आपल्या शेजारचे राक्षस रामरूप दिसू लागले आणि त्यांनी एकमेकांचाच वध केला.

त्यानंतर श्रीरामांनी गुरूंना वंदन करून अक्षय भात्यातून एक अत्यंत प्रभावी बाण बाहेर काढला आणि प्रत्यंचा आकर्ण ओढून तो अमोघ बाण खराच्या वक्षस्थलावर नेम धरून सोडला. त्या अणकुचीदार बाणाने खराचे वक्षस्थल विदीर्ण झाले. त्याच्या छातीतून भळभळा रक्त वाहू लागले. त्या असह्य वेदनांनी व्याकूळ होऊन खराने हंबरडा फोडला व दुसऱ्याच क्षणी तो कोसळून भूमीवर पडला.

त्यानंतर दुसऱ्या एका अमोघ बाणाने श्रीरामांनी पापी दूषणाचाही वध केला.

श्रीरामांचे हे महत्कृत्य पाहून आकाशात जमलेल्या सुरवरांनी रामांवर दिव्य पुष्पांचा वर्षाव केला.

आर्यावर्तातील ऋषींनी श्रीरामांची स्तुतिस्तोत्रे गायली. ते म्हणाले, 'हे श्रीरामा ! तुझ्या कृपेने आर्यावर्तावरील अनार्यांचे आक्रमण दूर होवो ! 'सुजलाम् सुफलाम्' अशा या मंगल भूमीत शांततेचे, समृद्धतेचे नि आनंदाचे साम्राज्य नांदो. हे श्रीरामा, तुझ्या आशीर्वादाने आर्य संस्कृतीचा अधिकाधिक उत्कर्ष होवो. तुझी वाणी आणि कृती आर्य संस्कृतीच्या आदर्शांचा मानदंड ठरो.'

।। रावणाची पूर्वकथा ।।

आपल्या दोघा पराक्रमी भावांचा श्रीरामांनी पराभव केलेला पाहून शूर्पणखेचा क्रोध अनावर झाला. आता त्या विशाल दण्डकारण्यात तिचा सांभाळ करणारे कुणीच नव्हते.

त्यामुळे अनाथ झालेली ती शूर्पणखा मोठमोठ्याने आक्रोश करीत आकाशमार्गाने लंकेस गेली. तेथे तिचा भाऊ रावण याचे राज्य होते.

या रावणाची पूर्वकथा मोठी चमत्कारिक आहे. ती अगोदर थोडक्यात पाहू.

ब्रह्मदेवाला पुलस्ती नावाचा एक पुत्र होता. त्याच्या मुलाचे नाव विश्रवा. या विश्रवाला जो मुलगा झाला तोच कुबेर म्हणून प्रसिद्धीस आला. त्याने हजारो वर्षे उग्र तपश्चर्या करून परमेश्वरापासून लंकेचे राज्य संपादन केले.

त्या वेळी पाताळात सुमाली नावाचा एक राक्षस रहात होता. त्याला एक रूपवान मुलगी होती. तिचे नाव कैकसी. ही मुलगी विश्रवाला देण्याचा सुमालीचा मानस होता. परंतु, सुमाली पडला राक्षस. त्याचे नि विश्रव्याचे नाते कसे जमावे ?

शेवटी सुमालीने कपट केले. त्याने घेतला ब्राह्मणाचा वेष नि तो गेला विश्रव्याकडे. त्याने आपली सुंदर कन्या विश्रव्याला अर्पण केली. विश्रव्याला त्याचा कावा उमगला नाही. त्याने त्या सुंदर उपवर मुलीचा मोठ्या आनंदाने स्वीकार केला.

या कैकसीपासून विश्रव्याला रावण, कुंभकर्ण, बिभीषण हे तीन पुत्र व शूर्पणखा ही कन्या अशी चार अपत्ये झाली. पुढे रावणाने कुबेराला हाकलून देऊन त्याचे लंकेचे राज्य हस्तगत केले.

त्या वेळी कुबेराचे 'पुष्पक' नावाचे एक अद्भुत विमानही रावणाच्या हाती लागले. हे विमान रत्नखचित असून अतिशय भव्य होते.

रावण हा अशा प्रकारे स्वभावाने दुष्ट असला, तरी तो परम ईश्वरभक्त होता. अतिशय उग्र तपश्चर्या करून त्याने साक्षात शंकरांना प्रसन्न करून घेतले होते व शंकराच्या वरामुळेच त्याला दहा तोंडे, वीस हात यांची प्राप्ती झाली होती. त्याप्रमाणे ब्रह्मदेवांच्या एका वरामुळे नर आणि वानर सोडून सर्व विश्वात तो अजिंक्य बनला होता. यक्ष, किन्नर, देव आणि गंधर्व यांच्यापासून त्याला मृत्यू येणे मुळीच शक्य नव्हते!

चौदा विद्या व चौसष्ट कला यात तो पारंगत होता. त्याने वेदांचाही गाढ अभ्यास केला होता.

परंतु एवढे ज्ञान संपादन करूनही त्याच्या स्वभावातील तमगुणांचा किंचितही लोप झाला नव्हता. उलट वरप्राप्तीमुळे मदांध बनून तो काम-क्रोधादी षड्रिपूंच्या आहारी गेला व त्याने अनेक पापकृत्ये केली. कित्येक सुस्वरूप स्त्रियांचा त्याने अपहार केला. देव, गंधर्व आणि किन्नर यांचा पराभव करून त्याने त्यांना आपल्या दरबारात शागिर्दांची कामे दिली. त्याने नवग्रहांनाही जिंकून, पालथे पाडून आपल्या सिंहासनाच्या पायऱ्यांना ठोकून ठेवले. अशा प्रकारे रावणाला त्रिभुवनात कुणाचेच भय राहिले नाही.

रावणाचा उन्मत्तपणा पाहून देवांच्या मनात भीती उत्पन्न झाली. त्यांनी यातून मार्ग काढण्याची कामगिरी नारदमुनींवर सोपविली.

नारदमुनी आकाशमार्गाने लंकेत येऊन ठेपले. नारदांना पाहून रावणाने त्यांची पूजा केली. त्यानंतर त्याने नारदमुनींना आपले वैभव दाखविले. बंदीखान्यात ठेवलेल्या हजारो स्त्रिया दाखविल्या. रत्नखचित पुष्पक विमान दाखविले. त्यानंतर सत्ता आणि संपत्ती यामुळे धुंद झालेला रावण नारदांना म्हणाला, 'मुनिवर, मला यक्ष, किन्नर, देव आणि गंधर्व याप्रमाणेच नवग्रहांचेही भय नाही. ज्या नवग्रहांना पाहून सारे जग चळचळा कापते ते नवग्रह मी माझ्या सिंहासनाखाली पालथे ठेवले आहेत.'

त्यावर नारदमुनी हसून साळसूदपणे म्हणाले, 'हे दशानना तुझे हे वैभव पाहून देवर्षी इंद्राचेही डोळे दिपतील. आहाहा! आपण तर असे वैभव त्रिभुवनातही पाहिले नाही.'

रावणाची कळी या प्रशंसेने खुलली.

ते पाहून नारदमुनी म्हणाले-

'पण रावणा, तू हे ग्रह पालथे ठेवलेस हे बाकी चुकले.'

'म्हणजे?'

'म्हणजे असं की, वैऱ्यांच्या नेहमी उरावर पाय द्यावा. पाठीवर देऊन काय उपयोग?'

रावणाने क्षणभर विचार केला व त्यालाही नारदमुनींचा हा विचार रुचला. त्याने सर्व ग्रहांना उताणे केले.

नारदमुनींचे कार्य संपले नि आता नवग्रहांनी आपले कार्य सुरू केले. इतके दिवस निष्प्रभ असलेले ते ग्रह रावणावर आपला प्रभाव दाखवू लागले.

रावणाच्या बुद्धीवर मालिन्य चढून विवेक आणि विचार त्याला सोडून गेले. त्याच्या हातून अनेक अविचारी कृत्ये होऊ लागली. त्याने श्रीरामांसारख्या प्रतापशाली धनुर्धराशी वैर आरंभिले आणि कृष्णपक्षातील चंद्राप्रमाणे त्याच्या वैभवाला उतरती कळा लागली.

रडत ओरडत आलेल्या शूर्पणखेला पाहून सुरापानात दंग झालेल्या रावणाची धुंदी तत्काळ उतरली. नाक, कान कापलेल्या विद्रूप शूर्पणखेला पाहून त्याचे डोळे विस्फारले गेले. संतापाने मुठी आवळल्या गेल्या.

रावणाकडे एक जळजळीत दृष्टिक्षेप टाकीत शूर्पणखा म्हणाली, 'रावणा, तुझ्यासारखा प्रतापशाली भाऊ पाठीशी असताना शूर्पणखेची ही दुर्दशा व्हावी ? अरे, तू विषयांध होऊन मद्याच्या धुंदीत गुंगून पडला आहेस. पण तिकडे दंडकारण्यात रामाने माझी ही दशा केली. त्याने खर, दूषणांसह चौदा हजार राक्षसांचा नाश केला. अरे, आपल्या भावा-बहिणींचा सांभाळही ज्याला करता येत नाही, तो चौदा चौकड्यांचे राज्य कसे सांभाळणार ? रावणा, माझी ही दशा पाहूनतरी तुझ्या डोळ्यांवरची मद्याची धुंदी उतरली की नाही ?'

शूर्पणखेचा प्रत्येक शब्द रावणाच्या हृदयावर आघात करीत होता, कुणी तरी तप्त शिशाचा रस कानात ओतावा तसे शूर्पणखेचे भाषण ऐकताना रावणाला वाटत होते.

हातातील मद्याचा प्याला खळ्ळकन् फोडून रावण दात ओठ खात त्वेषाने म्हणाला, 'शूर्पणखे ! हा राम कोण व त्याला दंडकारण्यात येण्याचे कारणच काय ?'

शूर्पणखा म्हणाली, 'राम हा अयोध्येचा राजा दशरथ याचा पुत्र. तो सत्यवचनी असल्यामुळे पितृआज्ञेचे पालन करण्यासाठी तो आपला भ्राता लक्ष्मण नि पत्नी सीता यांच्यासह वनात येऊन राहिला आहे. रावणा, श्रीरामाच्या बाणात सारे त्रिभुवन हादरून टाकण्याची शक्ती आहे.'

शूर्पणखेने चालविलेली रामस्तुती ऐकून रावणाच्या तळपायाची आग मस्तकात जाऊन पोहोचली. तो क्रोधाने लाल झाला. आपल्या मुठी आवळीत तो म्हणाला, 'शूर्पणखे, एका य:कश्चित मानवाची तू माझ्यासमोर स्तुती करतेस ? म्हणे त्याच्या बाणाने त्रिभुवन हादरून जाईल. माझा पुत्र इंद्रजित देखील सहज त्याचा पराभव करू शकेल.'

शूर्पणखेने श्रीरामांचा पराक्रम डोळ्यांनी समक्ष पाहिला होता. त्यामुळे इंद्रजित श्रीरामांसमोर एक क्षणभरही टिकू शकणार नाही याची तिला खात्री होती. श्रीरामांपुढे एकटा रावणच काय तो टिकाव धरू शकेल, असे वाटून रावणाला कोणत्यातरी उपायाने दंडकारण्यात नेण्यासाठी तिने सीतेच्या सौंदर्याचे रसभरीत वर्णन रावणाला ऐकविले.

ती म्हणाली, 'रावणा, श्रीरामाबरोबर त्याची स्वरूपसुंदर पत्नी सीता देखील आहे. तिचे रूप एखाद्या रेखीव चित्राप्रमाणे आहे. तिची कांती तप्त सुवर्णासारखी आहे. बांधा सुडौल असून ती मूर्तिमंत लावण्याने ओथंबलेली आहे. रावणा, त्या सौंदर्यलतिकेला तू एकदा पाहशील तर सौंदर्याची तुझी व्याख्याच बदलून जाईल ! अरे, तुझ्या अंत:पुरात हजारो सुंदर स्त्रिया असल्याचा तुझा दावा आहे. परंतु सीतेसारखी एकतरी रमणी तुझ्यापाशी आहे का ? अरे, तिच्या एकाच मदनबाणाने तू घायाळ होशील.'

शूर्पणखेने सीतेचे यथातथ्य चित्र विषयांध रावणापुढे उभे केले. त्या लोभस चित्राच्या दर्शनाने रावण विकारवश झाला. सीतेसारख्या सौंदर्यलतिकेला प्रत्यक्ष पाहण्यासाठी तो विलक्षण आतुर झाला.

तो शूर्पणखेला म्हणाला, 'शूर्पणखे, मी रामाचा वध करून त्या सौंदर्यलतिकेला माझ्या हृदयसिंहासनावर बसवीन. मी सीतेला माझी पट्टराणी करीन; तरच नावाचा रावण !'

शूर्पणखा म्हणाली, 'रावणा, तुझी महत्त्वाकांक्षा पाहून मला आनंद झाला. परंतु, श्रीराम महापराक्रमी आहे. त्याच्या धनुष्याच्या टणत्कारात साऱ्या त्रिभुवनाला हादरून टाकण्याचे सामर्थ्य आहे.'

त्यावर तो कपटी रावण भेसूर हास्य करीत म्हणाला, 'शूर्पणखे, ज्या ठिकाणी शक्तीचा उपयोग होत नाही त्या ठिकाणी कपटनीतीचा अवलंब करावा असे राजनीती सांगते. त्या मृगाक्षीच्या हरणासाठी मी मायावी मृग निर्माण करीन. त्या मृगाच्या सुवर्णकांतीवर भाळून सीता त्या मृगाची शिकार करण्याचा रामाजवळ हट्ट धरील. राम मृगयेसाठी निघून गेला की सीता माझी झालीच, म्हणून समज.' एवढे बोलून रावणाने भयानक हास्य करीत सुगंधित मद्याचा आणखी एक प्याला घशाखाली उतरविला.

|| मायावी मृगाची मोहिनी ! ||

दुसऱ्या दिवशी रावण आपल्या रत्नखचित रथात बसून मारीच राक्षसाला भेटण्यासाठी गेला.

मारीचाने रावणाचे यथोचित स्वागत करून म्हटले, 'महाराज, आपण कोणत्या उद्देशाने एवढ्या दूरवर येथे आलात ? मी आपली कोणती सेवा करू ?'

रावण म्हणाला, 'मारीचा, अयोध्येचा राजपुत्र राम याने राक्षसांचा विलक्षण संहार चालविला आहे. त्याने खर-दूषणांचा वध केला. त्यांचे चौदा हजार राक्षससैन्य ठार केले. मारीचा, एवढेच काय परंतु त्याने माझी बहीण शूर्पणखा हिचे नाक व कान कापून तिला विद्रूप बनविले. रामाच्या या अपराधाबद्दल मी त्याची पत्नी सीता हिला कपटाने पळवून नेणार आहे.'

'काय म्हणता ?' मारीचाने थरथर कापत म्हटले.

'होय; आणि त्यासाठी मला तुझे साहाय्य हवे आहे. मारीचा, तू कांचनमृगाचे रूप घेऊन रामाच्या पर्णकुटीकडे जा. तुझ्या सोनेरी कांतीचा सीतेला मोह पडेल आणि ती तुझी शिकार करण्याबद्दल रामाजवळ हट्ट धरून बसेल. त्या हट्टाला बळी पडून राम तुझ्यामागे पळत येईल. त्या वेळी तू रामाला हुलकावण्या देत दूर घेऊन जा.'

रावणाचा हा कपटी बेत ऐकून मारीच भयभीत होऊन म्हणाला, 'बाबा रावणा, तुला कोठून ही दुर्बुद्धी सुचली ? अरे, त्या धनुर्धर श्रीरामाचा पराक्रम जाणत नाहीस काय ? विश्वामित्रांच्या यज्ञात

त्याने मला एकाच बाणाने शंभर योजने दूर उडवून दिले. या त्रिभुवनात तरी श्रीरामाचा पराजय करणे कुणालाच शक्य नाही.'

मारीचाने केलेली श्रीरामाची स्तुती ऐकून रावण खवळून म्हणाला, 'मारीचा, तुला माझी आज्ञा मान्य करावयाची नसेल तर याच क्षणी माझ्या तलवारीने तुझे मस्तक मी धडापासून वेगळेच करतो. अरे मूर्खा, स्वर्गातील देवांना जिंकून त्यांना माझ्या दरबारात शागिर्दाची कामे देणाऱ्या रावणापुढे, तू त्या यःकश्चित मानवाची स्तुती करतोस ?'

मारीच शहाणा होता. त्याने विचार केला की, दोन्हीकडून आपले मरण टळत नाही. रावणाचे न ऐकावे तर रावण ठार करणार. बरे रावणाचे ऐकावे तर रामाकडून मृत्यू येणार. तेव्हा रावणाच्या हातून मृत्यू येण्यापेक्षा पुण्यश्लोक श्रीरामांच्या बाणाने मृत्यू आला, तर निदान मेल्यानंतर मोक्षप्राप्ती तरी होईल.

म्हणून तो रावणाला म्हणाला, 'रावणा, केवळ राजाज्ञेचा अवमान होऊ नये यासाठी मी तुझ्या म्हणण्याला रुकार देतो. परंतु, एवढे लक्षात ठेव की, अग्निज्वालेप्रमाणे पवित्र असलेल्या साध्वी सीतेच्या हरणामुळे तुझा अंती नाश होईल.'

मारीचाचा हा उपदेश ऐकून रावण पुन्हा खवळून म्हणाला, 'हे मूर्ख मारीचा, मी तुझा उपदेश ऐकण्यासाठी येथे मुळीच आलो नाही. राक्षसांचा सम्राट म्हणून मी तुला कांचनमृगाचे रूप घेण्याची आज्ञा करीत आहे. बोल, माझी आज्ञा तुला मान्य आहे किंवा नाही ?'

सत्तेपुढे शहाणपण उपयोगाचे नाही, हे ओळखून मारीचाने रावणाचे म्हणणे मान्य केले आणि रावणाच्या आज्ञेप्रमाणे मायावी मृगाचे रूप धारण करून तो श्रीरामांच्या पर्णकुटीजवळ येऊन फिरू लागला.

त्या वेळी जनकनंदिनी सीता आश्रमाबाहेरील लतावेलींवर उमललेली सुवासिक शुभ्र फुले तोडीत होती. हिऱ्यासारखे तेजस्वी डोळे असलेली छोटी हरणे तिच्याभोवती आनंदाने बागडत होती. मयूर पक्षी आपला रंगीत पिसारा फुलवून नृत्य करीत होते.

तेवढ्यात सीतेचे लक्ष त्या अपरिचित मृगाकडे गेले. त्याच्या कांतीच्या झळाळीने सीतेचे टपोरे डोळे विस्फारले गेले.

तो मृग खरोखरच देखणा होता. त्याचे डोळे हिऱ्यासारखे चमचमत होते. खूर प्रवळासारखे आरक्त होते. शिंगे इंद्रनीलाच्या रंगासारखी भासत होती. पोट हंसपक्षाच्या रंगाप्रमाणे पांढरेशुभ्र होते तर पाठीवरील मखमली कातडे सुवर्णाप्रमाणे चमकत होते, त्यावरचे ठिपके रत्नांप्रमाणे लखलखत होते.

त्या अप्रतिम लावण्याने सीतेला मोहित केले. ती एखाद्या चित्रासारखी तटस्थ होऊन त्या स्वर्गीय मृगाकडे एकटक पाहू लागली. तिचे जणू देहभान हरपले. ती आश्रम विसरली, हातातली फुलांची परडी विसरली. नृत्य करणारे मोर तिला दिसेनासे झाले...!

सीतेची ती अवस्था पाहून श्रीरामांनी तिला आश्रमातून हाक मारीत विचारले, 'हे वैदेही, तुला कोणत्या गोष्टीने एवढे मोहित केले ? तुझी अशी चित्रासारखी अवस्था कशामुळे झाली ?'

सीता भानावर येत म्हणाली, 'हे आर्यपुत्रा ! आपण बाहेर येऊन एकवार या स्वर्गीय कांचनमृगाला अवलोकन तर करा, म्हणजे आपलीही अवस्था माझ्यासारखीच होईल.'

श्रीराम आश्रमाबाहेर आले. त्यांनी तो सुवर्णकांतीचा दिव्य मृग पाहिला.

सीता म्हणाली, 'श्रीरामा, आपला वनवास आता लवकरच संपेल. त्यानंतर आपण अयोध्येत प्रवेश करू. त्या प्रसंगी या स्वर्गीय मृगाच्या चित्रविचित्र कातड्याची चोळी मला किती बरे शोभून दिसेल ? तेव्हा या मृगाची शिकार करून आपण माझी इच्छा पूर्ण करावी.'

सीतेचे भाषण ऐकून श्रीराम म्हणाले, 'सीते, अग सुवर्णाच्या कांतीचा मृग कधी संभवतो का ? अगं वेडे, एखाद्या राक्षसाने हे मायावी रूप धारण केले असावे.'

श्रीरामांनी एवढे सांगितले तरी सीतेची समजूत पटली नाही. तिने त्या मृगासाठी हट्टच धरला.

तेव्हा स्त्रीहट्टापुढे नाईलाज होऊन श्रीराम लक्ष्मणाला म्हणाले, 'हे सौमित्रा, सीतेच्या इच्छेप्रमाणे मी या मृगाचा वध करतो. मी परत येईपर्यंत तू सीतेचे रक्षण कर.'

।। सीता-हरण ।।

श्रीरामांनी आपले दिव्य धनुष्य-बाण घेतले आणि ते त्या मृगाचा पाठलाग करू लागले.

तो मायावी मृग कधी अगदी जवळ दिसे, तर कधी हुलकावणी देऊन दूर निसटून जाई. अशा प्रकारे हुलकावण्या देत त्याने श्रीरामांना सीतेपासून खूप दूर नेले.

त्या मृगाची गती वायूलाही मागे सारणारी होती. श्रीरामांच्या हातातील तीक्ष्ण बाणामुळे तो घाबरून सुसाट धावत होता.

परंतु, एकबाणी श्रीरामांना त्या मृगाची शिकार करणे मुळीच अवघड नव्हते. तो मृग दृष्टीच्या टप्प्यात येताच श्रीरामांनी एकच तीक्ष्ण बाण सोडून त्या मृगाच्या हृदयाचा भेद केला आणि मृगाचे रूप धारण केलेला मारीच धाडकन् कोसळून खाली पडला.

परंतु, पडता पडता त्याने श्रीरामांसारखा आवाज काढून, 'लक्ष्मणाऽ धाव रेऽ मी मेलोऽ' अशी आरोळी ठोकली आणि मग आपले मूळ रूप धारण केले.

त्याबरोबर त्याच्या मनात रामभक्ती जागृत झाली. त्याने श्रीरामांची श्यामल मूर्ती नेत्रांत साठविली. पतितपावन श्रीरामांचे पवित्र नाव तीन वेळा उच्चारले आणि रामचिंतन करीत सुखाने प्राण सोडला.

श्रीरामांनी मारीचाला सद्‌गती दिली. अंतकाळी रामनाम घेणाऱ्यांचा नेहमीच उद्धार होतो. मारीचासारखा क्रूर राक्षसही रामनामाने उद्धरून गेला, 'श्रीरामा, तुझ्या नामाचा महिमा खरोखरच अगाध आहे.'

असो. तिकडे मारीचाची मायावी हाक ऐकून सीतेच्या हृदयाचा थरकाप झाला. ती लक्ष्मणाला

म्हणाली, 'लक्ष्मणा, श्रीरामांच्या जीविताची मला भीती वाटते. माझे मन अस्वस्थ झाले आहे. भावजी, संकटकाळी आपल्या भावाच्या मदतीसाठी धावून जाणे हे तुमचे कर्तव्यच आहे.'

त्यावर लक्ष्मण हसून म्हणाला, 'देवी ! श्रीरामांचा पराजय करू शकेल अशी कोणतीही शक्ती या भूतलावर नाही. आपण निश्चिंत रहा.'

लक्ष्मणाचा हा थंडपणा पाहून शोक आणि संताप यांचा अतिरेक होऊन सीता थरथर कापत म्हणाली, 'लक्ष्मणा, तू मित्ररूपाने वावरणारा एक भयंकर शत्रू आहेस. जीवावरच्या आपत्तीत तू आपल्या बंधूच्या साहाय्यास जात नाहीस, त्याअर्थी रामाचा नाश व्हावा अशीच तुझी इच्छा आहे. संकटाच्या वेळी जर रामावरील प्रेम उपयोगी पडणार नसेल तर या प्रेमाला अर्थ तरी काय आहे ?' सीतेचे हे कठोर शब्द ऐकताच लक्ष्मणाला अतिशय दु:ख झाले.

तो म्हणाला, 'देवी, इतके दिवस श्रीरामांच्या सहवासात राहूनही तुम्हाला त्यांच्या अद्वितीय पराक्रमाची व अपरिमित सामर्थ्याची कल्पना आली नाही. हे तुमचे केवळ दुर्दैव होय. ज्यांच्या केवळ नजरेच्या संकेताने त्रिभुवनात प्रलय घडून येईल त्या धनुर्धर श्रीरामांवर संकट येणे कदापि शक्य नाही. मघा शब्द आला तो श्रीरामांचा खचित नव्हे. कोणा तरी राक्षसाने कपटाने श्रीरामांच्या आवाजाची केलेली ती नक्कल आहे. ते येथे परत येईपर्यंत मी येथून हलू नये अशी त्यांची मला आज्ञा आहे आणि मी आज्ञाभंग करू इच्छित नाही.'

परंतु, सीता इतकी भावनेच्या आहारी गेली होती की, तिला लक्ष्मणाच्या या शब्दांनी त्याचा अधिकच संताप आला. ती म्हणाली, 'हे अनार्या ! दुष्टा व कुलकलंक नराधमा, रामचंद्रांवरील प्राणसंकट तुला प्रिय आहे असे दिसते. तुझ्यासारख्या सावत्रबंधूकडून त्यांनी तरी यापेक्षा दुसरी कोणती अपेक्षा करावयाची ? तू या वेळी त्यांच्या मदतीला धावून जाणार नसशील तर मी येथेच तुझ्यासमोर प्राणत्याग करीन.'

सीतेचे हे विलक्षण भाषण ऐकून लक्ष्मणावर जणू वज्राघात झाला. या विचित्र परिस्थितीत काय निर्णय घ्यावा हेच त्याला समजेना.

शेवटी त्याने सीतेच्या आज्ञेप्रमाणे वागण्याचे ठरविले. तो म्हणाला, 'देवी ! आपण मला मातेच्या ठिकाणी आहात. आपली अवज्ञा घडू नये म्हणून मी श्रीरामांच्या साहाय्यार्थ धावून जातो. परंतु आपण या पर्णकुटीसभोवार मी ओढलेल्या रेषेबाहेर कृपा करून जाऊ नका. या रेषेच्या आत पाऊल टाकण्याची प्रत्यक्ष कळीकाळाचीही प्राज्ञा नाही. देवी तुमचे कल्याण असो. हे वनलतांनो, हे वृक्षांनो, हे पर्वतांनो, हे पंचमहाभूतांनो सीतादेवीचे रक्षण करा.'

एवढे बोलून लक्ष्मणाने श्रीरामांचे नाव घेऊन त्या पर्णकुटीच्या सभोवार बाणाने एक रेषा काढली आणि तो देवी जानकीला वंदन करून श्रीरामांच्या शोधार्थ धावला.

लक्ष्मण दूर गेलेला पाहून रावणाने भिक्षेकऱ्याचा वेष घेतला आणि तो सीतेच्या पर्णकुटीजवळ आला.

पर्णकुटीबाहेर उभ्या असलेल्या नाजूक सीतेला पाहून त्याचे डोळे आनंदाने चमकले. परंतु,

लक्ष्मणाने पर्णकुटीबाहेर रेखलेली रेषा पाहून त्याचा थरकाप झाला. आपल्या मार्गात हे नवीनच संकट अवतरलेले पाहून तो काहीसा निराशही झाला. त्याचे हातपाय थरथरू लागले.

परंतु, आपल्या मनाची ही चलबिचल सीतेला समजणार नाही याची काळजी घेत तो सीतेला म्हणाला, 'देवी, आपण कोण नि या पर्णकुटीत एकट्याच कशा राहता ?'

सीतेने वेषधारी रावणाला सर्व हकिकत सांगितली.

नंतर रावण म्हणाला, 'मी भिक्षा मागण्यासाठी तुमच्या आश्रमात आलो आहे. मला भिक्षा द्याल ?'

ते ऐकून सीतेने पर्णकुटीत जाऊन कंदमुळांची भिक्षा आणली आणि ती रावणाला म्हणाली, 'महाराज, या रेषेबाहेर येण्याची मला परवानगी नाही. तेव्हा आपण आत येऊन ही भिक्षा स्वीकारावी.'

ते ऐकून रावणाने आपला देह तेथेच झोकून दिला आणि तो म्हणाला, 'देवी, भुकेमुळे माझे प्राण व्याकूळ झाले आहेत. मला एक पाऊलही पुढे टाकण्याची शक्ती नाही. तू इथे येऊन मला भिक्षा दे. नाहीतर मी इथेच प्राण सोडतो.'

वेषधारी रावणाचे ते नाटकी भाषण ऐकून सीता फसली. एका अतिथीचा प्राण आपल्या पर्णकुटीबाहेर जावा, ही गोष्ट तिच्या कोमल मनाला आवडली नाही. त्या गोसाव्याची तडफड पाहून तिचे अंतःकरण व्याकूळ झाले आणि ती त्या रेषेच्या जवळ येऊन वेषधारी रावणाला भिक्षा वाढू लागली.

तोच रावणाने तिचा हात पकडला आणि तिला जबरदस्तीने ओढून तो आकाशमार्गाने लंकेकडे निघाला. त्याने आपले खरे स्वरूपही प्रकट केले.

या अनपेक्षित संकटामुळे सीता भयभीत होऊन आक्रोश करू लागली. सीतेची ती दयनीय अवस्था पाहून पशुपक्षीही रुदन करू लागले.

सीतेच्या आक्रोशाकडे दुर्लक्ष करून लंकापती रावणाने सीतेला आपल्या पराक्रमाचा इतिहास सांगावयास सुरुवात केली. तो म्हणाला, 'सीते, सारे देव माझे दास आहेत. माझे वैभव इंद्राच्याही वैभवाला लाजवील असे आहे. हे सुंदरी, मी तुला माझी पट्टराणी करीन. स्वर्गातील देवांनीही जे वैभव कधी पाहिले नाही अशा वैभवात तुला लोळत ठेवीन.'

रावणाची ही दुष्ट इच्छा ऐकून सीतेने त्याची कठोर शब्दांत हजेरी घेतली.

रावणाचा रथ आकाशमार्गाने वाऱ्याप्रमाणे धावत होता.

सीतेचा विलाप ऐकून गृध्रराज जटायूने चमकून वर पाहिले. त्याने सीतादेवीला ओळखले. जटायू रामभक्त होता.

पापी रावणाचे ते दृष्कृत्य पाहून जटायू धावत आला आणि सीतेला म्हणाला, 'बाळ, तू भिऊ नकोस. या महापापी रावणाचा मी आत्ताच वध करतो.'

एवढे करून जटायूने विद्युतवेगाने आकाशाकडे झेप घेतली आणि रावणाला आपल्या चोचीने टोचावयास सुरुवात केली. त्यामुळे रावण क्रुद्ध झाला व तलवार उपसून जटायूच्या दिशेने धावला.

परंतु रामभक्त जटायूने किंचितही घाबरून न जाता रावणाचे शरीर चोचीने घायाळ करण्याचे कार्य सुरूच ठेवले. तो म्हणाला, 'हे पापी रावणा, हे चांडाळा, हे नीचा, सीतेसारख्या पतिव्रतेच्या शापाने तुझा लवकरच नाश होईल. अरे मूढा, श्रीरामांचा एकच बाण तुझी दहाही शिरे छेदून टाकील.'

जटायूचे हे भाषण ऐकून तो दशानन अधिक खवळला व त्याने लखलखीत तलवारीने त्या गृध्रराजाचे दोन्ही पंख छाटून टाकले.

जटायूचे प्राण त्याच्या पंखात होते. त्यामुळे तो व्याकूळ झाला; श्रीरामांचे चिंतन करीत तो जमिनीवर कोसळला.

तो हृदयद्रावक देखावा पाहून सीतेच्या डोळ्यांतून अश्रू वाहू लागले. तिने थरथरत्या हातांनी त्या रामभक्ताला नमस्कार केला.

जटायूचा नाश झालेला पाहताच रावणाने एक आसुरी हास्य केले आणि सीतेचे केस पकडून तिला रथात ढकलले आणि तो आकाशमार्गाने पुढे निघाला. सीतेचा विलाप अजून सुरूच होता. आपला विलाप ऐकून कुणीतरी आपल्या मदतीला धावून येईल, अशी वेडी आशा तिला वाटत होती.

आपल्या नेत्रांतील अश्रू पुशीत ती स्फुंदत स्फुंदत म्हणाली, 'लक्ष्मण भावजी, मला क्षमा करा. मी वेडी तुम्हाला नाही नाही ते टाकून बोलले. तुमची बंधुप्रीती अजोड आहे. रघुनंदना, श्रीरामा धावा, धावा, मला या दुष्टापासून सोडवा हो.'

सीतेचा विलाप ऐकून झाडे हलायची थांबली, वारा वहायचा विसरला, पशु-पक्षी अश्रू ढाळू लागले; सिंह, वाघासारखे क्रूर पशूही सीतेचा आक्रोश ऐकून व्यथित झाले.

रावणाचा रत्नखचित रथ वायुवेगाने नील नभातून लंकेच्या दिशेने धावत होता. अनेक पर्वत मागे पडले, अनेक नद्या पाहता पाहता अदृश्य झाल्या.

सीतेचे डोळे जमिनीवर खिळले होते. कुणी साहाय्यकर्ता भेटतो किंवा काय, याचा ते शोध घेत होते.

तेवढ्यात एका पर्वतावर पाच वानरश्रेष्ठ बसलेले तिच्या दृष्टीस पडले. त्यांना पाहताच सीतेने आपल्या वस्त्राचा पदर फाडून आपल्या अंगावरचे सर्व दागिने त्यात बांधले आणि ते गाठोडे तिने त्या वानरांच्या पुढ्यात फेकून दिले.

ते गाठोडे पाहून त्या वानरांना मोठेच आश्चर्य वाटले. त्याच्या नजरा साहजिकच आकाशाकडे वळल्या. तो एक भयंकर राक्षस एका लावण्यवती स्त्रीला जबरदस्तीने घेऊन चाललेला त्यांच्या दृष्टीस पडला.

ते दृश्य पाहताच त्यांच्यातील हनुमंताला विलक्षण क्रोध आला आणि त्या राक्षसाला ठार करण्यासाठी त्याने आकाशात उड्डाण केले. परंतु, दुर्दैवाने रावण त्याच्या हाती लागू शकला नाही.

|| शोकमग्न श्रीराम ||

मारीचाला सद्गती देऊन श्रीराम आपले कोदण्ड सावरीत नि कपाळावरील घर्मबिंदू पुशीत आपल्या पर्णकुटीकडे येऊ लागले तोच वाटेत त्यांना लक्ष्मण भेटला.

'श्रीरामा, तुझे कुशल आहे ना ?' लक्ष्मणाने श्रीरामांना वंदन करीत विचारले.

लक्ष्मणाला एकटाच पाहून श्रीरामांच्या हृदयांत धस्स झाले. लक्ष्मणाच्या प्रश्नाकडे त्यांचे लक्षच गेले नाही. त्यांनी भयभीत स्वरात विचारले, 'लक्ष्मणा, जानकीला सोडून तू एकटाच कसा आलास ?'

'श्रीरामा, 'लक्ष्मणा... मेलो, धाव' अशी आरोळी आपणच मारलीत ना?' लक्ष्मणाने विचारले.

'लक्ष्मणा तुलाही माझ्या पराक्रमाची शंका आली ?' श्रीरामांनी आश्चर्यचकित होऊन विचारले.

'मुळीच नाही. श्रीरामा, आपल्या पराक्रमाला त्रैलोक्यात तोड नाही. राम म्हणजेच शौर्य, राम म्हणजेच मूर्तिमंत पराक्रम ! जिथे राम तिथे विजय ! श्रीरामा, ते शब्द मायावी आहेत हे मी तेव्हाच ओळखले. परंतु श्रीरामा, सीतादेवीच्या आज्ञेचे उल्लंघन करणेही मला शक्य नव्हते.'

'लक्ष्मणा, तुझ्या पराक्रमावर विसंबून मी वैदेहीला सोडून त्या मायावी मृगामागे धावलो. परंतु, माझ्या आज्ञेचे उल्लंघन करून तू वैदेहीला त्या निर्जन अरण्यात एकटे सोडून धावत आलास. लक्ष्मणा, आता लवकरच काहीतरी अनर्थ उद्‌भवणार हे खचित समज.'

लक्ष्मणाच्या डोळ्यांतून घळघळा अश्रू वाहू लागले. तो अपराधी मुद्रेने श्रीरामांसमोर खाली मान घालून उभा राहिला.

श्रीराम त्याच्या पाठीवर हात ठेवून म्हणाले, 'लक्ष्मणा, वाईट काळ येणार असला की मोठमोठ्या विद्वानांची बुद्धीही मलिन होते. झाल्या गोष्टीला आपला इलाज नाही. आल्या संकटाला धैर्याने तोंड देणे खऱ्या क्षत्रियाचे ब्रीद आहे. चल, आता अश्रू ढाळून उपयोग नाही. जानकी सुरक्षित आहे ना हे प्रथम पाहिले पाहिजे.'

श्रीराम आणि लक्ष्मण व्यथित चित्ताने झपाझप पर्णकुटीकडे आले. आपल्या चाहुलीने जानकी हसतमुखाने पर्णकुटीबाहेर धावत येईल, अशी श्रीरामांना आशा वाटत होती. आपले अस्तित्व जानकीला समजावे म्हणून ते मोठ्याने खाकरलेसुद्धा. लक्ष्मणानेही दुरूनच खडावांचा आवाज केला.

परंतु पर्णकुटीतून कसलाच प्रतिसाद मिळेना. सारा परिसर चित्रासारखा निष्प्राण, तटस्थ नि मूक होता.

श्रीरामांच्या मनात राग, भय, चिंता, विस्मय असे अनेक विकार एकाच वेळी उत्पन्न झाले. त्यांचे मुख कोमेजले, ओठ शुष्क पडले, पावले जडावली... हृदयाची स्पंदने वाढू लागली. त्यांनी सारे बळ एकवटून जानकीला खूप मोठ्याने हाका मारल्या. त्या आवाजाने प्रतिध्वनी निघाले. परंतु, हाकेला प्रतिसाद मात्र मिळाला नाही.

'जानकीऽ जानकीऽ जानकीऽऽ,' सारे रान त्या हाकांनी हादरून गेले.

दोघांनी पुन्हापुन्हा पर्णकुटीत पाहिले. बाहेर पाहिले, नदीवर पाहिले, पुन्हा पर्णकुटीत पाहिले. परंतु त्यांना सीता कुठेही दिसली नाही.

श्रीराम व्याकूळ झाले, व्यथित झाले. त्यांनी हंबरडा फोडीत लतांना विचारले, वृक्षांना विचारले, पक्ष्यांना विचारले, पर्वतांना विचारले.... जो भेटेल, त्याला विचारले, 'माझी प्राणाहून प्रिय जानकी कुणी पाहिली का ?' माझी पवित्र जानकी, माझी सुकुमार जानकी कुणाला दिसली का ?'

लक्ष्मणाने श्रीरामांचे आपल्या परीने खूप सांत्वन केले. परंतु, श्रीरामांच्या शोकाला तो बांध घालू शकला नाही.

जानकीच्या विरहाने व्याकूळलेले श्रीराम 'जानकी, जानकी' असा टाहो फोडीत जानकीच्या

शोधार्थ निघाले. लक्ष्मण त्यांच्या पाठोपाठ निघाला. त्याचा चेहरा अपराधी दिसत होता. तो संकोचला होता, ओशाळला होता.

परंतु, त्याचे दुसरे मन त्याला पुन्हा समजावीत होते, 'अरे, तू अपराधी नाहीस, तू दोषी नाहीस. जानकीची आज्ञा पालन करण्यासाठी तू निघालास. ती हाक मायावी आहे हे तू ओळखले होतेस. श्रीरामांच्या पराक्रमाबद्दल तुझ्या मनात तीळमात्र शंका नव्हती. परंतु, जानकीने पतिचिंतेने व्याकूळ होऊन तुझी नको ती निर्भत्सना केली, तुझ्यावर नको ते आरोप केले. जानकीला तू आजवर जगन्मातेसमान लेखीत आलास. तिला तू सुमित्रेचे स्थान दिलेस. परंतु, पतिचिंतेने ग्रस्त झालेल्या जानकीची सारासार विचारशक्ती नष्ट झाली अन्... तिने नाही नाही ते आरोप तुझ्यावर केले. तू निघालास. परंतु, जानकीच्या रक्षणाची तजवीज करून निघालास. लक्ष्मणा, झाल्या गोष्टीला एका दैवाशिवाय कुणालाच दोषी धरता येत नाही. तू निर्दोष आहेस... तू निर्दोष आहेस...!'

लक्ष्मणाचे विचारचक्र फिरत होते.

त्या विचारतंद्रीत देवी जानकीच्या पवित्र चरणांचे स्मरण करीत तो तिच्या शोधार्थ निघाला होता.

श्रीराम आणि लक्ष्मण एव्हाना पर्णकुटीपासून कितीतरी दूर आले होते.

|| सत्त्वपरीक्षा ||

त्याचवेळी भगवान श्रीशंकर सतीसह त्या घनदाट अरण्यातून विहार करीत होते. वाटेत त्यांना अगस्ती ऋषींचा मनोहर आश्रम दिसला.

अगस्तींनी भगवंतांना विनम्र भावाने वंदन केले.

भगवान शंकर दर्भासनावर बसत म्हणाले, 'मुनिवर, आम्हाला श्रीरामांची कथा ऐकवा. त्या कथा-श्रवणाने आम्ही तृप्त होऊ.'

अगस्तींनी शंकर व सती यांना श्रीरामांची कथा ऐकविली... त्या कथा-श्रवणात भगवंत तल्लीन झाले. म्हणाले, 'त्या सच्चिदानंद श्रीरामाची कथा खरोखरच अमृतमय आहे. त्या महाप्रतापशाली धनुर्धर रामाला त्रिवार वंदन असो. तो सत्यवचनी, दयामय राम आपल्या हृदयात निरंतर वास करो.'

भगवंतांनी केलेली श्रीरामाची ही स्तुती ऐकून सतीला आश्चर्य वाटले, ती मनात म्हणाली, 'आपले पती विश्वाचे नाथ, त्रैलोक्याचे पालनकर्ते, विश्वातील योग्यांचे गुरू; असे असताना त्यांनी एका य:कश्चित मानवाची एवढी स्तुती करावी ?'

सतीच्या मनातली शंका भगवंतांनी तेव्हाच जाणली; ते हसले. म्हणाले, 'दाक्षायणी ! त्या दयामय श्रीरामाचे स्वरूप समजण्यास हजारो जन्मांची तपश्चर्या हवी.'

सती काहीच बोलली नाही.

तोच समोरून श्रीराम आले. त्यांच्या तोंडून बाहेर पडणाऱ्या 'जानकीऽ जानकीऽ' या आरोळ्यांनी सारे रान दणाणले होते. वाटेत भेटणाऱ्या प्रत्येक सजीव-निर्जीव वस्तूला श्रीराम विचारीत होते, 'माझी जानकी तुम्ही पाहिलीत का ? त्या वैदेहीला कुणी पळवून नेले ? बोला, माझ्या प्राणप्रिय सीतेची काय अवस्था झाली ? ती गजगामिनी, मृगाक्षी, त्यागशील सीता कुठे आहे बरे ? बोला... हे निर्झरा, हे कदंबवृक्षा, हे हरिणशावका तुम्हा कुणालाच माझी सीता दिसली नाही का रे ?'

श्रीरामांचा तो आक्रोश ऐकून फुले कोमेजली. हरिणशावकांच्या नेत्रांतून अश्रू ठिबकले. वारा स्तब्ध झाला. साऱ्या वनात विषण्णता दाटली. ते पहा काळेभोर राक्षसी पत्थर. श्रीरामांच्या दुःखाने त्यांना पाझर फुटला आहे !....

श्रीरामांचा तो विलक्षण आक्रोश पाहून सती माना वेळावीत म्हणाली, 'हा कसला देव ? हा राम सामान्य मानवाप्रमाणे आपल्या पत्नीच्या विरहाने दुःखी होऊन आक्रोश करीत आहे आणि अशा सामान्य मानवाची भोळे शंकर स्तुती करतात. त्याच्या नावाचा अहोरात्र जप करतात.'

सतीचे हे भाषण शंकरांना रुचले नाही. रामनामाचा त्रिवार उच्चार करीत ते म्हणाले, 'दाक्षायणी ! श्रीरामाचा महिमा अगाध आहे. जगातील योगी, सिद्ध आणि साधक आपल्या मानससरोवरात त्याच रामरूपी राजहंसाची स्थापना करून त्याच्या स्मरणात ब्रह्मानंदाची प्राप्ती करून घेतात. हे सती, त्या सत्यवचनी धनुर्धर श्रीरामाच्या श्रेष्ठत्वाबद्दल तू तिळभरही शंका घेऊ नकोस.'

भगवान शंकर जीव तोडून श्रीरामांचा अगाध महिमा सतीला सांगत होते. परंतु, तिचा भ्रम नष्ट होत नव्हता.

ती शंकरांना म्हणाली, 'नाथ, मी रामाची परीक्षा पाहिल्याशिवाय त्याचे माहात्म्य कधीच मान्य करणार नाही.'

सतीचे हे भाषण ऐकून नीळकंठांचे नेत्र ओलावले. ते काहीशा रागाने लागलीच कैलासपर्वतावर निघून गेले. तेथे श्रीरामांच्या मनोहर मूर्तीचे ध्यान करता करता त्यांची समाधी लागली.

इकडे सतीने श्रीरामांची परीक्षा पाहण्यासाठी आपले मूळचे रूप बदलून सीतेचे रूप धारण केले. अन् फुले तोडीत तोडीत ती श्रीरामांच्या समोर येऊन उभी राहिली. तिने श्रीरामांकडे पाहून मोहक हास्य केले.

सीतेला पाहून लक्ष्मणाला आनंद झाला. तो तिच्याकडे बोट दाखवून श्रीरामांना म्हणाला, 'शोक आवरा. ती पहा, सीतादेवी आपल्या समोर उभी आहे.'

परंतु श्रीरामांनी निर्विकारपणे त्या मायावी सीतेकडे पाहिले आणि तिला वंदन करून ते म्हणाले, 'माते, मी दशरथाचा पुत्र तुला वंदन करीत आहे पण आज तू एकटीच कशी ? भगवान् शंकर कुठे दिसत नाहीत ?'

सती संकोचली. काहीही न बोलता परतली. परंतु, वाटेत तिला सर्व वस्तू राममय दिसू लागल्या. ती चकित झाली.... ओशाळली... घाबरली... तिने श्रीरामांच्या मनोहर मूर्तीला मनोमन

वंदन केले अन् ती चोरपावलाने येऊन भगवान शंकरांसमोर उभी राहिली.

त्यावेळी भगवंतांची समाधी लागली होती. त्यांचे मन रामस्वरूपाच्या ठायी रंगले होते. त्यांचे अंतश्चक्षू श्रीरामांच्या मूर्तीवर खिळले होते. सारेच राममय, सारेच आनंदमय.

बऱ्याच काळाने श्रीशंकरांची समाधी उतरली. सतीने नीळकंठांना वंदन केले. त्यांच्या सेवेसाठी ती पुढे धावली.

परंतु, शंकरांनी तिची सेवा घेतली नाही.

कारण सतीने रूप घेतले होते आणि सीतेला शंकर जगन्माता मानीत होते. त्या जगन्मातेकडून का सेवा घ्यायची ? सीतेचा वेश घेण्यात आपण फार मोठा अपराध केला अशी सतीला हुरहुर वाटू लागली. कारण भगवान शंकर आता पत्नी स्वरूपात सतीकडे पहायलाच तयार नव्हते.

सती खिन्न झाली. तिने श्रीरामांची करुणा भाकली. 'हे पतितपावन श्रीरामा, माझ्या अपराधाला क्षमा करा. तुमच्या पदस्पर्शाने मातीचे सोने झाले. शिळेतून अहल्या प्रकटली. हे सत्य वचनी महाप्रतापी रामा, तुम्हाला मी अनन्य भावाने शरण आहे. हे रघुकुलनंदना, या भयानक संकटातून माझी सुटका करा ?'

सती रामस्मरणात रंगून गेली. त्या श्रीहरीचे चिंतन करताना तिला दुःखाचा विसर पडला. रामनामाचा महिमा अपार आहे.

।। शंकर-पार्वती विवाह ।।

सती ही दक्षप्रजापतीची कन्या. म्हणजे दक्ष हा शंकराचा सासरा. परंतु, या सासरेजावयांचे अलीकडे जमत नव्हते.

म्हणजे त्याचे असे झाले,

दक्ष हा ब्रह्मदेवाचा पुत्र. त्याची उत्पत्ती ब्रह्मदेवांच्या अंगठ्यापासून झाली. या दक्षाला एकंदर साठ मुली होत्या. त्यापैकी त्याने सत्तावीस चंद्राला, तेरा कश्यप ऋषीला, दोन अग्नीला, दहा यमाला, तीन वरुणाला, तीन वायूला, एक इंद्राला व एक शंकराला दिली होती.

त्याने भगवान शंकराला जी मुलगी दिली होती तिचे नाव होते सती. ती दक्षाची कन्या म्हणून तिला 'दाक्षायणी' असेही म्हणत.

आता शंकर म्हणजे साक्षात ईश्वर. तो ईश्वर आपला जावई झाल्याबद्दल दक्षाने वास्तविक स्वतःला भाग्यवान समजून आनंदात रहावयाचे.

परंतु दक्षाने शंकरांशी वैर धरले.

हे वैर उत्पन्न होण्याचे कारण असे घडले की, एकदा देवांनी जान्हवीचे काठी एक याग केला.

त्या यागासाठी स्वर्गातील सर्व देव आले. यक्ष, किन्नर, गंधर्व व ऋषी हेदेखील त्यासाठी उपस्थित राहिले.

यज्ञासाठी दक्ष प्रजापती ज्या वेळी यज्ञ मंडपात आले, त्या वेळी सर्व लोक दक्षाच्या सन्मानार्थ उभे राहिले.

ब्रह्मदेव आणि शंकर हे दोघे मात्र जागचे उठले नाहीत. त्यापैकी ब्रह्मदेव हे दक्षाचे वडील असल्यामुळे ते उभे न राहिल्याबद्दल दक्षाला वाईट वाटले नाही. परंतु, शंकरही न उठलेले पाहून दक्षाचा चेहरा संतापाने जास्वंदासारखा लाल झाला ! ती गोष्ट त्याला अतिशय झोंबली व तो रागाने म्हणाला, 'देवहो ! या महादेवाला माझी कन्या अर्पण करून मी फसलो. शूद्राला श्रुती, चांडाळाला सरस्वती अथवा कृपणाला लक्ष्मी द्यावी त्याप्रमाणे या करंट्याला मी माझी दाक्षायणी दिली. हा कपटी असून याचे आचरण देखील पिशाच्चाप्रमाणे आहे. याचा वेष तरी पहा कसा विचित्र ! हातात त्रिशूळ, गळ्यात रुण्डमाला, अंगावर गजचर्म, अंगास राख फासलेली. अरेरे ! या उन्मत्ताला माझी कन्या देऊन मी खरोखरच तिचा घात केला.'

दक्षाची ही बडबड ऐकून शंकरांचा संताप अनावर झाला व दक्षाला शाप देण्यासाठी त्यांनी उजव्या हस्तात उदक घेतले.

यज्ञात हे अचानक विघ्न उत्पन्न झालेले पाहून सर्वांचीच मने विषण्ण झाली. सर्व देवांनी शंकरांना शरण जाऊन शाप न देण्याविषयी त्यांची प्रार्थना केली.

तेव्हा शंकरांचा राग शांत झाला. परंतु, तेवढ्यात दक्षाने यज्ञवेदीसमोर उभे राहून सर्व देवांना शाप दिला की, 'या यज्ञात जर तुम्ही रुद्राला आहुती दिलीत तर हा यज्ञ निष्फळ होईल.'

दक्षाची ती शापवाणी ऐकून सर्व देव कष्टी झाले. शंकरांना मात्र दक्षाचा तो वेडेपणा पाहून हसू आले.

परंतु, इतका वेळ शांतपणे उभ्या असलेल्या नंदीला दक्षाने केलेला शंकरांचा तो अपमान सहन झाला नाही. तो अत्यंत कृद्ध होऊन शापवाणीने दक्षाला म्हणाला, 'दक्षा, तू शंकरांची विनाकारण निंदा केलीस. तुला या अपराधाची शिक्षा म्हणून मी तुला असा शाप देतो की, तुझे हे मस्तक नाहीसे होऊन त्या जागी बोकडाचे मस्तक निर्माण होईल. तसेच भृगुऋषी शंकरांची निंदा ऐकून हसले, यास्तव त्यांच्या मिशा जळून जातील आणि जे जे ब्राह्मण शंकरांना हसले असतील त्यांना भिक्षा मागून निर्वाह करावा लागेल... त्यांनी कितीही वेदपठण केले तरी त्यांची याचक वृत्ती दूर होणार नाही.'

इतके बोलून नंदी यज्ञमंडपातून उठून बाहेर पडला आणि महादेवही नंदीवर बसून कैलासपर्वतावर निघून गेले.

महादेवच निघून गेल्यामुळे इतर सर्व देवही यज्ञमंडपातून निघून आपापल्या स्थानाप्रत निघून गेले.

हा प्रसंग घडल्यानंतर पुढे एक हजार वर्षेपर्यंत कोणीही यज्ञयागादी कृत्ये केली नाहीत.

त्यानंतर एक दिवस नारदमुनी दक्षाकडे आले असता दक्षाने त्यांचा योग्य तो आदरसत्कार

करून म्हटले, ‘मुनिवर, मला साठ मुली झाल्या. परंतु पुत्र एकही नसल्यामुळे मला हे जीवन व्यर्थ वाटत आहे. मला पुत्र होईल असा एखादा उपाय सांगा.’

त्यावर नारदमुनींनी दक्षाला पुत्रप्राप्तीसाठी यज्ञ करण्यास सांगितले.

त्याप्रमाणे दक्षाने क्षिप्रा नदीच्या काठी यज्ञमंडप घालून यज्ञाची तयारी केली. त्याने अनेक विद्वान ऋषींना बोलावून आणले. यज्ञसंरक्षणासाठी त्याने अष्टदिशांना अष्टदिक्पाल ठेवले. यज्ञकुंडात गार्हपत्य, दक्षिणाग्नि व आहवनीय अशा तिन्ही अग्नींची स्थापना केली. वेदमंत्राने गायत्रीदेवीला आवाहन केले. यज्ञासाठी शंकू, श्रवा, कृष्णाजिन, आज्यस्थाली, दर्भ, फुले, गोमूत्र, गोमय, सोमरस व तो पिण्यासाठी चमस नावाची चौकोनी पात्रे, समिधा वगैरे साहित्य आणवून यज्ञकुंडाची पूजा केली नंतर मार्कण्डेय ऋषींना ब्रह्मासनावर व भृगुऋषींना आचार्यासनावर बसवून यजमानाच्या आसनावर दक्ष आपली स्त्री प्रसूती हिला घेऊन बसला. भृगुने त्यांच्याकडून प्रथम कलशपूजा करवून पुण्याहवाचन करविले.

अशाप्रकारे तो यज्ञसमारंभ देव, गंधर्व, किन्नर व ऋषी यांच्या उपस्थितीत मोठ्या थाटाने सुरू झाला.

परंतु, या सर्व समारंभात भगवान शंकर व सती मात्र कुठेच दिसत नव्हते.

हे पाहून नारदमुनी कळ लावण्यासाठी सतीकडे आले व त्यांनी या यज्ञाची हकिकत तिला खुलवून सांगितली.

ती हकिकत ऐकून सती अतिशय खिन्न झाली. एवढ्या मोठ्या कार्याला आपल्या पित्याने आपणाला साधे निमंत्रणही पाठवू नये याचे तिला दुःख झाले. परंतु तरीही तिने यज्ञसमारंभाला जाण्याचे ठरविले व त्याप्रमाणे ती भगवान शंकराजवळ हट्ट धरून बसली.

तेव्हा भगवान शंकर म्हणाले, ‘सती, तुला या यज्ञासाठी तुझ्या पित्याने आमंत्रण पाठविलेले नाही. अशा परिस्थितीत तू तेथे गेलीस तर तुझा अपमान होईल.’

शंकरांनी अगदी योग्य तेच सांगितले. परंतु सतीला ते पटले नाही. ती म्हणाली, ‘आमंत्रण नसले म्हणून काय झाले ? मी काही कुणा परक्या मनुष्याकडे जात नाही. दक्ष माझा पिताच आहे. तो माझा अपमान करील, असे मला वाटत नाही.’

सतीचा हट्ट पाहून शंकरांनी मोठ्या नाईलाजाने सतीला दक्षाकडे जाण्याची परवानगी दिली. त्याप्रमाणे नंदीवर आरूढ होऊन दाक्षायणी यज्ञमंडपाकडे निघाली व थोड्याच वेळात ती बृहस्पतीनगराजवळ येऊन पोहोचली.

तिला तेथून यज्ञमंडपाचे चकचकीत सुवर्णकळस दिसले. जसजशी ती यज्ञमंडपाजवळ येऊ लागली, तसतशी त्या यज्ञाची अधिकाधिक शोभा तिच्या दृष्टीस पडू लागली. रंगवल्ली व पताकांनी सुशोभित केलेले रस्ते, ध्वजापताकांनी आलंकृत केलेले मंडप, रत्नखचित अलंकारांनी व शस्त्रास्त्रांनी सुसज्ज असे द्वारपाल, मृदंग वीणादी वाद्यांचे कर्ण मनोहर ध्वनी, नूपुरांचा छुमछुम नाद व गंधर्व अप्सरांचे गायन असा थाट पाहून दाक्षायणीला धन्यता वाटली व ती मंडपांचे दरवाजाजवळ येताच मोठ्या आनंदाने नंदीवरून खाली उतरली व नंदीला शिवगणांच्या स्वाधीन करून तिने यज्ञमंडपात

प्रवेश केला.

परंतु तिचे कुणीही स्वागत केले नाही. तिच्या हातातील शंखमण्यांची कांकणे, मस्तकावरील जटाभार, रुद्राक्षांच्या माळा, भस्माचे त्रिपुंड, भगवे वस्त्र असा तिचा वेष पाहून सर्वजण तिरस्काराने तिच्याकडे पाहून आपसात हसू लागले. तिच्या बहिणींनी तिला ढकलून दिले. तिला पाहून दक्षाने कपाळास आठ्या घातल्या.

परंतु त्याकडे लक्ष न देता सती बापाला नमस्कार करण्यासाठी पुढे धावली. तेव्हा दक्षाने क्रुद्ध दृष्टीने तिच्याकडे पाहून आपले तोंड फिरविले.

इतका वेळपर्यंत सतीने आपला राग कसाबसा आवरून धरला होता. परंतु यज्ञात महादेवाचा हविर्भाग नाही हे लक्षात येताच ती आदिमाया विलक्षण संतप्त झाली. तिचे डोळे विस्तवासारखे लाल दिसू लागले. संतापातिरेकाने तिचे हात, पाय व ओठ थरथरू लागले.

सतीची ती क्रुद्ध मूर्ती पाहून सर्व ऋषींच्या हृदयात धडधड सुरू झाली.

सतीने दक्षाकडे एक जळजळीत कटाक्ष टाकून म्हटले, 'हे दक्षप्रजापते! तुझा विनाशकाळ जवळ आल्यामुळे तुला ही विपरीत बुद्धी होत आहे. हे मतिमंदा, पाण्यावाचून जसे वृक्षारोपण होऊ शकत नाही तद्वतच शंकरांना हविर्भाग दिल्यावाचून यज्ञपूर्ती होऊ शकत नाही. या मूर्खपणाच्या कृत्यामुळे तू तुझ्या मृत्यूची तयारी करून ठेवली आहेस. तू माझा पिता नसून वैरी आहेस. मी आपल्या पतीचे न ऐकता केवळ कर्तव्य म्हणून तुझे आमंत्रण नसताही येथे आले; परंतु, माझा सर्वांनी, प्रत्यक्ष जन्मदात्या पित्यानेही अपमान केला. अशा परिस्थितीत पुन्हा शंकरांना तोंड दाखविणे मुळीच योग्य नाही. मी पतीची आज्ञा मोडली याबद्दल देहांताचीच शिक्षा मला योग्य आहे.'

असे म्हणून ती योग माया यज्ञकुंडाजवळ पद्मासन घालून बसली. तिने डोळे मिटून भगवान शंकरांचे स्मरण केले व त्यांना अनन्यभावाने शरण जाऊन ती म्हणाली, 'हे सर्वव्यापका, आदिपुरुषा, मला जन्मोजन्मी तूच पती मिळावास अशी माझी इच्छा आहे व ही इच्छा तुझ्या कृपेने पूर्ण होवो.'

एवढे म्हणून तिने योगमार्गाने आपले शरीर दग्ध करून टाकले. त्या वेळी कापूर जसा कोणताही अंश न राहता जळून जातो, त्याप्रमाणे सतीचा पवित्र देह अस्थी, मांस, रक्षा वगैरे काहीही शेष न राहता जळून गेला.

ही भयानक वार्ता बाहेर बसलेल्या शिवगणांना व नंदीला समजताच ते त्वेषाने आत घुसले व त्यांनी यज्ञमंडपाची नासधूस करून टाकली.

तो हलकल्लोळ पाहून यज्ञाला उपस्थित राहिलेले सर्व स्त्री-पुरुष जीव वाचविण्यासाठी पळत सुटले. भृगुऋषी मात्र आसनावरून हालले नाहीत. त्यांनी यज्ञकुंडात बीजमंत्राने उदक टाकून एक सहस्र शरभ निर्माण केले. त्यांच्या हातात अग्नीचे भाले होते. त्या भाल्यांनी त्यांनी शिवगण व नंदी यांना डागण्यास सुरुवात केली. तेव्हा निरुपाय होऊन ते कैलासाकडे पळत सुटले.

तो प्रकार पाहून नारदमुनींना आनंदाचे भरते आले व आता हा प्रकार शंकरांना कळविल्यास मोठे युद्ध होईल व आपणास मौज पाहण्यास मिळेल, असे वाटून ते आकाशमार्गाने त्वरित कैलासावर गेले व त्यांनी सर्व प्रकार खुलवून रंगवून शंकरांना कथन केला.

ते ऐकून शंकरांच्या अंगाचा विलक्षण थरकाप झाला. प्रलयकालाच्या वेळी त्यांचे जसे स्वरूप असते, त्याप्रमाणे त्यांची मूर्ती दिसू लागली. त्यांनी भस्म उधळले, जटा मोकळ्या सोडल्या आणि एक जटा उपटून रागाने भूमीवर आपटली. त्याबरोबर सहस्र मेघांचा कडकडाट व्हावा तसा प्रचंड आवाज उत्पन्न झाला. संपूर्ण त्रिभुवन हादरू लागले. पृथ्वीला कंप सुटला. आकाशात अग्नीचे लोळ उत्पन्न झाले. समुद्र उचंबळून आला व भयानक वृष्टी झाली.

शंकरांच्या त्या जटेतून वीरभद्र नावाचा एक शक्तिसंपन्न पुत्र उत्पन्न झाला. त्याच्या हातात त्रिशूळ, गदा, मुसळ, काळपाश, धनुष्यबाण, तलवार, चक्र, परशू अशी अनेक शस्त्रास्त्रे होती. शंकरांनी वीरभद्राला दक्षाच्या यज्ञकुंडाचा नाश करून त्याचे शिर तोडून टाकण्याची आज्ञा केली.

त्याप्रमाणे वीरभद्र त्वरेने यज्ञभूमीजवळ आला आणि दक्षाच्या सर्व सैन्याचा नाश करून यज्ञमंडप उधळून टाकला आणि दक्षाचे शिर पिळवटून धडापासून उपटून काढले.

तिकडे सतीने हिमाचल राजाच्या कुळी जन्म घेतला. पर्वत राजाची कन्या म्हणून लोक तिला पार्वती म्हणू लागले.

या पार्वतीने श्रीशंकरांच्या प्राप्तीसाठी हजारो वर्षे खडतर तप केले.

त्या तपावर प्रसन्न होऊन शंकरांनी पार्वतीचा स्वीकार केला व त्या दोघांचा एका शुभ मुहूर्तावर विवाह झाला.

अशा प्रकारे सतीचे रूपांतर पार्वतीत झाले आणि पुन्हा तिला शंकराची प्राप्ती झाली.

|| जटायूचा मृत्यू ||

सीतेचा शोध लावण्यासाठी श्रीराम लक्ष्मणासह त्या घनदाट अरण्यातून पुढे चालले होते. त्यांनी अनेक पर्वत ओलांडले. अनेक नद्या मागे टाकल्या, परंतु, त्यांना कुठेही सीता आढळली नाही.

त्यामुळे ते दक्षिण दिशेने तसेच पुढे निघाले.

वाटेत त्यांना एक मोडका रथ दिसला. शेजारीच रक्ताच्या थारोळ्यात पडलेला गृध्रराज जटायूही दृष्टीस पडला. जटायूचे प्राण त्याच्या पंखात होते व तेच पंख रावणाने छाटून टाकल्यामुळे जटायू वाचण्याची मुळीच शक्यता नव्हती. परंतु, श्रीरामांची मार्गप्रतीक्षा करीत तो रामभक्त इतका वेळ जिवंत होता. असह्य वेदनांमुळे तो तडफडत होता.

परंतु श्रीरामांना पाहताच त्याचे दु:ख नष्ट झाले, त्याच्या वेदना बोथट झाल्या.

श्रीरामांना पाहून त्याच्या नेत्रातून आनंदाश्रू वाहू लागले. तो म्हणाला, 'रामचंद्रा, लंकापती रावणाने याच मार्गाने सीतादेवीला पळवून नेले.'

श्रीराम खाली बसले. त्यांनी जटायूच्या शरीरावरून मायेचा उबदार हात फिरविला. रामस्पर्शाने जटायूच्या शरीरातून आनंदलहरी उसळल्या.

श्रीरामांनी विचारले, 'गृध्रराज, तुमची ही अवस्था कुणी केली ?'

जटायू म्हणाला, 'श्रीरामा, लंकापती रावण सीतेला घेऊन या मार्गाने जात असता माझ्या दृष्टीस पडला. सीतेचा आक्रोश ऐकून मी त्या दशाननावर तुटून पडलो. त्याचा रथ मोडून टाकला. माझ्या चोचीने त्याच्या शरीराची चाळण करून टाकली. परंतु, त्या महासामर्थ्यशाली राक्षसापुढे माझा टिकाव लागला नाही. त्याने माझे पंख तलवारीने छाटून टाकले. पतितपावन रामा, रावणाच्या मार्गाची माहिती आपणाला देण्यासाठीच मी इतका वेळ माझे प्राण थोपवून धरले होते. आता मी सुखाने मरतो.' श्रीरामांचे नेत्र ओलावले.

जटायूच्या शरीरावरून आपला थरथरणारा हात मायेने फिरवीत ते म्हणाले, 'पक्षीराज, एका स्त्रीसाठी तुम्ही आपले लाखमोलाचे प्राण आनंदाने दिलेत. दुसऱ्याच्या हितासाठी जे सदैव झटत असतात त्यांना अती वैकुंठाचा लाभ होतो. गृध्रराज, तुमच्या हातून फार मोठे पुण्याचरण घडले. तुम्हाला सद्गती प्राप्ती होवो.' श्रीरामांनी जटायूला आशीर्वाद दिला.

जटायू म्हणाला, 'श्रीरामा, तुमचे विस्मरण मला कधीही न घडो; कारण तुमचे विस्मरण म्हणजेच खरे मरण.'

श्रीरामांनी 'तथास्तु' म्हणून त्याच्या मस्तकावर वरदहस्त ठेवला.

जटायूने श्रीरामांच्या चरणांवर मस्तक नमविले व अत्यंत तृप्त मनाने इहलोकाचा निरोप घेतला.

श्रीरामांनी क्षणभर डोळे मिटले. आपला शोक आवरला. लक्ष्मणाने चिता तयार केली व जटायूच्या देहाला यथाशास्त्र अग्नी दिला.

नंतर गोदावरीत स्नान करून ते दोघे बंधू सीतेच्या शोधासाठी दक्षिण दिशेने पुढे निघाले.

|| रामभक्त शबरी ||

श्रीराम व लक्ष्मण दक्षिण दिशेने पंपासरोवराकडे जात असता त्यांना वाटेत मातंग ऋषींचा पवित्र आश्रम दिसला. तेथे एक स्त्री फुलांचे हार करीत होती. हातात फुले अन् मुखात राम नाम. अगदी तल्लीन झाली होती ती.

त्या स्त्रीचे नाव होते शबरी. शबरी जातीने भिल्लीण. तिला मूलबाळ नव्हते. नवऱ्याचे सुख नव्हते. तो दुराचारी होता. शबरीला संसाराचा उबग आला. 'हा कसला संसार ! या संसारात कुणी मायेचं नाही. कुणी आपल्या दुःखावर फुंकर घालणारं नाही.'

शबरीला वैराग्य प्राप्त झाले. तिने नवऱ्याचा त्याग केला नि एका झोपडीत राहून ती ईश्वराला आळवू लागली. त्याच्या भक्तीत ती तहानभूक विसरली.

एकदा शबरीला मातंग ऋषींचे दर्शन झाले. मातंगांना पाहून तिने अपार भक्तिभावाने हात जोडले. तिच्या हृदयात भक्तीचा उमाळा दाटून आला.

तिने त्या दिवसापासून त्या थोर माहात्म्याची सेवा करण्याचे ठरविले; परंतु शबरी पडली अस्पृश्य. आपली सेवा ऋषींना कशी आवडेल ?

शबरी विचारात पडली.

परंतु, तेवढ्यात तिला एक युक्ती सुचली. ती आनंदाने घरी गेली.

दुसऱ्या दिवशी भल्या पहाटेच ती मातंगांच्या आश्रमाशी आली. ऋषी अजून उठले नव्हते. शबरीने भराभर साऱ्या आश्रमाचे आवार झाडून काढले. पाण्याचा सडा घातला. जंगलातून काटक्या तोडून आणून त्याचा ढीग आवारात रचून ठेवला. लता-वृक्षांची सुगंधी फुले तोडून पानांच्या परडीत भरून ठेवली. अन् ती गुपचूप आपल्या झोपडीकडे निघून गेली.

असा क्रम बरेच दिवस चालू होता. मातंग ऋषींना या प्रकारचे आश्चर्य वाटले. ते शिष्यांना म्हणाले, 'हे आवार कोण साफ करतो ? ही लाकडे कोण रचून ठेवतो ? ही सुंदर फुले कोण ठेवून जातो ? आज रात्रभर तुम्ही गुपचूप पहारा ठेवा. हे रहस्य शोधून काढा.'

सारे शिष्य जागत बसले.

पहाटे शबरी आली. तिने आश्रमासमोर उभे राहून आश्रमाला नमस्कार केला. नंतर ती आश्रमाचे आवार साफ करू लागली.

शिष्यांनी पटापट झाडावरून उड्या मारल्या. शबरीला पकडून त्यांनी मातंगांपुढे उभे केले.

शबरी थरथर कापत होती.

मातंगांनी विचारले, 'कोण गं तू ?'

शबरीने सारी हकिकत त्यांना सांगितली. अन् शेवटी म्हटले, 'महाराज, आपल्यासारख्या माहात्म्यांची सेवा करून मी आपले पाप धुऊन काढीत आहे. कृपा करून मला अंतर देऊ नका.'

मातंगांना शबरीची दया आली. ते शिष्यांना म्हणाले, 'करू द्या हिला सेवा. हिच्यासाठी आश्रमाशेजारीच एक झोपडी बांधा. राहील बिचारी सेवा करीत. तिचे मन का मोडा ?'

शिष्यांनी आश्रमाशेजारी शबरीसाठी एक लहानशी झोपडी बांधली. शबरीचे डोळे पाणावले, त्या थोर ऋषींना तिने त्रिवार वंदन केले.

त्या दिवसापासून, किंबहुना त्या क्षणापासून तिने ऋषींच्या सेवेला वाहून घेतले. सारा दिवस तिची काही ना काही धावपळ चाललेली असायची. मातंगांच्या सेवेत शबरी तहानभूक विसरली. तिचे दुःख हरपले. नामस्मरणात तिचे चित्त रंगून गेले.

अशी वीस वर्षे उलटली.

एक दिवस वृद्ध मातंग ऋषींनी शबरीला जवळ बोलावले व म्हणाले, 'शबरी, माझ्या आयुष्याची घटका भरत आली. तुझ्या सेवेचे फळ तुला मिळेल.'

शबरी स्फुंदून स्फुंदून रडू लागली. तिला शोक आवरेना. ती म्हणाली, 'गुरुदेव, हे काय बोलता ? आपण गेल्यावर मी कशाला जगू ? मला कोण मार्ग दाखवील ? त्यापेक्षा मी अग्निप्रवेश करीन !'

मातंग म्हणाले, 'शबरी ! हा अविचार करू नकोस. थोड्याच दिवसांत श्रीराम सीतेच्या

शोधार्थ या बाजूला येतील. त्यांच्या दर्शनाने तुझा उद्धार होईल. तुला मार्ग सापडेल. देवांनाही दुर्लभ अशी श्रीराम दर्शनाची संधी तू घालवू नकोस.'

श्रीरामांचे नाव ऐकताच शबरीने भक्तिभावाने हात जोडले.

थोड्याच वेळात मातंग ऋषींनी देहत्याग केला.

त्यानंतर श्रीरामांचे स्मरण करीत शबरी कालक्रमणा करू लागली. त्यांच्या दर्शनासाठी ती अधीर झाली होती. पतितपावन श्रीरामांना ती आर्त स्वरात रोज विनवीत होती, 'हे दीनदयाळा, हे रघुकुलभूषणा, तुझ्या आगमनाकडे मी डोळे लावून बसले आहे. हे भक्तवत्सल श्रीरामा, मला दर्शन देऊन माझा उद्धार करा.'

शबरीची आर्त हाक त्या दयाघन श्रीरामांनी ऐकली. शबरीला दर्शन देण्यासाठी ते मातंग ऋषींच्या आश्रमाजवळ आले.

श्रीरामांना पाहताच शबरीचे अष्टसात्त्विक भाव उचंबळून आले. तिने पुण्यश्लोक श्रीरामांच्या पवित्र चरणांवर प्रेमाश्रूंचा अभिषेक केला. धावत जाऊन श्रीरामांसाठी दर्भासन आणले. त्यांना खाण्यासाठी पक्व फळे आणली. त्यांच्या गळ्यात सुगंधी पुष्पमाला घातल्या.

शबरीच्या निष्काम भक्तीवर श्रीराम प्रसन्न झाले.

शबरी म्हणाली, 'देवा, मी भक्ती कशी करावी हे जाणत नाही. मी आधीच अस्पृश्य व त्यात स्त्री. माझी बुद्धीही अतिशय मंद आहे. माझ्या सेवेत काही चुकलेमाकले तर रागावू नका.'

शबरीचा भोळा भाव पाहून श्रीरामांना गहिवरून आले. ते म्हणाले, 'शबरी, मी फक्त भक्तीचे, प्रेमाचे नाते जाणतो. जात, कूळ किंवा धर्म याचा विचार करीत नाही. तुझी बुद्धी मंद असो की तीव्र असो. त्याच्याशी मला कर्तव्य नाही. तुझे मन हरिस्मरणाने पवित्र झालेले आहे किंवा नाही, हेच मी पाहतो. हे तपस्विनी, माझ्या भक्तांत तू सर्वश्रेष्ठ आहेस.'

शबरीचा आनंद गगनात मावेना. तिने पुन्हा पुन्हा श्रीरामांच्या चरणांवर डोके ठेवले. त्यांच्या पायांची धूळ कपाळाला लावली.

दुपारच्या वेळी शबरी रानात गेली. तिने श्रीरामांसाठी टपोरी बोरे तोडून आणली.

परंतु, त्या वेळी तिच्या मनात विचार आला– 'ही बोरे श्रीरामांना द्यायची खरी, परंतु यातली काही आंबट असली तर ? माझ्या रामाला मी का आंबट बोरे देऊ ?'

शबरी विचारात पडली. परंतु, तिला एक युक्ती सुचली. तिने प्रत्येक बोर थोडे थोडे खाऊन पाहिले. सारीच बोरे गोड होती.

तिने ती बोरे मोठ्या प्रेमाने श्रीरामांपुढे ठेवली.

श्रीरामांनी एक एक बोर खावयास सुरुवात केली. प्रत्येक बोर चोचीने कुरतडल्यासारखे दिसत होते. ते पाहून श्रीराम हसून म्हणाले, 'शबरी, ही सगळी बोरे पाखरांनी आपल्या चोचींनी कुरतडल्यासारखी दिसतात.'

त्यावर शबरी म्हणाली, 'देवा, अशी फळे मी आपल्यासाठी कधीतरी आणीन का ?'

'मग ही बोरे कुरतडल्यासारखी का बरं दिसतात ?'

'देवा, ती मी चाखून पाहिली. माझ्या रामाला मी का आंबट बोरे देऊ ?' शबरी भोळ्या भावाने म्हणाली.

श्रीराम हसले. त्यांनी ती उष्टी बोरे मोठ्या आनंदाने खाऊन टाकली.

त्यानंतर श्रीराम म्हणाले, 'शबरी, माझी जानकी या वाटेने जाताना दिसली का ?'

शबरी म्हणाली, 'श्रीरामा, आपली जानकी मी अजून पाहिलीदेखील नाही. परंतु, आपण असेच पुढे गेलात, की आपल्याला ऋष्यमूक नावाचा एक पर्वत दिसेल. तेथे पंपासरोवराच्या काठी वानरश्रेष्ठ सुग्रीव राहतो. त्याच्याशी आपण मैत्री जोडली तर तो सीतादेवींची माहिती आपल्याला जरूर सांगेल.'

श्रीरामांनी शबरीचा निरोप घेतला आणि ते पंपासरोवराच्या रस्त्याने पुढे निघाले.

।। रामसखा सुग्रीव ।।

धनुर्धर श्रीराम ऋष्यमूक पर्वतावर आले. त्या वेळी सुग्रीव नल, नील, जांबुवंत आणि हनुमान यांच्याबरोबर चर्चा करीत होता. सुग्रीव हा किष्किंधेचा राजा वाली याचा धाकटा भाऊ. वालीने त्याला राज्यातून हाकलले होते. त्याची भार्या रुमादेखील त्याने हिरावून घेतली होती. वालीच्या धाकाने भयभीत झालेला सुग्रीव ऋष्यमूक पर्वतावर लपून बसला होता.

श्रीरामांना पाहून प्रथम सुग्रीवाला वाटले की, वालीनेच आपल्या नाशासाठी यांना पाठविले असावे. त्यामुळे तो विलक्षण घाबरून गेला. त्याने श्रीरामांची अधिक माहिती काढण्यासाठी हनुमानाला पाठवून दिले.

हनुमानाने तपस्व्याचा वेष धारण केला आणि तो श्रीरामापुढे प्रकट होऊन म्हणाला, 'आपण कोण व या निर्जन पर्वतावर कशासाठी आलात ?'

लक्ष्मणाने हनुमानाला श्रीरामांची ओळख करून देऊन सीता हरणापर्यंतची हकिकत संक्षेपाने सांगितली.

श्रीरामही सुग्रीवाप्रमाणेच पत्नीच्या विरहाने व्यथित झाले आहेत, हे ऐकून हनुमानाला श्रीरामाविषयी आपुलकी निर्माण झाली आणि त्या दोघांना घेऊन तो सुग्रीवाकडे आला.

हनुमानाने श्रीराम व लक्ष्मण यांची सुग्रीवाशी ओळख करून दिली. सुग्रीवाने श्रीरामांचे स्वागत केले. समदुःखी मनुष्यांची मैत्री चटकन् जमते. सुग्रीव आणि श्रीराम या दोघांनी एकमेकांना मदतीचे आश्वासन दिले. त्यांनी अग्निनारायणाला साक्षी ठेवून आपली मैत्री पक्की केली.

त्यानंतर श्रीरामांनी सुग्रीवाला सीतेविषयी विचारले.

सुग्रीव म्हणाला, 'श्रीरामा, थोड्याच दिवसांपूर्वी लंकापती रावण सीतादेवींना घेऊन याच पर्वतावरून आकाशमार्गाने निघून गेला. त्या वेळी सीतादेवी आक्रोश करीत होत्या. त्यांच्या मुखातून आपल्याच पवित्र नामाचा उच्चार होत होता. श्रीरामा, सीतादेवींनी जाता जाता आपले अलंकार आमच्या दिशेने टाकून दिले.'

असे सांगून सुग्रीवाने नीट जतन करून ठेवलेले ते अलंकार रामचंद्रांना दाखविले.

ते अलंकार पाहून श्रीरामांनी लक्ष्मणाला म्हटले, 'लक्ष्मणा, सीतादेवीचे हे अलंकार तू ओळखलेस का ?'

त्यावर लक्ष्मण हात जोडून नम्रपणे म्हणाला, 'रामा, मी फक्त सीतादेवींच्या पायातील नूपुर ओळखू शकेन. केयूर, कुण्डले आदी अन्य अलंकारांबद्दल मी सांगू शकणार नाहीत. कारण

'नाहं जानामि केयूरे नाहं जानामि कुण्डले ! नूपुरे त्वभिजानामि नित्यं पादाभिवंदनात् ।।'

श्रीरामा, सीतामाउलींच्या वदनाकडे मी कधीही मान वर करून आजवर पाहिले नाही. तिच्या पवित्र चरणांना मात्र मी तिन्ही त्रिकाळ वंदन केलेले आहे. त्यामुळे केवळ तिच्या नूपुरांबद्दलच काय ते मला सांगता येईल.'

लक्ष्मणाचा सीतेविषयीचा हा भाव पाहून मन भारावून जाते.

श्रीरामांचे मन असेच भारावून गेले. त्यांनी लक्ष्मणाला प्रेमाने घट्ट मिठी मारली.

लक्ष्मणाने ते नूपुर सीतादेवीचे असल्याचा श्रीरामांना निर्वाळा दिला. त्यावरून सीतेला रावणानेच पळवून नेले, ही गोष्ट निश्चित झाली.

त्यानंतर सुग्रीव म्हणाला, 'श्रीरामा, सीतादेवींचा शोध लावण्यासाठी आम्ही सर्वजण जरूर ते सहकार्य करू.'

श्रीराम म्हणाले, 'सुग्रीवा, मला तुझ्या भार्येचीही काळजी वाटते. त्या दुष्ट वालीचा वध करून मी त्याच्या अपराधाचे शासन त्याला घडवीन. परंतु. त्यापूर्वी मला वालीचे चरित्र थोडक्यात कथन कर.'

सुग्रीव वालीचे चरित्र श्रीरामांना सांगू लागला. तो म्हणाला, 'श्रीरामा, वाली हा माझा थोरला भाऊ. तो असामान्य योद्धा म्हणून प्रसिद्ध आहे. त्याचे बळ अपरंपार असून त्याचा पराजय करणे ही गोष्ट जवळजवळ अशक्य आहे. कारण, 'तुला प्रतिस्पर्धी लढवय्याचे अर्धे बळ मिळेल.' असा त्याला वर आहे.

'श्रीरामा, जशी तुम्हा दोघा भावांची प्रीती, तशीच एकेकाळी आमचीदेखील होती. परंतु,

एका प्रसंगाने त्या मैत्रीत बिघाड झाला.'

'कोणता तो प्रसंग ?' लक्ष्मणाने कुतूहलाने विचारले.

'ती सारीच कथा मी आपल्याला सविस्तर सांगतो.' सुग्रीव म्हणाला, त्याचे मन भूतकाळात डोकावू लागले. क्षणभर थांबून तो पुढे म्हणाला, 'राक्षसांचा राजा मय याला 'मायावी' नावाचा एक पुत्र होता. त्याचे बळ हत्तीसारखे प्रचंड होते. पुढे मायावीला किष्किंधेच्या राज्याचा मोह सुटला व एक दिवस मध्यरात्री तो नगराच्या वेशीवर येऊन युद्धाची गर्जना करू लागला.

त्याची ती गर्जना ऐकून वाली झोपेतून जागा झाला व त्याने प्रत्युत्तरादाखल मायावी सारखीच एक प्रचंड गर्जना केली आणि मायावीशी दोन हात करण्यासाठी तो धावून आला.

वालीला संकटकाळी मदत करण्यासाठी मीही त्याच्याच पाठोपाठ धावून गेलो. वाली आणि मायावी यांचे थोडावेळ घनघोर युद्ध झाले, परंतु वालीच्या प्रचंड ताकदीपुढे मायावीचा पाड लागेना त्यामुळे जीव वाचविण्यासाठी तो जवळच्याच एका गुहेत जाऊन दडून बसला.

वालीने मला हाक मारून म्हटले, 'सुग्रीवा, मी मायावीला ठार करण्यासाठी या गुहेत शिरत आहे. पंधरा दिवस तू माझी वाट पहा, त्या अवधीत मी बाहेर आलो नाही तर मी मेलो असे समज.'

एवढे सांगून वाली भयानक गर्जना करीत त्या खोल गुहेत शिरला आणि मी त्याच्या आज्ञेप्रमाणे गुहेच्या तोंडाशी त्याची वाट पहात बसलो.

परंतु पंधरा दिवसच काय, एक महिना लोटला तरी वाली बाहेर आला नाही. तेव्हा तो मरण पावला असे समजून मला खूप दुःख झाले. त्याचवेळी रक्ताची एक चिळकांडी गुहेतून वर उडाली. त्यावरून वालीच्या मृत्यूबद्दल माझ्या मनात मुळीच संदेह उरला नाही व मायावी राक्षस गुहेबाहेर येऊन आता मला ठार करील या भयाने मी गुहेच्या तोंडावर प्रचंड शिळा ठेवून गुहेचे दार बंद केले.

त्यानंतर किष्किंधेचे मंत्री मला म्हणाले, 'सुग्रीव महाराज ! वाली महाराज आता येतील असे वाटत नाही. किष्किंधेच्या गादीवर कुणीच राजा नसेल तर राज्यात अराजक माजेल. यास्तव आपण राज्यावर बसा. वाली महाराजांची भार्या ताराराणी यांचाही आपल्याला तसाच निरोप आहे.'

मला राज्याचा लोभ नव्हता. परंतु, मंत्रिगण व राणी तारा यांच्या आग्रहाखातर मी गादीवर बसलो.

असाच दोन महिन्यांचा काळ लोटला. मी खिन्न मनाने राज्य चालवीत होतो.

तोच एक दिवस वाली माझ्यासमोर अचानक प्रगट झाला.

मला पाहताच त्याच्या नेत्रातून अग्नीच्या ज्वाळेप्रमाणे क्रोधाच्या ज्वाळा बाहेर पडल्या. माझ्या मस्तकावर एक लाथ मारून तो म्हणाला, 'सुग्रीवा, तुझी बंधुप्रीती मला समजली. माझा नाश व्हावा या दुष्ट बुद्धीने तू गुहेचे दार प्रचंड शिळा ठेवून बंद करून घेतलेस आणि राज्यावर बसलास. अधमा, तू येथून ताबडतोब निघून गेलास तर ठीक आहे, न पेक्षा मी तुला यमसदनास पाठवितो.'

'वालीने मला जीवदान दिले, परंतु माझी पत्नी हिरावून घेतली. श्रीरामा, तेव्हापासून या ऋष्यमूक पर्वतावर मी दिवस कंठीत आहे.'

सुग्रीवाची कथा ऐकून श्रीरामांचे डोळे पाणावले.

लक्ष्मण म्हणाला, ‘या ऋष्यमूक पर्वतावर आपल्याला वालीची भीती वाटत नाही का ?’

सुग्रीव म्हणाला, ‘तीदेखील एक मोठीच कहाणी आहे.’

‘ती कोणती ?’ श्रीरामांनी विचारले.

सुग्रीव म्हणाला, ‘श्रीरामा, काही दिवसांपूर्वी दुंदुभी नावाचा एक राक्षस फारच माजला होता. त्याच्याशी सामना करण्याचे साहस कुणातच नव्हते.

एकदा राक्षस रेड्याचे रूप घेऊन मध्यरात्रीच्या वेळी वालीच्या महालावर धडका देऊ लागला. त्याने वालीला युद्धाचे आव्हान दिले.

वालीचा संताप अनावर झाला. त्याने दुंदुभीचे ते आव्हान लागलीच स्वीकारले व तो युद्धाची तयारी करून बाहेर पडला.

त्याने त्या महिषासुराची दोन्ही शिंगे पकडून त्याला वर उचलले आणि जोराने जमिनीवर आपटले. नंतर त्याची मान मुरगळून त्याचे डोके धडापासून उपटून काढले व लांब झुगारून दिले.

चेंडूसारखे उडालेले दुंदुभीचे ते डोके ऋष्यमूक पर्वतावर असलेल्या मातंग ऋषींच्या आश्रमात जाऊन पडले. त्यांची पवित्र आश्रमभूमी त्या रक्तबिंदूंनी भिजून अपवित्र झाली.

तेव्हा त्यांनी संतापाने वालीला शाप देत म्हटले, ‘हे वाली, तू जर या ऋष्यमूक पर्वतावर पाय ठेवशील तर तू तत्काळ मरण पावशील.’

त्या दिवसापासून वालीने ऋष्यमूक पर्वतावर येण्याचे वर्ज्य केले व त्यामुळेच मी नल, नील, जांबुवंत नि हनुमान यांच्यासह या ऋष्यमूक पर्वतावर निर्धास्तपणे रहात आहे.’

श्रीरामांनी सुग्रीवाच्या खांद्यावर हात ठेवीत म्हटले, ‘सुग्रीवा, वालीचा अपराध मोठा आहे. त्याला योग्य ती शिक्षा झालीच पाहिजे. सुग्रीवा, तू मुळीच चिंता करू नकोस. मी वालीचा एकाच बाणाने वध करीन.’

सुग्रीव म्हणाला, ‘श्रीरामा, आपण मला साहाय्य देण्याची तयारी दर्शविलीत या गोष्टीचा मला आनंद वाटतो. परंतु, आपल्या सामर्थ्याची मला अजिबात कल्पना नाही. वालीने दुंदुभी राक्षसाला ठार करून त्याचे प्रचंड मृत शरीर सहज लीलेने दूरवर फेकून दिले. त्या दुंदुभीच्या शरीराचा सांगाडा इथे पडलेला आहे. तो आपण दूर फेकून दाखवाल काय ?’

श्रीरामांनी तो प्रचंड सांगाडा केवळ पायाच्या अंगठ्याने कित्येक योजने दूर फेकून दिला.

परंतु तरीही सुग्रीवाची खात्री पटेना.

तो म्हणाला, ‘रामचंद्रा ! या पर्वतावर हे सात तालवृक्ष आहेत. हे वृक्ष वाली गदगदा हलवीत असे. हे वृक्ष आपण एकाच बाणाने मोडून दाखवाल काय ?’

श्रीराम किंचित हसले. त्यांनी लागलीच एक बाण सोडून ते सातही वृक्ष उन्मळून टाकले.

श्रीरामांचे ते विलक्षण सामर्थ्य पाहून सुग्रीव आश्चर्यचकित झाला. नल, नील, जांबुवंत नि हनुमान यांनीही तोंडात बोट घातले. वालीचा वध करण्याची शक्ती श्रीरामात आहे याचा त्यांना विश्वास पटला.

त्या सर्वांनी त्या महाप्रतापी श्रीरामांना भक्तिभावाने वंदन केले.

वालीच्या पाडावाला आता काय वेळ ?

|| वालीचा वध ||

श्रीरामांना घेऊन सुग्रीव किष्किंधेकडे गेला. श्रीराम म्हणाले, 'सुग्रीवा ! तू वालीला युद्धाचे आव्हान दे. मी येथेच नगराबाहेर थांबतो.'

सुग्रीवाचे अंग शहारले. परंतु, कोदंडधारी श्रीरामांकडे पाहून त्याला धीर आला. शूरांच्या केवळ दर्शनाने देखील दुर्बलांना आपल्या दौर्बल्याचे विस्मरण होते.

श्रीरामांच्या सांगण्याप्रमाणे सुग्रीवाने वालीला युद्धाचे आव्हान दिले.

वाली एखाद्या खवळलेल्या सिंहाप्रमाणे बाहेर आला. त्याने युद्धाचे आव्हान स्वीकारले.

परंतु, वालीची पत्नी तारा सुज्ञ होती. सुग्रीवाला कोदंडधारी, प्रतापशाली श्रीरामांचे साहाय्य आहे ही गोष्ट कळताच ती आपल्या पतीचे पाय धरून म्हणाली, 'नाथ, असा अविचार करू नका. सुग्रीव आता एकटे नाहीत. त्यांना अयोध्येच्या प्रतापशाली राजपुत्रांचे साहाय्य आहे. आपण आपले भांडण सामोपचाराने मिटवा. सुग्रीवाच्या पत्नीला आपण त्याच्या स्वाधीन करा.'

परंतु 'विनाशकाले विपरीत बुद्धी' या म्हणीनुसार वालीच्या बुद्धीला मालिन्य प्राप्त होऊन त्याने तारेचा सुज्ञपणाचा सल्ला धुडकावून लावला आणि तो मोठमोठ्याने आरोळ्या देत गदा घेऊन सुग्रीवाशी दोन हात करण्यासाठी नगराबाहेर आला.

त्या दोघांचे गदा-युद्ध सुरू झाले.

त्यावेळी वालीने सुग्रीवाचा पराभव केला. सुग्रीवाचे सारे शरीर गदेच्या आघातांनी खिळखिळे झाले. श्रीराम बाणाचा नेम धरून उभे होते. परंतु, ते दोघे भाऊ, रूपाने इतके सारखे होते की, त्यात वाली कुठचा व सुग्रीव कुठचा हे ओळखणे श्रीरामांना अशक्यच झाले. त्यामुळे त्यांचा इलाज चालेना.

वालीच्या आघातांनी हैराण झालेला सुग्रीव भयाने ऋष्यमूक पर्वतावर पळून गेला.

त्याने श्रीरामांना म्हटले, 'रघुनायका, पाहिलात ना वालीचा पराक्रम ? मी आपल्या मदतीवर विसंबून हे युद्ध सुरू केले, परंतु आपणांकडून काहीच हालचाल झाली नाही.'

श्रीराम म्हणाले, 'सुग्रीवा, तुम्हा दोघा भावांचे चेहरे इतके सारखे आहेत की त्यात वाली कोणता, सुग्रीव कोणता हेच मला ओळखता येईना. त्यामुळे माझा बाण धनुष्यावरच राहिला.'

सुग्रीवाला श्रीरामांचे म्हणणे पटले. तो म्हणाला, 'श्रीरामा, आपण केलेत ते योग्य केलेत. परंतु, आता पुढे काय करावयाचे ?'

श्रीराम म्हणाले, 'सुग्रीवा, तू वालीशी पुन्हा युद्ध कर. तुझी ओळख पटावी, म्हणून तू

युद्धाच्या वेळी गळ्यात पुष्पमाला घाल.'

सुग्रीव म्हणाला 'श्रीरामा, मघा जे युद्ध झाले त्यात वालीने माझे सारे शरीर खिळखिळे करून टाकले आहे. मला इतक्यातच पुन्हा युद्ध करणे शक्य नाही.'

श्रीरामांनी सुग्रीवाच्या शरीरावरून आपला दिव्य हात फिरविला. सुग्रीवाचे दुःख नाहीसे झाले. त्याचे शरीर वज्रासारखे टणक बनले.

त्यानंतर सुग्रीवाला घेऊन श्रीराम पुन्हा किष्किंधेनजीक आले.

सुग्रीवाने गळ्यात पुष्पमाला धारण करून वालीला पुन्हा युद्धाचे आव्हान दिले.

आता मात्र वालीचा संताप अनावर झाला, तो म्हणाला 'माझा बंधू म्हणून मी गेल्या खेपेस तुझी गय केली. परंतु, आता मात्र तुझा प्राण घेतल्याशिवाय मी परत फिरणार नाही.'

तेवढ्यात तारा पतीचे पाय धरून म्हणाली, 'पतिदेव, पराजित शत्रू पुन्हा युद्धाचे आव्हान ज्याअर्थी देत आहे, त्या अर्थी तो तशाच तयारीने आला असला पाहिजे. आपण अजूनही हे भांडण सुज्ञपणे मिटविण्याचा प्रयत्न करा.'

तारा कळवळून बोलत होती.

परंतु, वालीला आपल्या सामर्थ्याचा गर्व होता. त्याने तारेला झिडकारून सुग्रीवाशी दोन हात करण्याचा निश्चय केला.

आपली विजयी गदा घेऊन तो मैदानात आला. सुग्रीवाची व त्याची घनघोर लढाई जुंपली.

श्रीराम एका झाडाआडून ती लढाई पहात होते.

सुरुवातीला सुग्रीवाने बराच पराक्रम केला, परंतु पुढे पुढे त्याचा टिकाव लागेना. वालीने मारलेल्या गदेच्या तडाख्यांनी तो हैराण झाला. त्याची हिंमत सुटली. तो एकसारखी माघार घेऊ लागला.

ते पाहून श्रीरामांनी वालीवर नेम धरून एक तीक्ष्ण बाण सोडला. तो वालीच्या हृदयात शिरला. वाली जमिनीवर कोसळला.

त्याने श्रीरामाकडे तिरस्काराने पाहून म्हटले, 'हे रामा, तू स्वतःला धर्मात्मा समजतोस, परंतु आम्हा दोघांचे गदायुद्ध चालले असता तू माझ्यावर आडून बाण मारलास. हे कोणत्या क्षत्रिय धर्माला अनुसरून आहे? सुग्रीव तुझा मित्र असला; तरी मी तर तुझे शत्रुत्व केले नव्हते ना? माझ्यात तुला कोणते अवगुण दिसले म्हणून तू माझा असा घात केलास?'

श्रीराम म्हणाले, 'मूर्खा, तुझ्या अवगुणांचा पाढा तुला जसा ठाऊकच नाही? अरे धाकट्या भावाच्या बायकोवर तू पापी नजर ठेवलीस. नीचा, धाकट्या भावाची बायको, बहीण, सून आणि कन्या यांच्यावर वाईट नजर ठेवणाऱ्या अधमाचा कोणत्याही मार्गाने वध करणाऱ्याला कसलेही पाप लागत नाही हे लक्षात ठेव. तुला झालेली शिक्षा योग्यच आहे.'

वालीला आपल्या कृत्याचा मरणसमयी पश्चात्ताप झाला. त्याने श्रीरामांना वंदन करून प्राण सोडला.

|| सैन्याची जमवाजमव ||

वाली वधाची वार्ता तारेला समजली. शोकविव्हल तारा समरभूमीवर आली. श्रीरामांनी तारेचे सांत्वन केले.

त्यानंतर श्रीरामांनी वालीच्या मृत देहाला अग्निसंस्कार केले.

मग श्रीराम लक्ष्मणाला म्हणाले, 'सौमित्रा, तू किष्किंधेला जा व सुग्रीवाला राज्याभिषेक कर. वालीपुत्र अंगद अजून लहान आहे. त्याला युवराजाचा मान दे.'

श्रीरामांच्या आज्ञेप्रमाणे लक्ष्मण किष्किंधेला पोहोचला. त्याने मंत्रिगणांना सांगून सुग्रीवाला राज्याभिषेक केला. सुग्रीव किष्किंधेचा राजा झाला.

तो श्रीरामांकडे येऊन म्हणाला, 'हे महाप्रतापशाली दयाघन रामा, तुमच्या कृपेने मी किष्किंधेचा राजा झालो, आपण एकदा किष्किंधेला या. माझे राज्य आपल्या कृपादृष्टीने अवलोकन करा.'

श्रीराम म्हणाले, 'सुग्रीवा, तुझी इच्छा योग्य आहे. परंतु, मी चौदा वर्षे वनवास पत्करला असल्यामुळे मी वनात राहणेच योग्य ठरेल. आता ग्रीष्म ऋतू संपून वर्षा ऋतूची सुरुवात होत आहे. हे चार महिने मी माल्यवान पर्वतावर काढीन. त्यानंतर जानकीच्या शोधाचे कार्य आपण सुरू करू.'

सुग्रीव म्हणाला, 'श्रीरामा, जानकीदेवींचा शोध लावलाच पाहिजे. त्या कार्यात मी आपल्याला योग्य ती मदत करीन.'

एवढे बोलून सुग्रीवाने श्रीरामांचे चरण धरले व त्यांचा निरोप घेऊन तो किष्किंधेकडे निघाला.

पुढे लवकरच वर्षा ऋतू सुरू झाला. तापलेली धरती जलवृष्टीने तृप्त झाली. निसर्ग सौंदर्याने नटला. नद्या खळाळून वाहू लागल्या. मयूराचे नृत्य मनाला मोहवू लागले.

परंतु श्रीरामांचे मन सीतेच्या आठवणीने व्याकूळ झाले होते. ती त्यागशील सीता कोठे असेल बरे ? ती जनक कन्या या वेळी काय करीत असेल बरे ? त्या मृगाक्षी सीतेचे हिऱ्यासारखे चमकदार डोळे रडून रडून निस्तेज तर झाले नसतील ? 'हे वैदेही, हे सीते, तुझ्या आठवणीने माझे हृदय अनंत यातनांनी व्याकूळ होत आहे !'

श्रीरामांचा शोक ऐकून लक्ष्मणाचे डोळे पाणावत. तो श्रीरामांचे सांत्वन करण्याचा प्रयत्न करी.

केव्हा केव्हा मनाला विरंगुळा म्हणून श्रीराम लक्ष्मणाला बोलावून नीतिकथा ऐकवीत. राजनीती, वैराग्य, सत्पुरुष लक्षणे हे विषय उपमा दृष्टान्ताने समजावून देत.

मेघांची गर्जना ऐकून थुईथुई नाचणाऱ्या मयूरपक्षांकडे बोट दाखवून श्रीराम म्हणत, 'विष्णुभक्ताला पाहून वैराग्य प्राप्त झालेल्या मनुष्याला असाच आनंद होतो.'

काळ्याशार मेघात चमचमणाऱ्या व लगेच लुप्त होणाऱ्या विद्युल्लतेकडे बोट दाखवून ते म्हणत, 'लक्ष्मणा, दुष्टांचा स्नेह या विद्युल्लतेसारखाच अस्थिर असतो.'

केव्हा केव्हा आकाश मेघांनी भरून येई. त्या वेळी श्रीराम म्हणत, 'हे सौमित्रा, हे मेघ

पाहिलेस, कसे जमिनीला टेकल्यासारखे दिसतात. विद्याविभूषित पंडितदेखील असेच नम्र असतात. पहा, त्या मेघातून जलधारा कोसळू लागल्या... दुर्जन लोक सज्जनांवर असेच निंदा प्रहार करीत असतात. ते ओहोळ पाहिलेस... पहा कसे दुथडी भरून खळाळा वहात आहेत. अल्पधनाच्या प्राप्तीने क्षुद्रलोक असेच अहंकाराने माजतात... ते काळेशार मेघ पहा. त्यांनी सूर्यालादेखील झाकून टाकले. कुसंगतीमुळे ज्ञानही असेच नष्ट होते...'

नीतिकथा ऐकता ऐकता वर्षा ऋतू उलटला. नदी तलावातले गढूळ पाणी निर्मळ दिसू लागले. श्रीराम म्हणाले, 'लक्ष्मणा, या नद्या तलावातले पाणी संतांच्या हृदयाप्रमाणे निर्मळ झाले, परंतु या नद्यांचे प्रवाह आता संकुचित झाले आहेत. ज्ञानी पुरुषाच्या अंत:करणातील आसक्तीही अशीच हळूहळू कमी होते.'

वर्षा ऋतू आता पूर्णपणे संपला होता. शरदातल्या चांदण्या नील नभात हसत होत्या.

या काळात सुग्रीव श्रीरामांची आठवण जवळजवळ विसरला होता. नृत्यगायनाच्या मैफलीत तो धुंद झाला होता.

श्रीरामांनी लक्ष्मणाला म्हटले, 'सौमित्रा, सुग्रीवाला आपण राज्य मिळवून दिले, त्याची स्त्री परत मिळवून दिली, वैभव दिले, परंतु, सुग्रीव आपल्याला विसरला. तू किष्किंधेत जाऊन त्याला एवढाच निरोप दे की, ज्या बाणाने श्रीरामांनी वालीचा वध केला तोच बाण सुग्रीवाचाही वध करण्यास समर्थ आहे.'

लक्ष्मणाला श्रीरामांचे दु:ख समजले. श्रीरामांना वंदन करून तो किष्किंधेकडे जाण्यास निघाला.

श्रीराम म्हणाले, 'तू सुग्रीवाला नुसती भीती दाखव, कारण, काही झाले तरी तो आपला मित्र आहे.'

महासामर्थ्यशाली चतुर लक्ष्मण त्वरेने किष्किंधेत पोहोचला. तेथे सुग्रीव नाच रंगात दंग असलेला पाहून लक्ष्मणाचा संताप अनावर झाला. धनुष्यावर बाण चढवून तो ओरडला, 'नागरिकहो, मी हे नगर जाळून भस्म करणार! तो कृतघ्न सुग्रीव या आगीतच जळून भस्म होईल.'

शीघ्रकोपी लक्ष्मणाची ती उग्र व संतप्त मुद्रा पाहून किष्किंधेचे प्रजाजन भयभीत होऊन पळू लागले.

तो गोंधळ ऐकून नर्तिकांचे नृत्य थांबले. गायकांचे शब्द ओठावरच विरले.

सुग्रीवाने तारा व हनुमान यांना बोलावून म्हटले, 'मला लक्ष्मणाची भीती वाटते. तुम्ही दोघेच पुढे जाऊन त्याची समजूत काढा.'

सुग्रीवाच्या आज्ञेनुसार हनुमान तारेला घेऊन लक्ष्मणाकडे आला. हनुमानाने लक्ष्मणाला वंदन केले. तारा म्हणाली, 'हे सुमित्रासुता, तुम्ही शांत व्हा, सुग्रीवाचे काही चुकले असले तर मी त्याच्या वतीने क्षमा मागते.'

विनयशील तारेचे मृदू भाषण ऐकून लक्ष्मणाचा राग शांत झाला.

मग हनुमानाने लक्ष्मणाला शिबिकेत बसवून सुग्रीवाच्या भेटीसाठी नेले. सुग्रीवाने लक्ष्मणाचे

स्वागत केले. त्याला बसण्यासाठी उच्चासन दिले.

लक्ष्मण म्हणाला, 'सुग्रीव, श्रीरामांच्या कृपेने तुला राज्य, वैभव व स्त्री याची प्राप्ती झाली. परंतु तुझे काम होताच तू श्रीरामांना विसरलास. परंतु, ज्या बाणाने वालीचा वध झाला तोच बाण तुझाही नाश करण्यास समर्थ आहे हे विसरू नकोस.'

सुग्रीवाला आपली चूक उमजली. त्याने लक्ष्मणाची क्षमा मागितली.

सुग्रीव म्हणाला, 'लक्ष्मणा, श्रीरामांचे ऋण मी कधीही फेडू शकणार नाही. सीतादेवींची मुक्तता करण्यास खरे म्हणजे एकटे श्रीराम समर्थ आहेत. सुग्रीव केवळ निमित्त मात्र आहे. मी माझ्या सर्व सेनापतींना आजच निरोप पाठवून वानरसैन्याची जमवाजमव करतो. आता सीतादेवींची मुक्तता झाल्याशिवाय माझ्या मनाला शांती लाभणार नाही.'

सर्वांनी श्रीरामांचा जयजयकार केला. सर्वांची मने चैतन्यमय झाली.

सुग्रीवाने सेनापतींना बोलविले. तो म्हणाला, 'आपले सर्व कपिसैन्य घेऊन ताबडतोब सज्ज व्हा. सीतादेवीचा शोध लावल्याशिवाय कुणीही परत फिरू नका. मी तुमचा राजा आहे; म्हणूनच केवळ हे काम करू नका, तर रामकार्य आहे या उदात्त भावनेने कार्याला लागा.'

सुग्रीवाच्या आज्ञेप्रमाणे दाही दिशांहून वानर सैन्य धावत आले. शतबली, केसरी, द्विविद, गंधमादन, रंभयूथप, दरीमुख धूम्र, गवाक्ष इत्यादी शूर सेनापती आपले कपिसैन्य घेऊन रामकार्यासाठी उपस्थित झाले. ते वानर सैन्य पाहता पाहता समुद्रासारखे पसरले.

सुग्रीवाने त्या सैन्याचे चार भाग करून चारीदिशांना त्या सैन्याची रवानगी केली.

दक्षिण दिशेकडे निघालेल्या हनुमंताला श्रीरामांनी आपल्या बोटातील मुद्रिका काढून दिली. ते म्हणाले, 'हनुमंता, तुझे शौर्य, तुझी बुद्धी तुला या कार्यात यश मिळवून देतील. सीता भेटल्यावर ही मुद्रिका तिला दाखव. म्हणजे तुझी ओळख तिला पटेल.'

।। तपस्विनीचा आशीर्वाद ।।

अशा प्रकारे सीतेचा शोध लावण्यासाठी वानर सैन्य चारी दिशांनी निघाले. त्या सैन्याने अनेक पर्वत पालथे घातले. अनेक वने व उपवने धुंडाळली. परंतु, सीतेचा शोध त्यांना काही केल्या लागेना.

त्यामुळे पूर्व, पश्चिम व उत्तर दिशेला गेलेले सेनापती आपले सैन्य घेऊन माघारी आले.

दक्षिण दिशेला निघालेल्या नल, नील, जांबुवंत, अंगद आणि हनुमान यांनी मात्र रामनामाचे स्मरण करीत आपले कार्य तसेच चालू ठेवले.

एक दिवस ते वानर सैन्य भटकत भटकत एका वनात येऊन पोहोचले. त्या वनात ते आपली वाट विसरून भलत्याच वाटेने चालू लागले. चालता चालता अतिश्रमामुळे त्या सर्वांचे जीव तहानेने

व्याकूळ झाले.

आता ते सर्वजण पाण्यावाचून मरतात की काय, अशी हनुमंताला भीती वाटू लागली.

त्याने रामनामाचे स्मरण करीत एका उत्तुंग पर्वतशिखरावर उड्डाण केले. त्या पर्वतावर त्याला एक विवर दृष्टीस पडले. त्या विवराच्या तोंडाशी हंस, बगळे इ. पक्षी मजेत विहार करीत होते.

त्यावरून येथे जवळच पाण्याचा साठा असेल असा अंदाज करून हनुमंताने आरोळी ठोकून सर्व वानरसैन्याला त्या पर्वत शिखरावर बोलविले.

ते वानर सैन्य लांबलांब उड्या मारीत थोड्याच वेळात त्या विवराजवळ आले.

हनुमान म्हणाला, 'गड्यांनो, आपण या विवरात उतरू. येथे आपल्याला निश्चितपणे पाण्याचा शोध लागेल. चला तर.'

सर्व वानरांनी श्रीरामांचा जयघोष करीत त्या प्रचंड विवरात उड्या घेतल्या.

आत जाताच त्यांना एक मनोहर उपवन दृष्टीस पडले. त्या उपवनाची शोभा खरोखरच अनुपम होती ! तेथील तलावात रंगीबेरंगी कमळे मजेत डुलत होती. आजूबाजूच्या वृक्षांवर ताजी रसरशीत

फळे लटकली होती. वेली फुलल्या होत्या, फुले हसत होती.

त्या उपवनानजीक एक टुमदार मंदिर होते. त्या मंदिरात एक तेजस्वी तपस्विनी तप करीत होती.

त्या सर्वांनी त्या तेज:पुंज तपविस्नीला नम्रभावाने वंदन केले.

तिने सर्वांकडे प्रेमाने एकवार पाहिले व सर्वांची आपुलकीने चौकशी केली. एवढेच नव्हे तर त्यांना त्या उपवनातील रसरशीत पक्व फळे खाण्याचीही परवानगी दिली.

तेव्हा सर्वांनी तळ्यातले थंडगार पाणी पिऊन प्रथम आपली तहान भागविली व नंतर ती अमृतासारखी गोड फळे खाऊन आपली भूक शमविली.

नंतर ती तपस्विनी म्हणाली, 'तुम्ही ज्या कार्यासाठी निघाला आहात ते तुमचे कार्य यशस्वी होईल, आता तुम्ही डोळे मिटा म्हणजे क्षणार्धात तुम्ही या विवराच्या बाहेर जाल.'

सर्व वानरांनी डोळे मिटले.

आणि काय आश्चर्य ! केवळ एका क्षणात ते त्या विवराबाहेर आले.

समोर अथांग समुद्र पसरला होता.

।। संपातीची कथा ।।

समोरचा तो अथांग समुद्र पाहून अंगद निराश झाला. म्हणाला, 'या सागराच्या प्रचंड लाटा मला नैराश्याने ग्रासून टाकीत आहेत. भूमीची हद्द संपली परंतु सीतादेवींचा शोध अजून लागला नाही. येथून परत गेलो तर सुग्रीव आपला वध करील. त्यापेक्षा येथेच प्रायोपवेशन करून जीवनाची इतिश्री करावी हे बरे.'

युवराज अंगदाचे ते भाषण ऐकून सारेच वानरवीर विचारात पडले.

परंतु त्यातले धीट वानर पुढे येऊन म्हणाले, 'युवराज ! सीतादेवीचा शोध लावल्याशिवाय आम्ही परत जाणार नाही. हे रामकार्य आहे. या कार्यात निराश न होता सतत प्रयत्नशील राहिले पाहिजे.'

ते सारेजण सागरतीरी गेले. तेथल्या मऊमऊ वाळूत ते दर्भासनांवर बसून राहिले.

तेथे जवळच संपाती नावाचा एक प्रचंड गृध्र पक्षी रहात होता. त्याला पंख नसल्यामुळे उडता येत नव्हते. त्यामुळे तो अनेक दिवसांचा उपाशी होता.

परंतु त्या वानर समूहाला पाहून तो स्वत:शी म्हणाला, 'आज मी भुकेने व्याकूळ झालो असता हे वानर अनायासे माझ्या तावडीत आले. आता या सगळ्यांचा चट्टामट्टा करून उपास सोडावा हे बरे.'

त्या गृध्राचे ते भाषण ऐकून युवराज अंगद हनुमंताकडे वळून म्हणाला, 'हनुमंता, जटायू

देखील या संपातीसारखा गृध्रच ना ? परंतु त्याने सीतेला संकटमुक्त करण्यासाठी स्वत:च्या प्राणांचे मोल दिले. या उलट, हा पंख नसलेला म्हातारा गृध्र रामकार्यात अडथळा आणीत आहे.'

अंगदाच्या तोंडचा जटायूचा उल्लेख ऐकून संपातीचे डोळे पाणावले. तो व्यथित होऊन म्हणाला, 'वानरांनो तुम्ही आता ज्या जटायूचा उल्लेख केलात तो जटायू माझाच भाऊ होता. एक दिवस इंद्राशी युद्ध करण्यासाठी आम्ही दोघे उंच आकाशात गेलो. वीरश्रीच्या भरात आम्ही किती उंच आलो याचे भान आम्हाला राहिले नाही. परंतु त्या वेळी खालची पृथ्वी टिंबासारखी दिसू लागली त्या वेळी आम्ही घाबरून गेलो. सूर्याची भयानक उष्णता आम्हाला चांगलीच जाणवू लागली. परंतु तरीही आम्ही ऊर्ध्व दिशेनेच उडत होतो. शेवटी... शेवटी बिचाऱ्या जटायूला घेरी येऊ लागली. तो खाली कोसळला. माझे पंख सूर्याच्या भयंकर उष्णतेमुळे जळून गेले आणि मीदेखील विंध्य पर्वतावर येऊन कोसळलो.'

संपाती क्षणभर थांबून गंभीर स्वरात म्हणाला, 'त्या पर्वतावर एका वृद्ध ऋषींना माझी दया आली. त्यांनी माझ्या खाण्यापिण्याची व्यवस्था केली. परंतु, ते ऋषी इतके वृद्ध झाले होते की, त्यांच्या पश्चात आपली काळजी इतक्या प्रेमाने कोण वाहील अशी चिंता मला त्रस्त करू लागली. मी त्यांना म्हणालो, 'मुनिवर्य, मी समुद्रात जीव देतो. कारण तुमच्या पश्चात माझी काळजी कोण वाहील ?' ऋषी म्हणाले, 'संपाती, तुझ्या हातून फार मोठे कार्य व्हावयाचे आहे. थोड्याच दिवसांत श्रीराम नावाच्या एका अवतारी युगपुरुषाचे वानरदूत सीतेच्या शोधार्थ इथे येतील. त्या दूतांना तू मदत केलीस की तुला आपोआप पंख फुटतील. हे वानरश्रेष्ठांनो, तुम्ही सीताशोधार्थच निघाला आहात का ?'

'होय गृध्रराज.' अंगद म्हणाला.

'मग तुम्हाला मदत करणे माझे कर्तव्य आहे.'

'तुम्ही सीतेला पाहिलेत का ?' हनुमंताने विचारले.

'होय. एक महाभयंकर राक्षस त्या लावण्यवती सीतेला घेऊन आकाशमार्गाने येथूनच पलीकडे गेला. भयभीत झालेली सीता 'हे रामा, हे लक्ष्मणाऽ धावाऽ!' अशा आरोळ्या मारीत होती. तो राक्षस हा समुद्र ओलांडून येथूनच पलीकडे गेला. त्या ठिकाणी लंका नावाचे एक राज्य आहे. त्या ठिकाणी तुम्हाला सीतेचा शोध लागेल. जा !'

संपातीने एवढी हकिकत सांगताच त्याला नवे पंख फुटले.

सीतेचा शोध लागणार या कल्पनेने वानर-सैन्यात उत्साह संचारला. साऱ्यांनी उंच उंच उड्या मारून आपला आनंद व्यक्त केला.

|| समुद्र कोण ओलांडणार ? ||

वानरसैन्यात उत्साह संचारलेला पाहून संपातीला आनंद झाला. त्याला नवे पंख फुटत असल्यामुळेही तो खुशीत होता. रामकार्यासाठी धावून जाण्याची त्याची तीव्र इच्छा होती. परंतु, तो आता वृद्ध झाला होता.

तो म्हणाला, 'मित्रहो, एके काळी मी तरुण असताना प्रत्यक्ष इंद्राशी दोन हात करण्याची स्वप्ने पहात होतो. या रामकार्यात तुम्हाला मदत करताना मला आनंदच झाला असता. परंतु, माझी गात्रे आता शिथिल झाली आहेत. त्यामुळे तुम्हाला आशीर्वाद देण्यापलीकडे मी काहीच करू शकत नाही.'

संपातीचा चेहरा एकाएकी खिन्न दिसू लागला. त्याचे डोळे पाणावले.

त्यानंतर जटायूला जलांजली वाहण्यासाठी तो समुद्रकिनारी निघून गेला.

इकडे वानरसैन्यात पुढील कार्याच्या दृष्टीने चर्चा सुरू झाली.

सीतेचा शोध घेण्यासाठी तो अथांग समुद्र पार करणे आवश्यक होते. परंतु, ते कार्य अतिशय अवघड होते. समुद्राच्या राक्षस लाटा किनाऱ्यावर धडका देत वानरसैन्यास वाकुल्या दाखवीत होत्या. त्या अथांग सागरावर नजर ठरत नव्हती. मोठीच कठीण समस्या त्या वीरांसमोर उभी राहिली होती.

सेनापती अंगदाचा चेहरा अतिशय विचारमग्न दिसत होता.

त्याने आपली नजर समुद्राच्या पलीकडे जिथे आकाश टेकते तिथपर्यंत पोहोचवली नि तो म्हणाला, 'वीरहो, हा विस्तीर्ण सागर ओलांडून पलीकडे जाण्यास तुमच्यापैकी कोण समर्थ आहे ?'

वानर वीरांत गंभीर शांतता पसरली.

अंगद किंचित विषण्ण चित्ताने म्हणाला, 'तुमच्यापैकी प्रत्येक जण किती योजने उड्डाण करून जाऊ शकेल ते सांगा.'

त्यावर कुणी म्हणाले, 'आपण तीस योजने जाऊ.' काहींनी पन्नास योजनेपर्यंत उड्डाण करण्याची शक्यता बोलून दाखविली.

वृद्ध जांबुवंत म्हणाला, 'मी नव्वद योजने जाऊ शकेन. परंतु, आता मी वृद्ध झाल्यामुळे माझा आत्मविश्वास नष्ट झाला आहे. मी तरुण होतो तेव्हा भगवान विष्णूंनी वामनाचे रूप धारण केले होते. बळीने वामनाला तीन पावले भूमी देण्याचा संकल्प सोडला त्या वेळी वामनाने विराट स्वरूप धारण केले. त्या विराट पुरुषाचे पाय पाताळापर्यंत तर मस्तक एकवीस स्वर्गमंडळे व्यापून पलीकडे गेले होते. वक्षस्थळावर सूर्य, कंठप्रदेशी तारका व बाहूंनी दिग्मंडळे व्यापली होती. त्याप्रसंगी प्रभूच्या त्या विराट स्वरूपाला मी दोन घटकेत सात प्रदक्षिणा घातल्या होत्या. परंतु, आता गात्रे शिथिल पडली. पूर्वीचा तो सळसळणारा उत्साह कमी झाला. नाहीतर सेनापती, हा जांबुवंत केव्हाच सागर पार करून पलीकडे गेला असता.'

जांबुवंताचे भाषण ऐकून युवराज अंगद म्हणाला, 'माझ्याविषयी विचाराल तर मी सागरापलीकडे उड्डाण करू शकेन. परंतु मला परत येता येईलच याची खात्री वाटत नाही.'

त्यावर जांबुवंत म्हणाला, 'आपण रामकृपेने कदाचित परतही येऊ शकाल. परंतु, सेनापतीला संकटात टाकणे बरे नव्हे.'

हनुमान इतका वेळ गप्पच होता. परंतु, त्याचा चेहरा विचारमग्न दिसत होता.

जांबुवंत म्हणाला, 'हे अंजनीसुता, तू असा गप्प का ? तू आम्हा साऱ्याचे आशास्थान आहेस. तुझा जन्म झाला त्याचवेळी तू सूर्याला पकडण्यासाठी आकाशात झेप घेतलीस. हे वानर श्रेष्ठा, तू जितेंद्रिय व ज्ञानी लोकात श्रेष्ठ आहेस. हे वायुपुत्रा, तू जर मनात आणलेस तर हा समुद्र एकाच झेपेत ओलांडून पलीकडे जाऊ शकशील !'

साऱ्यांची दृष्टी वायुपुत्र हनुमानावर खिळली. तो रामभक्त वीरासन घालून सभेच्या मध्यभागी बसला होता. तो महाबली, वज्रासारखे कठीण शरीर असलेला, विद्युल्लतेसारखा चपळ, पर्वतासारखा प्रचंड असा हनुमान पाहून सर्वांच्या मनातील नैराश्य दूर झाले.

त्यांच्या मनामध्ये त्या अंजनीसुत हनुमंताचे दिव्य चरित्र उभे राहिले.

|| अंजनीसुत हनुमान ||

दशरथाने ऋष्यशृंग ऋषींकडून पुत्रकामेष्टी यज्ञ करविला. त्यावेळी यज्ञकुण्डातून एक महापुरुष निर्माण झाला व त्याने साक्षात विष्णूंनी दिलेले पायस दशरथाला अर्पण केले. हा चरित्र भाग आपण पूर्वी पाहिला.

त्या पायसाचे तीन समान भाग करून दशरथाने ते आपल्या राण्यांना दिले. त्यापैकी सुमित्रेचा भाग घारीने पळविला. तो भाग घेऊन ती घार ऋष्यमूक पर्वतावरून भ्रमण करीत असता तिच्या चोचीतील तो प्रसाद ऋष्यमूक पर्वतावर पुत्रप्राप्तीसाठी तपश्चर्या करीत असलेल्या अंजनीच्या हातात पडला. अंजनी ही केसरी नामक एका वानराची स्त्री. आपली प्रार्थना ऐकून साक्षात वायुदेवानेच हा प्रसाद आपल्या अंजलीत टाकला असे वाटून त्या अंजनीने तो प्रसाद मोठ्या श्रद्धेने भक्षण केला.

त्यापासून तिला गर्भ राहून चैत्र शुद्ध पौर्णिमेस अंजनी प्रसूत झाली व तिने हनुमंताला जन्म दिला. मरूत् (वायू) पुत्र म्हणून त्याला मारुती असे नाव प्राप्त झाले.

मारुतीच्या आईने यज्ञ प्रसादातील सर्वात अधिक भाग भक्षण केला होता. त्यामुळे तिच्या उदरी जन्मलेला मारुती विशेषच शक्तिसंपन्न झाला.

मारुती हा बालब्रह्मचारी होता. तो जन्मला त्याचवेळी त्याने लंगोटी नेसलेली होती.

मारुतीचा जन्म सूर्योदयाच्या सुमारास झाला. त्यावेळी पूर्वेकडे सूर्योदय होत असता मारुतीचे लक्ष सहज सूर्याकडे गेले. तो सूर्य त्याला एखाद्या पिकलेल्या फळासारखा दिसला.

तेव्हा मारुतीने कसलाही विचार न करता ते फळ खाण्याकरिता आकाशउड्डाण केले आणि थोड्याच वेळात तो सूर्यमंडळाजवळ जाऊन पोहोचला.

तेथे येताच त्याची व राहूची गाठ पडली. राहूला पाहून मारुतीने आपले पुच्छ राहूच्या मुखावर आपटले. त्यामुळे राहूच्या मुखातून भळभळा रक्त वाहू लागले. ते पाहून केतू राहूच्या मदतीस धावला. परंतु, मारुतीने त्यासही मुष्टिप्रहाराने घायाळ केले.

तेव्हा ते दोघेजण (राहू व केतू) धावतच इंद्राकडे गेले व त्यांनी मारुतीचा बंदोबस्त करण्याची इंद्राला विनंती केली. ते म्हणाले, 'हे इंद्रा, या मारुतीला आपण अडवले नाही तर तो सूर्याला खाऊन टाकील व पृथ्वीतलावर मोठाच अनर्थ ओढवेल.'

राहू-केतूचे भाषण ऐकून इंद्र आपल्या शूर सैनिकांसह लागलीच सूर्यमंडळाकडे धावला.

पाहतो तो सूर्य थरथरा कापत आहे व मारुती त्यास खाण्यासाठी त्याच्याजवळ येत आहे.

ते विलक्षण दृश्य पाहून इंद्राचा संताप अनावर झाला व त्याने आपला प्रचंड ऐरावत मारुतीच्या अंगावर घातला. परंतु मारुतीने आपल्या वज्रपुच्छाचा असा काही जबरदस्त तडाखा त्या ऐरावताला मारला, की तो 'ची ची' करीत पळत सुटला. मग मारुतीने इंद्रासही एक तडाखा हाणला. त्यासरशी त्याचा मुकुट खाली पडला व तोही कासावीस झाला.

इंद्राची ही दुर्दशा पाहून प्रत्यक्ष यमधर्म काळदंड घेऊन मारुतीच्या अंगावर धावला. परंतु, मारुतीने आपल्या पुच्छाचा त्याच्या शरीराभोवती वेढा घालून त्यालाही दूर भिरकाविले.

सगळ्या जगाला गांजणाऱ्या प्रत्यक्ष यमधर्माची ही अवस्था पाहून वरुण, कुबेर वगैरे अन्य देव जिवाच्या भीतीने धूम पळत सुटले.

अशा प्रकारे सर्व देव पराभूत झालेले पाहून इंद्राने आपले वज्र मारुतीवर सोडले. तेवढ्यात मारुतीने ऐरावतावर बसलेल्या इंद्राला आपल्या पुच्छाने आवळले व ऐरावतासह गरगरा फिरवून भूमीवर आपटले.

परंतु त्याचवेळी इंद्राचे वज्र लागून मारुती मूर्च्छित होऊन पडला.

हे दु:खद वर्तमान ज्या वेळी वायूला समजले, त्या वेळी तो धावून आला. मारुतीची अवस्था पाहून तो अतिशय क्रुद्ध झाला व त्याने त्या भरात सर्वांचे प्राणवायू आकर्षून घेतले. त्यामुळे सर्वांचे पंचप्राण व्याकूळ झाले. देव, दानव, गंधर्व, किन्नर इ. सर्वजण वायूवाचून कासावीस झाले. प्रत्यक्ष ब्रह्मदेवांचीही तीच अवस्था झाली.

अशा प्रकारे सर्वत्र हाहाकार उडून सर्व देव वायूला शरण गेले.

ते म्हणाले, 'हे जगत्प्राणा, आपण हा काय अविचार चालविला आहे ? आपल्या एका पुत्रासाठी सर्व जग नष्ट करणे हा केवळ अविचार होय. आपण सर्वांचे प्राण आकर्षण केले आहेत ते सोडून द्यावेत.'

त्यावर वायू म्हणाला, 'जोपर्यंत माझ्या मारुतीची मूर्च्छा दूर होत नाही, तोपर्यंत मला तुमचे म्हणणे मान्य करता येत नाही.'

मोठाच चमत्कारिक प्रसंग निर्माण झाला होता !

तेवढ्यात भगवान विष्णू हसून म्हणाले, 'हे वायुदेवा, या मारुतीला मारण्यास त्रैलोक्यात कुणीही समर्थ नाही; कारण हा चिरंजीव आहे. माझ्या प्रसादापासून याची उत्पत्ती झाली असल्यामुळे याला जरा व मृत्यू दोन्ही नाहीत. त्यामुळे तू याची मुळीच काळजी करू नकोस.'

एवढे बोलून श्रीविष्णूंनी मारुतीच्या वज्रदेहावरून आपला सव्य कर प्रेमाने फिरविला. त्याबरोबर मारुती सावध होऊन सर्वांकडे प्रसन्न दृष्टीने पाहू लागला.

नंतर त्याने भगवान विष्णूंना भक्तिभावाने वंदन केले. त्यावेळी श्रीविष्णू प्रसन्न होऊन म्हणाले, 'हे वायुपुत्रा, शंख, चक्र, गदा या माझ्या आयुधांपासून तुला केव्हाही अपाय होणार नाही. तसेच, माझ्या तृतीय नेत्रानेदेखील तू भस्म होणार नाहीस.'

ब्रह्मदेव म्हणाले, 'हे अंजनीसुता, ब्रह्मदंड व ब्रह्मपाश यापासून तुला केव्हाही पीडा होणार

नाही असा मी तुला आशीर्वाद देतो.'

तेवढ्यात देवर्षी इंद्र पुढे येऊन म्हणाला, 'माझ्या वज्राने झालेले हनुप्रदेशावरील चिन्ह या मारुतीला भूषणास्पद होईल. या चिन्हावरून सर्व लोक याला 'हनुमंत' या नावाने ओळखतील व याची कीर्ती तिन्ही लोकात अक्षय राहील.' असे म्हणून इंद्राने आपल्या गळ्यातील कुशकाश कमळाची सुंदर माला मारुतीच्या गळ्यात घालून त्याच्या पराक्रमाचा गौरव केला.

सूर्य, वरुण, कुबेर, यम व विश्वकर्मा यांनीही मारुतीला अनेक वर दिले. त्यामुळे मारुती महासामर्थ्यवान व प्रतापी झाला. त्याला आत्मज्ञान प्राप्त झाले. तो चिरंजीव होऊन त्याची कीर्ती त्रैलोक्यात अक्षय राहिली.

मारुती सावध होताच वायूने आपला संचार पहिल्यासारखा अनिर्बंध सुरू केला. यामुळे सर्वत्र आनंदीआनंद होऊन सर्वांनी वायूची स्तुती केली.

परंतु, या वरदानांमुळे मारुती फुशारून गेला. त्याने आपल्या मर्कटचेष्टांनी ऋषींना त्रास देण्यास सुरुवात केली. एकदा त्याने ऋषीचे आश्रमच्या आश्रम उचलून जेथे पाणी किंवा छाया नाही अशा ठिकाणी नेऊन ठेवले. दुसऱ्या वेळी काही ऋषींचे कमण्डलू फोडून टाकले, काहींची दर्भासने लपवून ठेवली. एकदा तर त्याने एका हत्तीला ठार करून त्याचे प्रेत अंगिरस ऋषींच्या आश्रमात नेऊन टाकले.

इतके दिवस मारुतीच्या बाललीलांकडे ऋषिगण काहीशा कौतुकानेच पहात होते. परंतु मारुतीच्या मर्कटलीला दिवसेंदिवस फारच वाढू लागून ऋषींना तपश्चर्या करणेही मुश्कील झाले.

तेव्हा एक दिवस अंगिरस ऋषींनी चिडून मारुतीस शापवाणीने म्हटले, 'हे मारुती, जोपर्यंत तुझी व श्रीरामचंद्रांची भेट होत नाही तोपर्यंत तुझ्या सामर्थ्याचा तुला काहीएक उपयोग होणार नाही.'

अंगिरसांच्या शापाप्रमाणे मारुतीचे सामर्थ्य लय पावले किंवा आपण असे म्हणू की, तो आपले सामर्थ्य काही काळ विसरून गेला. आपल्या प्रचंड शक्तीचे त्याला विस्मरण घडले.

त्यानंतर यथावकाश त्याची व श्रीरामांची भेट झाली. श्रीरामांनी केवळ एका दृष्टिक्षेपात त्याचे सुप्त सामर्थ्य जागृत केले. त्याला शक्तीबरोबर युक्ती दिली. मारुती ज्ञानवंत झाला. त्याच्या मर्कटचेष्टा थांबल्या व आपले सामर्थ्य रामकार्यासाठी कारणी लावण्याचे त्याने ठरविले.

'हे महापराक्रमी वायुसुता, हे वज्रदेही वानरश्रेष्ठा, हे ज्ञानाच्या सागरा, जानकीचा शोध लावण्याचे अवघड कार्य श्रीराम कृपेने केवळ तूच करू शकशील.'

मग आता उशीर का ?

।। हनुमंताचे उड्डाण ।।

युवराज अंगद, जांबुवंत आदी वानरवीरांचा निरोप घेऊन हनुमान लंकेकडे जाण्यास सिद्ध झाला. त्याच्या पराक्रमाला नि बुद्धीला ते जणू आव्हान होते.

हनुमंताने ते आव्हान स्वीकारले. त्याने आपले शरीर हलवून प्रचंड गर्जना केली. आपले पुच्छ फाडकन् जमिनीवर आपटले. त्याचे शरीर एखाद्या पर्वतासारखे प्रचंड भासत होते. त्याच्या नेत्रातून जणू अग्निज्वाळा बाहेर पडत होत्या. त्याच्या भ्रूकुटी वक्र दिसत होत्या. चेहऱ्यावर त्वेष, निश्चय व संताप हे भाव एकाचवेळी दृग्गोचर होत होते.

आपले प्रचंड बाहू पसरून त्याने श्रीरामांच्या चरणांचे स्मरण करीत निळ्या आकाशात उड्डाण केले.

त्या वेळी त्याचे पुच्छ माथ्यापर्यंत मुरडलेले दिसत होते.

डाव्या हातातील गदा खांद्यावर विसावली होती. त्याच्या दंतपंक्ती त्वेषाने आवळलेल्या दिसत होत्या. त्याच्या उड्डाणाने भूमंडळ डळमळले, सिंधुजळ गगनी उडाले, ब्रह्माण्ड कडाडले, पाताळे दुमदुमली, पडशब्द उठला. धरणीधर थरथरला आणि ऊडूगणांचा उच्छेद झाला, असे श्रीसमर्थ रामदास वर्णन करतात.

श्रीरामांच्या अमोघ बाणांप्रमाणे हनुमान आकाशातून संचार करू लागला. वाटेत समुद्राने मैनाक पर्वताला आज्ञा केली, 'हे पर्वता, या रामदूताला विसावा देण्यासाठी थोडा उंच हो.'

समुद्राच्या आज्ञेप्रमाणे मैनाक पर्वत झरझर उंच झाला. परंतु, हनुमंताने पर्वतावर फक्त क्षणकाल आपला हात टेकून पुढे झेप घेतली. तो म्हणाला, 'हे पर्वतश्रेष्ठा, तुला माझे सहस्र प्रणाम, परंतु मला विसावा घेण्याचा आग्रह करू नकोस. आधी रामकार्य मग विसावा!'

त्या पर्वतश्रेष्ठाने रामभक्त हनुमंताला भक्तिभावाने वंदन केले. परंतु, एव्हाना हनुमंत विद्युल्लतेप्रमाणे झेप घेऊन कितीतरी दूर निघून गेला होता.

वाटेने जात असता त्याच्यावर अनपेक्षितपणे एक विघ्न कोसळले.

सर्पांची माता सुरसा त्याला आडवी आली. तिचा दहा योजने रुंद जबडा साक्षात मृत्यूच्या जबड्याप्रमाणे भयाण भासत होता. सुरसा अनेक दिवसांची भुकेली होती. ती म्हणाली, 'बरा सापडलास! माझी भूक तुझ्याशिवाय शांत होणार नाही.'

हनुमान म्हणाला, 'मी रामकार्यासाठी निघालो आहे. या प्रभूकार्यात अडथळा आणू नकोस. मी सीतेचा शोध लावून परत येईन. मग हवे तर खा.'

सुरसा म्हणाली, 'तुझ्या बोलण्यावर माझा विश्वास बसत नाही. तू परत येशील याचा काय भरवसा? त्यापेक्षा मी तुला आत्ताच खाऊन टाकते.'

हनुमानाने क्षणभर विचार करून म्हटले, 'ठीक आहे. तुझ्या मनासारखे होऊ दे. टाक तर मला गिळून.'

सुरसेचे डोळे आसुरी आनंदाने चमकले. तिने आपल्या जबड्याचा विस्तार सोळा योजनांइतका केला. ते पाहून हनुमंताने हसून आपला आकार बत्तीस योजने विस्ताराएवढा वाढवला. सुरसा संतापली व तिने आपल्या जबड्याचा आकार शंभर योजने विस्ताराइतका वाढवला.

तेव्हा हनुमंताने एकदम अंगुष्ठाएवढे लहान रूप धारण केले व तो आपणहून तिच्या जबड्यात शिरला.

सुरसेला आनंद झाला व ती आपला जबडा मिटू लागली. परंतु, हनुमंत तत्काळ उडी मारून बाहेर पडला नि सुरसेला म्हणाला, 'सुरसे, मी माझे वचन पाळले. आता मला रामकार्यासाठी जाऊ दे.'

सुरसा म्हणाली, 'वत्सा हनुमंता, मी तुझी परीक्षा पाहिली. जा. रामकार्यात विजयी हो.'

हनुमंताने पुन्हा जमिनीवर पुच्छ आपटून आकाशात उड्डाण केले. सुरसेच्या नादात त्याचा बराच वेळ फुकट गेला होता. त्यावेळाची भरपाई करण्यासाठी तो दुप्पट वेगाने निघाला.

परंतु त्याच्या कार्यात आणखी एक विघ्न उपस्थित झाले.

समुद्रात सिंहिका नावाची एक राक्षसी रहात होती. तिच्यात एक अद्भुत शक्ती वास करीत होती. आकाशातून मुक्त संचार करणाऱ्या पक्ष्यांची छाया समुद्रात पडली, की ती राक्षसी त्या पडछायांना पकडीत असे. त्यायोगे वरचे पक्षी खाली पडत व अनायासे तिचे भक्ष्य बनत.

आकाशातून उड्डाण करणाऱ्या हनुमंताला पाहून सिंहिकेच्या तोंडाला पाणी सुटले. तिने हनुमंताची छाया पकडली. त्याबरोबर हनुमंत समुद्रात कोसळला. परंतु, लागलीच भानावर येऊन त्याने त्या राक्षसीला गदाप्रहाराने ठार केले व तो विजयी हनुमान श्रीरामचंद्राचे नामस्मरण करीत थोड्याच वेळात समुद्राच्या दुसऱ्या तीरावर जाऊन पोहोचला.

|| रावणाच्या महालात ||

समुद्रतीरावर एक सुंदर उपवन होते. तेथील वृक्षलतांची शोभा अनुपम होती. तळ्यात जागोजाग सुवर्णकमळे डुलत होती. त्या तळ्यात अनेक रंगीबेरंगी पक्षी मनसोक्त विहार करीत होते.

ते उपवन म्हणजे एका पर्वताचा पायथा होता. हनुमंताने आपल्या भालप्रदेशावरून निथळणारा घाम पुसला नि तो निर्भयपणे त्या उत्तुंग पर्वतावर चढला.

पर्वतावरून त्याला लंकेची अनुपम शोभा दिसली. लंकेचा विस्तार अवाढव्य होता. तेथली घरे सुवर्णाची होती. लंकेभोवती जो कोट बांधलेला होता, त्याच्यावर चित्रविचित्र रत्नजडित आकृत्या दिसत होत्या. सूर्यप्रकाशात ती रत्ने पौर्णिमेच्या चांदण्याप्रमाणे चमचमत होती.

नगरातले रस्ते रेखीव नि स्वच्छ होते. रस्त्याच्या कडेने मोठमोठ्या प्रासादतुल्य हवेल्या दिमाखाने उभ्या होत्या. रस्त्यावरून काळेकुळकुळीत राक्षस हातात तळपत्या तलवारी घेऊन हिंडत होते.

त्या अक्राळविक्राळ राक्षसांना पाहून हनुमंताने विचार केला की, दिवसाढवळ्या लंकेत प्रवेश करण्यापेक्षा रात्रीच्यावेळी लंकेत जाणे बरे, म्हणून तो रात्र होईपर्यंत त्या मनोहर पर्वतावरच राहिला. तेथे त्याने यथेच्छ फळे खाल्ली.

रात्र पडल्यावर हनुमंताने आपल्या पर्वतप्राय शरीराचा संकोच केला व सूक्ष्म रूप धारण करून तो लंकेच्या प्रवेशद्वाराशी आला.

तेथे लंका नावाची एक राक्षसी रात्रीचा पहारा करीत होती. हनुमंताला पाहून तिच्या तोंडाला पाणी सुटले व त्याला खाऊन टाकण्यासाठी ती हनुमंताच्या अंगावर झेप घेऊ लागली.

परंतु हनुमंताने आपल्या वज्रमुष्टीने तिला असा काही जबरदस्त तडाखा दिला की ती गपकन् खालीच बसली. काही वेळाने ती उठली व हात जोडून हनुमंताला म्हणाली, 'हे वानरश्रेष्ठा, ब्रह्मदेवांनी मला पूर्वी असे भविष्य सांगितले होते की, ज्यावेळी एखाद्या वानराकडून तुझा पराजय होईल त्या वेळेपासून लंका नगरीला दुर्दिन प्राप्त होतील. हे पराक्रमी वानरवीरा, रावणाने सीतेसारख्या

पतिव्रतेचा छळ आरंभला असल्यामुळे ब्रह्मदेवाची ती वाणी लवकरच खरी होईल, असे मला वाटू लागले आहे. हे रामदूता, तू खुशाल लंकेत प्रवेश कर व त्या साध्वी सीतेचा शोध लाव.'

हनुमंताने रावणाच्या भव्य प्रासादाकडे जाणारी वाट तिला विचारून घेतली व आपले सूक्ष्म रूप तसेच ठेवून तो नगरात प्रविष्ट झाला.

त्यानंतर त्या दिव्य नगरीची शोभा पहात तो मोठ्या सावधानतेने रावणाच्या राजप्रसादात येऊन पोहोचला. त्या प्रासादाचे सौंदर्य खरोखरच डोळे दिपवून टाकणारे होते. दाराबाहेर दोन प्रचंड गजराज झुलत होते. एका बंदिस्त जागी रत्नखचित असे पुष्पक विमान ठेवलेले होते.

हनुमंताने प्रथम रावणाच्या अंत:पुरात प्रवेश केला. त्या ठिकाणी जगातील हजारो सुंदर स्त्रिया शांतपणे निद्रिस्त झाल्या होत्या. तर काही मद्यपानात धुंद होऊन गेल्या होत्या. अशा स्त्रियांत सीता असणे शक्य नसल्यामुळे त्यांच्याकडे दुर्लक्ष करून हनुमान रावणाच्या रत्नखचित मंचकानजीक येऊन पोहोचला.

त्या मंचकावर एखाद्या प्रचंड पर्वताप्रमाणे दिसणारा लंकाधिपती रावण निद्रिस्त झाला होता. काही सुंदर ललना त्याच्या पाठीशी उभ्या राहून चवऱ्या ढाळीत होत्या, तर सुगंधित मद्य पिऊन धुंद झालेल्या कित्येक विलासिनी आजूबाजूच्या मंचकावर अस्ताव्यस्त पसरल्या होत्या.

पलीकडे थोड्याच अंतरावर दुसरा एक अतिमौल्यवान रत्नमंचक दिसत होता. त्यावर एक लावण्यवती शांतपणे निद्राधीन झालेली दिसत होती. तिच्या रेखीव चेहऱ्यावर मंद स्मित झळकत होते. तिच्या अंगावर रेशमाचे एक झुळझुळीत अतितलम वस्त्र होते.

तिच्या तेजस्वी व सुंदर मुखाकडे पाहून हीच सीता असावी, असे हनुमंताला प्रथम वाटले. त्या आनंदाच्या भरात त्याने आपले पुच्छ उंच उभारून त्याचे चुंबन घेतले व इकडून तिकडे अनेक उड्या मारल्या.

परंतु थोड्याच वेळात त्याचा तो आनंद साफ ओसरला.

तो मनाशी म्हणाला, पतिविरहाने व्याकूळ झालेली जानकी रत्नखचित मंचकावर झोपेल ही गोष्ट मुळीच संभवत नाही. श्रीरामांच्या आठवणीने तिचा चेहरा फुलासारखा कोमेजला असेल. तिचे डोळे रडून रडून सुजले असतील. परंतु, या स्त्रीच्या चेहऱ्यावर मंदस्मित झळकत आहे व अतिशय तृप्त मनाने ती शांतपणे निद्रा घेत आहे. त्याअर्थी ही सीता नसून रावणाची पट्टराणी मंदोदरी असली पाहिजे.

असा विचार करून तो वानरश्रेष्ठ हनुमान रावणाच्या अंत:पुरातून दु:खी मनाने बाहेर पडला.

त्या वेळी, 'ती जगज्जननी सीता कोठे असेल बरे ?' हा एकच प्रश्न त्याच्या मनात एकसारखा घोळत होता.

।। सीता कोठे होती ? ।।

रावणाने सीतेला पळवून नेले, त्या दिवसापासून तो तिला वश करण्यासाठी तिची एकसारखी मनधरणी करीत होता.

त्याने तिला अशोकवनात ठेवले होते. तिच्याभोवती विद्रूप चेहऱ्याच्या महाभयंकर राक्षसींचा सक्त पहारा होता.

एका वृक्षाखाली अश्रू ढाळीत बसलेली सीता रामनामाचा जप करीत होती. त्याच्या सहवासातील सुखद दिवसांच्या आठवणींमुळे तिचे डोळे पाणावले होते.

दोनच दिवसांपूर्वी लंकाधिपती रावण सीतेची मनधरणी करण्यासाठी अशोकवनात आला होता. तो येताच सुस्तावलेल्या राक्षसी खडबडून उभ्या राहिल्या.

रावणाने सीतेला अनेक प्रलोभने दाखविली. तो म्हणाला, 'हे मृगाक्षी, तू कसला विचार करतेस ? श्रीरामाचा त्याग करून तू माझी भार्या हो. माझा पराक्रम, माझे वैभव याची तुला कल्पना आहेच. हे चारुगात्री, मी बावीस कोटी राक्षसांचा अधिपती असून प्रत्यक्ष इंद्राचाही माझ्यापुढे थरकाप होतो. हे सुंदरी, माझी पट्टराणी होऊन तू अष्टौप्रहर माझ्या वैभवाचा उपभोग घे. माझ्या हजार स्त्रिया तुझ्या दासी होतील. श्रीरामाचा नाद सोडून तू या चौदा चवकडीच्या विस्तीर्ण राज्याची स्वामिनी हो.'

मदांध रावणाचे ते उर्मट भाषण ऐकून सीतेचा क्रोध अनावर झाला. ती आर्य स्त्री खवळून म्हणाली, 'रावणा, पतिव्रता स्त्रीला पती हेच दैवत होय. तुला श्रीरामांच्या नखाचीही सर येणे शक्य नाही. धनुर्धर श्रीराम म्हणजे मूर्तिमंत पराक्रम. श्रीराम म्हणजे शौर्य आणि धैर्य यांचा मूर्तिमंत आविष्कार. हे रावणा, त्यांच्या पराक्रमापुढे तू एक क्षणभरही टिकू शकणार नाहीस.'

रावणाने सीतेचे मन वळविण्याचा नाना तऱ्हेने प्रयत्न करून पाहिला. परंतु, त्याचा काही एक उपयोग झाला नाही.

तेव्हा सीतेकडे एक जळजळीत कटाक्ष टाकून तो दशानन म्हणाला, 'सीते, मी एक वर्षांपर्यंत वाट पाहीन. त्या अवधीत तू माझ्या म्हणण्याला होकार दिलास तर ठीक आहे. न पेक्षा तुझे बारीक बारीक तुकडे करून मी तुला नष्ट करेन.'

त्यावर सीता म्हणाली, 'हे नीचा, मला तुझ्या तलवारीची मुळीच भीती वाटत नाही. एकतर कृष्णकमळांच्या हाराप्रमाणे सुंदर आणि हत्तीच्या सोंडेप्रमाणे बळकट अशा श्रीरामांच्या भुजांचा विळखा माझ्या कंठाभोवती पडेल किंवा तुझी तलवार माझ्या कंठाभोवती फिरेल.'

ते ऐकून सभोवारच्या राक्षसींकडे पहात रावण करड्या आवाजात म्हणाला, 'या सीतेवरचा पहारा अधिक कडक करा. येथे कुणालाही फिरकू देऊ नका. ही बऱ्या बोलाने मला वश झाली नाही, तर हिचे हालहाल करा.'

एवढे बोलून तो मदांध रावण आपल्या रत्नजडित रथात बसून राजप्रसादाकडे निघून गेला.

त्याच्या आज्ञेप्रमाणे राक्षसींनी सीतेभोवती अधिकच कडक पहारा बसविला.

परंतु सीतेला त्या गोष्टीचे जरादेखील भय वाटले नाही.

श्रीरामांच्या चरणांचे स्मरण करीत असता तिची जणू समाधी लागली.

।। बिभीषणाची भेट ।।

रावणाच्या अंतःपुरातून बाहेर पडलेला हनुमान रावणाचा भाऊ बिभीषण याच्या महालात शिरला. बिभीषण हा रावणाचा भाऊ असला तरी तो रावणासारखा दुष्ट नव्हता. अत्यंत धार्मिक, सदाचारी व पापभीरू म्हणून तो प्रसिद्ध होता.

त्याच्या महालात शृंगाराला स्थान नव्हते. तिथे तेवत होते अखंड भक्तीचे नंदादीप. तिथे मद्याचा धुंद वास नव्हता, तिथे दरवळत होता ईश-सेवेसाठी झिजणाऱ्या चंदनाचा सुगंध.

महालासमोर एक पवित्र तुळशी-वृंदावन होते. शेजारीच एक रमणीय मंदिर उभे होते.

राक्षसांच्या राज्यात नांदणारा तो विष्णुभक्त पाहून हनुमंताला आश्चर्य वाटले. भांगेत तुळस सापडावी, दगडात परीस दिसावा त्याप्रमाणे राक्षसांच्या राज्यात हा विष्णुभक्त शोभत होता.

हनुमंताच्या चाहुलीने बिभीषणाला जाग आली. झोपेतून उठताच त्याने प्रथम 'श्रीराम' असा शब्द उच्चारून श्रीरामाच्या मनोहर रूपाचे क्षणभर ध्यान केले.

ते दृश्य पाहून हनुमंताचे डोळे पाणावले. त्याने रामभक्त बिभीषणला नमस्कार केला.

त्यानंतर बिभीषणाला स्वतःची ओळख देऊन हनुमान म्हणाला, 'हे विष्णुभक्ता, मी रामाचा सेवक असून रामकार्यासाठी येथे आलो आहे.'

रामदूत हनुमंताला पाहून बिभीषणाला विलक्षण आनंद झाला.

तो म्हणाला, 'हे रामदूता, तुझ्यासारखे रामभक्त आज माझ्या घरी आले हे माझे केवढे भाग्य. ईशकृपेवाचून रामभक्ताची भेट होत नसते.'

त्यावर हनुमान नम्रपणे म्हणाला, 'बिभीषणा, माझी योग्यता फार लहान आहे. मी एक साधा वानर. परंतु, श्रीरामांच्या कृपाकटाक्षाने मी पावन झालो. त्यांच्या पदस्पर्शाने माझे जीवन धन्य झाले.'

'श्रीरामांचा महिमा अगाध आहे.' बिभीषण गहिवरून म्हणाला.

दोघेही क्षणभर श्रीरामांच्या चिंतनात रंगून गेले.

त्यानंतर बिभीषण म्हणाला, 'हे वायुपुत्रा, मी तुला कोणती मदत करू ते सांग.'

हनुमान म्हणाला, 'हे वैष्णवा, मी सीतादेवीसाठी येथे आलो असून आपण मला त्यांचा पत्ता

सांगावा.' बिभीषण म्हणाला, 'हनुमंता, रावणाने सीतादेवींना अशोकवनात राक्षसींच्या पहाऱ्यात ठेवले असून त्यांची भेट घेणे ही गोष्ट फारच दुर्घट आहे. तथापि, श्रीरामांचे स्मरण करून आपण जा. आपल्याला प्रभूकृपेने यश येईल.'

बिभीषणाचे आभार मानून हनुमंत सावधपणे अशोकवनाकडे निघून गेला.

।। त्रिजटेचे स्वप्न ।।

रावणाच्या आदेशाप्रमाणे कृष्णवर्ण राक्षसींनी सीतेचा छळ सुरू केला. त्या विद्रूप, दुष्ट व कलहप्रिय राक्षसी आपल्या राठ व केसाळ हातातील शस्त्रे पाजळीत सीतेभोवती उभ्या राहिल्या. त्या राक्षसी आपल्या जातीला शोभेल अशा प्रकारे अनेक अर्वाच्य शब्द उच्चारू लागल्या. एका राक्षसीने सीतेला डोळे काढण्याची धमकी दिली. दुसरी म्हणाली, 'तुला मी फरफटत ओढीत रावणापुढे नेईन. तिथे तू रावणाला प्रिय होईल असे भाषण केलेस तर ठीक आहे; न पेक्षा तुझ्या कोमल शरीराचे तुकडे तुकडे करीन. ते मांस रावणाच्या न्याहारीसाठी उपयोगात आणले जाईल.'

अशा प्रकारे त्या अक्राळविक्राळ राक्षसी सीतेचा नानाप्रकारे छळ करू लागल्या.

परंतु, तेवढ्यात त्रिजटा नावाची एक राक्षसी धावतच तिथे आली अन् धापा टाकीत म्हणाली, 'मैत्रिणींनो, या साध्वीचा छळ करणे योग्य होणार नाही. या पतिव्रतेचे शाप लंकेचा विध्वंस करतील. काल रात्री मी एक भयंकर स्वप्न पाहिले. त्या स्वप्नात मी एक वानर पाहिला. त्या वानराने सारी लंका जाळून भस्मसात केली. साऱ्या राक्षसांचा संहार झाला. उघडाबोडका रावण एका गाढवावर बसला होता. त्याच्या डोक्याचे मुंडन केलेले होते व तो दक्षिणेकडे यमलोकी निघाला होता. बिभीषण लंकेचा राजा झालेला मी त्या स्वप्नात पाहिला. सखींनो, हे स्वप्न पाहिल्यापासून माझी भीतीने गाळण उडाली आहे. पहाटेची स्वप्ने नेहमीच खरी होतात असे मी ऐकले आहे. तेव्हा तुम्ही सीतादेवींना त्रास देऊ नका!'

त्रिजटेचे भाषण ऐकून सर्व राक्षसी घाबरून गेल्या. त्यांच्या हातातील शस्त्रे गळून पडली. त्यांनी सीतेला नमस्कार केला आणि त्या सर्वजणी दूर जाऊन बसल्या.

फक्त त्रिजटाच काय ती सीतेजवळ बसली.

तेवढ्यात अशोकवनात फिरणाऱ्या हनुमंताने सीतेला पाहिले. सीतेचे मुखकमल कोमेजलेल्या फुलासारखे दिसत होते. तिचे काळेभोर मऊ केस पाठीवर मोकळे सुटले होते. तिचा वेष एखाद्या तपस्विनीप्रमाणे दिसत होता. तिची कर्पुरगौर तेजस्वी कांती त्या साध्या पोशाखातही शुक्राच्या ताऱ्याप्रमाणे चमकत होती. तिच्या विस्तीर्ण भालप्रदेशावर रेखीव भिवयांमध्ये कुंकुमतिलक शोभत होता. एखाद्या पवित्र अग्निज्वालेप्रमाणे भासणारी ती जनकनंदिनी पाहून हनुमंताने क्षणभर डोळे

मिटून तिला वंदन केले आणि तो वानरश्रेष्ठ ती ज्या वृक्षाखाली बसली होती, त्या अशोक वृक्षावर जाऊन बसला.

तेवढ्यात सीता त्रिजटेला म्हणाली, 'त्रिजटे, मला एखादा प्राणत्यागाचा उपाय तरी सांग. नाही तर येथील काष्ठे गोळा करून मी अग्नी तयार करते आणि त्या अग्नीत स्वत:ला जाळून घेते.'

त्रिजटेने सीतेची नानाप्रकारे समजूत घातली. ती म्हणाली, 'देवी सीते, माझे स्वप्न कधीही फोल होणार नाही. कोदंडधारी प्रभू श्रीराम लवकरच तुझी सुटका करण्यासाठी आपल्या पराक्रमी बंधूसह इथे येतील.'

एवढे सांगून त्रिजटा काही कामासाठी आपल्या घराकडे निघून गेली.

परंतु सीतेचा विलाप अजूनही सुरूच होता. तिचे डोळे रडून रडून सुजले होते. गुडघ्यात मान घालून ती स्फुंदून स्फुंदून रडत होती.

सीतेचा तो विलाप पाहून हनुमंताचे डोळेही पाणावले.

त्याने हळूच आपल्या हातातील श्रीरामांची मुद्रिका सीतेच्या पुढ्यात टाकली. त्या मुद्रिकेकडे पाहून सीतेचे डोळे विस्फारीत झाले. तिने श्रीरामांच्या नामाने पावन झालेली ती मुद्रिका उल्हसित अंत:करणाने उचलली.

तेवढ्यात वर बसलेल्या त्या कपीने श्रीरामांच्या पवित्र नामाचा त्रिवार जयघोष करून रामस्तुती सुरू केली. श्रीरामांच्या दिव्य चरित्रातील महत्त्वाचे प्रसंग त्याने एका पाठोपाठ एक असे क्रमाने सांगितले.

ते रामचरित्र ऐकून पावन झालेल्या सीतेने मोठ्या कुतूहलाने त्या वृक्षाकडे रोखून पाहिले. त्या वृक्षाच्या एका फांदीवर एक दांडगा वानर तिच्या दृष्टीस पडला.

त्याची विचित्र मुद्रा पाहून हा एखादा राक्षसच मायावी रूप घेऊन आला असावा, अशी शंका येऊन सीतेच्या हृदयात भीतीने थरकाप उडाला.

ते पाहून हनुमानाने अशोक वृक्षावरून खाली उडी मारली आणि तो हात जोडून सीतेला म्हणाला, 'माते, मी रामाचा दूत हनुमान आपल्याला वंदन करीत आहे.'

हा वानर श्रीरामांचा दूत म्हणून येथे आलेला आहे हे ऐकून सीतेचे भय किंचित ओसरले. परंतु, तिने विचारले, 'हनुमंता मला प्रथम हे सांग की, श्रीरामांनी तुझ्यासारख्या वानराशी मैत्री कशी केली ?'

हनुमान म्हणाला, 'लंकाधिपती रावण आपल्याला घेऊन ऋष्यमूक पर्वतावरून चालला असताना आपण आपले अलंकार खाली फेकले. त्या वेळी आम्ही - हनुमान, अंगद, नल, नील व जांबुवंत असे पाच वानर त्या पर्वत-शिखरावर बसलो होतो. आपण टाकलेले अलंकार आम्ही जिवापाड जपून ठेवले व पुढे आपला शोध घेत प्रभू श्रीरामचंद्र लक्ष्मणासह त्या पर्वतावर ज्या वेळी आले, त्या वेळी आम्ही ते अलंकार त्यांना दाखवून रावणाचा जाण्याचा मार्गही त्यांना सांगितला. तेव्हापासून आम्ही वानर श्रीरामांच्या सेवेत आहोत. देवी, श्रीरामांनीच ही खुणेची अंगठी ओळख पटण्यासाठी माझ्या स्वाधीन केली. आपण माझ्याविषयी कसलीही शंका बाळगू नका.'

हनुमंताचे हे भाषण ऐकून सीतेला त्याच्याविषयी विश्वास उत्पन्न झाला. तिने त्याला श्रीरामांचे कुशल विचारले.

हनुमान म्हणाला, 'देवी, श्रीराम आपल्या विरहाने व्याकूळ झाले आहेत. परंतु, मी जाऊन त्यांना खुशाली कळवीन व त्यांचे समाधान करीन. त्यानंतर प्रतापशाली श्रीराम रावणाचा वध करून आपली सुटका करतील.'

हनुमंताचे शब्द सीतेला अमृतमय वाटले. तिचे डोळे आनंदाने चमकले.

हनुमान पुढे म्हणाला, 'माते, मीच आत्ता तुला घेऊन गेलो असतो. परंतु, श्रीरामांची मला तशी आज्ञा नाही. ते स्वतःच वानरांची लक्षावधी सेना घेऊन पराक्रमी लक्ष्मणासह लंकेवर चाल करून येतील. श्रीरामांनी एकदा का आपल्या धनुष्याला प्रत्यंचा चढविली की, प्रत्यक्ष रावणाचादेखील भीतीने थरकाप उडेल.'

सीता म्हणाली, 'हे रामदूता, श्रीरामांच्या पराक्रमाला पृथ्वीतलावर तोड नाही. परंतु, त्या धिप्पाड राक्षसांपुढे वानर सेनेचा पाड कसा लागेल ?'

त्यावर हनुमान म्हणाला, 'आई जानकी, रामकृपेचा महिमाच अगाध आहे. त्यांच्या कृपेने असाध्य गोष्टीही सहजपणे साध्य होतील. देवी, माझे विराट स्वरूप पाहिल्यावर आपल्या सर्व शंका दूर होतील.'

असे म्हणून हनुमंताने आपले मूळ स्वरूप सीतेला दाखविले. मेरूपर्वताप्रमाणे दिसणारे श्रीहनुमंताचे ते विराट भव्य स्वरूप पाहून व त्याचा प्रचंड बुभुःक्कार ऐकून सीतेच्या सर्व शंकांचे निराकारण झाले.

ती म्हणाली, 'हनुमंता, तू अमर होशील. आदर्श सेवक म्हणून तुझी कीर्ती यावच्चंद्रदिवाकरौ या पृथ्वीतलावर राहील ! हे वायुपुत्रा, हा दिव्य चूडामणी मी तुझ्याजवळ देते. तो तू श्रीरामांना दे.'

हनुमंताने तो सीता-स्पर्शाने पावन झालेला दिव्य चूडामणी आपल्या मनगटावर घट्ट बांधला.

।। हनुमंताला शिक्षा ।।

त्यावेळी हनुमंत भुकेने व्याकूळ झाला होता. अशोकवनातील फलभारांनी नम्र झालेले शेकडो वृक्ष पाहून त्यांच्या तोंडाला पाणी सुटले.

तो सीतेला हात जोडून म्हणाला, 'माते, मला अतिशय भूक लागली आहे. तुझ्या आज्ञेने मी येथील काही फळे खाऊ का ?'

सीता म्हणाली, 'हनुमंता, या वनातील वृक्षांचे रक्षण करण्यासाठी जे दूत आहेत; ते महाबलाढ्य आहेत. तुला प्रसंगी त्यांच्याशी युद्धही करावे लागेल.'

'देवी, आपल्या आशीर्वादाने मी प्रत्यक्ष कळिकाळाचाही पराभव करीन. मग त्या यःकश्चित

राक्षसांचा काय पाड ?' हनुमंताने सीतेला नमस्कार करीत म्हटले.

नंतर हनुमंताने त्या फळाफुलांनी बहरलेल्या अशोकवनाच्या मध्यभागी प्रवेश केला. वृक्षांवरची पक्वं फळे खाली पाडण्यासाठी त्याने ते प्रचंड वृक्ष गदगदा हलविले. कित्येक अवाढव्य वृक्ष त्या महाकपीने उन्मळून टाकले. कित्येक वृक्ष पर्णहीन केले. त्यामुळे थोड्याच वेळात ते सुंदर उपवन भकास नि उजाड दिसू लागले. हनुमंताच्या भीतीने वनात विहार करणारी हरिणशावके दूर पळून गेली. रंगीबेरंगी पक्षी किलकिलाट करीत दुसऱ्या उपवनांकडे निघून गेली.

अशोकवनाचा हा विध्वंस पाहून वनाचे धिप्पाड रक्षक वायुवेगाने धावून आले. परंतु, त्या महाकपीचा रौद्र अवतार पाहून त्यांची भीतीने गाळण उडाली. ते सारेजण जीव मुठीत धरून रावणाकडे पळत निघाले.

त्यांनी त्या महाकपीच्या मर्कटलीला रावणाला निवेदन केल्या. त्या ऐकून रावणाचा चेहरा अग्निशिखेप्रमाणे तांबडालाल झाला.

त्याने ताबडतोब शेकडो बलवान योद्ध्यांना अशोकवनाकडे पाठवून दिले. योद्ध्यांजवळ गदा, धनुष्य भाला, शूल यासारखी शस्त्रास्त्रे होती. त्या योद्ध्यांची ताकद हत्तीसारखी होती, शौर्य सिंहासारखे होते. त्यांना पाहून हनुमंताने पर्वतासारखे प्रचंड रूप धारण केले व बुभुःक्कार करीत हातात प्रचंड परीघ घेऊन तो त्या सैनिकांवर धावून आला आणि त्याने क्षणार्धात त्या शेकडो वीरांना यमसदनास पाठवून दिले.

ते ऐकून रावणाने जंबुमाली नावाच्या एका बलिष्ठ योद्ध्याला पाठवून दिले. जंबुमालीने हनुमंताच्या अंगावर दहा तीक्ष्ण बाण सोडले. परंतु, वज्रदेही हनुमंतावर त्या बाणांचा काहीच परिणाम झाला नाही. त्याने एका वृक्षाखालची प्रचंड शिला उचलून ती सहजलीलेने जंबुमालीच्या प्रचंड देहावर फेकली. त्याबरोबर जंबुमालीच्या शरीराचा चक्काचूर झाला.

जंबुमालीची ही दारुण अवस्था पाहून रावणपुत्र अक्ष हनुमंतावर धावून गेला. परंतु, हनुमंताने एकाच मुष्टीप्रहारात त्यालाही जंबुमालीच्या भेटीसाठी पाठवून दिले.

आपल्या पुत्राच्या मृत्यूची दुष्ट वार्ता ऐकून राक्षसराज रावणाचे सारे शरीर क्रोधाने थरथर कापू लागले. त्याने आपला जेष्ठ पुत्र इंद्रजित याला ताबडतोब अशोकवनाकडे जाण्याची आज्ञा केली.

इंद्रजित महापराक्रमी होता. त्याने साक्षात देवर्षी इंद्राचादेखील एका युद्धात पराभव केला होता.

इंद्रजिताला पाहून हनुमंताने सहजलीलेने एक प्रचंड वृक्ष उपटला व त्याच्याबरोबर आलेल्या सर्व योद्ध्यांना ठार केले. त्यानंतर हनुमान व इंद्रजित या दोघांचे घनघोर युद्ध सुरू झाले. ते युद्ध फारच भयानक होते. एखाद्या सिंहाप्रमाणे प्रचंड गर्जना करीत ते दोघे महाबलाढ्य वीर एकमेकांवर तुटून पडले. त्यांच्या गर्जनांमुळे सारी लंका नगरी एखाद्या भूकंपाप्रमाणे हादरून गेली.

हनुमंताने थोड्याच वेळात इंद्रजिताला एक सणसणीत टोला हाणून मूर्च्छित केले. इंद्रजिताची शुद्ध हरपलेली पाहून त्या कपिश्रेष्ठाने झाडावरची उरलेली स्वादिष्ट फळे सावकाशपणे खाण्यास सुरुवात केली.

परंतु थोड्याच वेळात इंद्रजित भानावर आला. आपला प्रतिस्पर्धी आपल्यापेक्षा ताकदीने

खूपच अधिक आहे, हे लक्षात येताच इंद्रजिताने निर्वाणीच्या प्रसंगी वापरावयाच्या ब्रह्मास्त्राचे चिंतन केले. त्याबरोबर त्या शक्तिशाली ब्रह्मास्त्राचे पाश हनुमंताभोवती पडू लागले. ब्रह्मदेवांच्या त्या अस्त्राचा मान राखण्यासाठी हनुमंताने कसलाच प्रतिकार केलेला नाही. त्या पाशामुळे हनुमान मूर्च्छित होऊन पडला. तेव्हा इंद्रजिताने त्यास नागपाशाने बांधून रावणासमोर आणले.

थोड्याच वेळात हनुमान सावध झाला. त्याने सर्व पाश भराभर तोडून टाकले व आपल्या पुच्छाने आसन करून तो त्यावर मोठ्या ऐटीत बसला. ते पुच्छासन रावणाच्या आसनापेक्षा एक हात अधिक उंच होते.

क्रोधाने लालबुंद झालेल्या रावणाने हनुमंताकडे जळजळीत दृष्टिक्षेप टाकीत विचारले, 'हे मर्कटा, तू कोण आहेस व माझ्या सुंदर वनाचा विध्वंस करण्याचे तुला कारण काय ? कोणाच्या पाठिंब्यावर तू एवढे धाडस केलेस ? तुला तुझ्या प्राणांची भीती वाटत नाही का ?'

त्यावर वीरासन घालून बसलेला हनुमान तडफदारपणे म्हणाला, 'दुष्टा, रावणा, ऐक. ज्याने त्राटिकेचा वध केला, सुबाहूला ठार केले, शूर्पणखेचे नाक कापले, खर – दूषण आदी राक्षसांना पळता भुई थोडी केली, त्या महापराक्रमी धनुर्धर श्रीरामचंद्रांचा मी सेवक आहे. अरे पापी रावणा, सीतेसारख्या साध्वी स्त्रीला तू कपटाने पळवून आणलेस. परंतु, हे लक्षात ठेव की, श्रीरामांच्या पराक्रमापुढे तुझा पराक्रम क:पदार्थ आहे ! तुला जर तुझ्या प्राणांची पर्वा असेल, तर अजूनही सीतादेवींना तू श्रीरामांच्या स्वाधीन कर. ते तुला क्षमा करतील.'

हनुमंताचे ते भाषण ऐकून रावणाचा क्रोध अनावर झाला. तो इंद्रजिताकडे पहात म्हणाला, 'इंद्रजिता, या मर्कटाला येथल्या येथे ठार मारून टाक.'

पित्याची आज्ञा शिरसावंद्य मानून इंद्रजित हनुमंताच्या अंगावर धावून आला.

परंतु बिभीषणाने त्याला अडवून रावणाला म्हटले, 'महाराज ! आपण राजनीतिज्ञ आहात. हा श्रीरामांचा दूत आहे आणि दूताला ठार करणे राजधर्माच्या विरुद्ध आहे. आपण याला दुसरी एखादी शिक्षा करा.'

समतोल बुद्धीच्या बिभीषणाचा सल्ला रावणाला जरी आवडला नाही; तरी राजधर्माच्या विरुद्ध जाण्याचे धाडसही त्याला झाले नाही.

तो म्हणाला, 'ठीक आहे. या मर्कटाला मी जन्माची अद्दल घडेल अशी शिक्षा ठोठावतो. वानर जातीचे आपल्या शेपटीवर फार प्रेम असते. तेव्हा या मर्कटाची शेपटीच जाळून टाका. हा पुच्छविरहित वानर ज्या वेळी आपल्या स्वामीकडे जाईल, त्या वेळी त्याचे सर्वत्र हसे होईल. तेव्हा सेवकांनो, या मर्कटाच्या शेपटीला वस्त्रे गुंडाळा व त्यावर तेल ओतून आग लावून द्या !'

एवढे बोलून रावण खदखदा हसू लागला. त्याच्या दरबारातील लोकही ती मजेदार शिक्षा ऐकून त्या हास्यात सामील झाले.

।। लंका पेटू लागली ।।

रावणाची आज्ञा ऐकताच त्याच्या सेवकांनी हनुमानाच्या शेपटीभोवती भराभर वस्त्रे गुंडाळण्यास सुरुवात केली. परंतु, ते जसजशी वस्त्रे गुंडाळत, तसतशी त्याची शेपटी वाढतच जाई.

हा चमत्कार पाहून सर्वजण चकित झाले.

रावण म्हणाला, 'साऱ्या लंकेतील वस्त्रे आणा. एकही कापडदुकान सोडू नका.'

त्याबरोबर हजारो सेवक पळत निघाले. त्यांनी लंकेतील सारी कापडदुकाने लुटली. लंकेतील एकाही घरात वस्त्र म्हणून शिल्लक उरले नाही.

ती सारी वस्त्रे सेवकांनी हनुमंताच्या शेपटीभोवती गुंडाळली. सारेचजण घामाघूम झाले. परंतु, एवढे करूनही थोडेसे शेपूट शिल्लकच राहिले.

त्यानंतर सेवकांनी त्या शेपटीवर भराभर तेल ओतले आणि हास्याच्या कल्लोळात त्या शेपटाला आग लावून दिली. परंतु, शेपूट नीट पेटेना. तेव्हा स्वत: रावणाने पुढे येऊन विस्तव फुंकला. त्याबरोबर आग भडकून रावणाच्या दाढीमिशा जळून गेल्या.

आग भडकल्यानंतर प्रचंड बुभुःक्कार करून हनुमंताने लंकेतील एका उत्तुंग प्रासादावर उडी घेतली. त्या जळत्या शेपटीच्या स्पर्शाने तो प्रासाद धडाधडा पेटू लागला. त्यानंतर भराभर उड्या मारीत तो महाकपि या घरावरून त्या घरावर पळत सुटला. इंद्रजित, जंबुमाली, विद्युज्जिह्वल, वज्रदेष्ट, महापार्श्व साऱ्यांची घरे भराभर पेटू लागली. वाटेत बिभीषणाचे घर दिसताच हनुमंताने तेवढे टाळून पलीकडच्या सुमालीच्या घरावर उडी घेतली.

अशा प्रकारे हा हा म्हणता सारी लंका पेटू लागली. तेवढ्यात हनुमंताने क्षणभर डोळे मिटून वायुदेवाचे स्मरण केले. त्याबरोबर एकोणपन्नास प्रकारचे वारे लंकेत वाहू लागले. त्यामुळे ती आग एका क्षणात सर्वत्र पसरली.

लंकेतील सारेच राक्षस जिवाच्या भीतीने सैरावैरा पळत सुटले. केस मोकळे सोडलेल्या त्यांच्या स्त्रिया ऊर बडवून घेऊ लागल्या.

अशा प्रकारे साऱ्या लंकेत एकच हलकल्लोळ उडाला. आगीच्या ज्वाळा आकाशाला भिडल्या. जमिनीवर राखेचे पर्वत उभे राहिले.

राक्षस म्हणाले, 'रावणाने सीतेसारख्या पतिव्रतेला पळवून आणल्यामुळे आमच्यावर हा दुर्धर प्रसंग ओढवला.'

बिभीषणासारखे काही विचारवंत लोक म्हणाले, 'जसे करावे तसे भरावे. पापाचे फळ नेहमीच कडू असते.'

हनुमंत उड्या मारीत लंकेच्या तटावर आला. त्याने जळणारी सुवर्णाची लंका पाहिली. राक्षसवीर या घटनेने गलितगात्र झाले होते. त्यामुळे पुढचे काम आता सोपे होते. हनुमंताने समुद्रकिनारी येऊन समुद्राच्या पाण्यात आपली शेपटी विझवली आणि भराभर उड्या मारीत तो

वानरश्रेष्ठ सीतेजवळ आला. सीता सुखरूप असलेली पाहून त्याला हायसे वाटले. त्याने सीतेला भक्तिभावाने वंदन करीत म्हटले, 'माते, तू निश्चिंत रहा. तुझे दुःख लवकरच दूर होईल.'

।। मधुवनाचा विध्वंस ।।

सीतादेवीचा निरोप घेऊन हनुमानाने श्रीरामांचे स्मरण करीत पुन्हा समुद्रावरून उत्तर दिशेला उड्डाण केले. निम्म्या वाटेवर येताच त्याने मैनाक पर्वताच्या शिखरावर क्षणकाल आपला हात टेकला आणि तो रामदूत वायुवेगाने पुढे निघाला.

आकाश मार्गाने येणाऱ्या हनुमंताला पाहून वानर सैन्याने त्याच्या नावाचा एकच जयघोष केला.

वृद्ध जांबुवंत म्हणाला, 'हनुमंताची प्रसन्न मुद्राच सांगत आहे, की तो विजयी होऊन परत आला आहे.'

तेवढ्यात वीर हनुमान पर्वत शिखरावर अलगद उतरला. त्याने प्रथम गुरुतुल्य जांबुवंत आणि सेनापती अंगद यांना नम्रभावाने वंदन केले.

सारी वानरसेना त्याच्याभोवती जमा झाली.

मग हनुमंताने सीतेचा शोध लागल्याचे शुभ वर्तमान सर्वांना सांगितले. त्याबरोबर वानर सैन्यात विलक्षण उत्साह संचारला. सर्वांनी टाळ्या वाजवून त्या सुवार्तेचे स्वागत केले.

नंतर हनुमंताने लंकेत घडलेली समग्र हकिकत वानरवीरांना कथन केली. ती हकिकत ऐकताना सारेच मंत्रमुग्ध झाले.

मग वृद्ध जांबुवंत म्हणाला, 'आता आपण श्रीरामचंद्रांची भेट घेऊ. सीतादेवींचे कुशल ऐकण्यासाठी त्याचे कान अधीर झाले असतील.'

'चला तर, आपण सारेच ऋष्यमूक पर्वताकडे कूच करू.' सेनापती अंगद म्हणाला.

सेनापतींची आज्ञा होताच सारे वानरसैन्य भराभर उड्या मारीत ऋष्यमूक पर्वताच्या वाटेने निघाले.

वाटेत त्यांना सुग्रीवाच्या मालकीचे मधुवन दृष्टीस पडले. त्या वनातील पक्व फळे व मधाची मोहोळे पाहून वानरवीरांच्या तोंडाला पाणी सुटले. त्यांनी ती फळे खाण्यासाठी युवराज अंगदाची परवानगी विचारली.

अंगद खुशीत होता. तो म्हणाला, 'हे वन सुग्रीव महाराजांनी खास स्वतःसाठी राखून ठेवले आहे. येथील वृक्षांवर अनेक प्रकारची दुर्मिळ फळे आहेत. त्रिभुवनात आढळणार नाहीत अशी सुवासिक सुंदर फुलेही या मनोहर वनात आहेत. परंतु आजचा दिवस इतका आनंदाचा आहे की, तुमची इच्छा मी मोडू शकत नाही. जा! तुम्हाला हवी तेवढी फळे मनासोक्त सेवन करा.'

अंगदाच्या तोंडून हे शब्द बाहेर पडताच सारे वानरसैन्य त्या मधुवनावर तुटून पडले ! त्यांनी वृक्षावर लगडलेली स्वादिष्ट पक्व फळे भराभर तोडून खाल्ली. वृक्षांवर लटकलेली मधमाशांची मोहोळे फोडून त्यातील मधाचे यथेच्छ सेवन केले.

वानरसैन्याचा तो धुमाकूळ पाहून वनाचे संरक्षक धावून आले. परंतु, युवराज अंगदाने त्या सर्वांना पिटाळून लावले. तो म्हणाला, 'आज वानरसैन्याला हवे ते करू द्या. आज सारे आनंदात आहेत.'

परंतु, वनाच्या रक्षकांना ते म्हणणे पटले नाही. ते धावतच सुग्रीवाकडे गेले. त्यांनी मधुवनाच्या विध्वंसाची बातमी तिखटमीठ लावून सुग्रीव महाराजांना सांगितली.

ती ऐकून सुग्रीव हसून म्हणाला, 'श्रीरामा, मला असे वाटते की, हनुमान आपल्या कार्यात यशस्वी होऊन परत आला आहे. त्या आनंदाच्या भरात वानरवीरांनी मधुवनाचा विध्वंस चालविला आहे. त्यामुळे त्यांचा अपराध निश्चितच दुर्लक्ष करण्यासारखा आहे.'

त्यानंतर सुग्रीवाने आपले दूत रवाना करून हनुमानादी वीरांना तातडीने ऋष्यमूक पर्वतावर येण्याचा निरोप दिला.

तो निरोप मिळताच वानरसैन्याने मधुवनाचा विध्वंस थांबवून मोठ्या शिस्तीत ऋष्यमूक पर्वताची वाट धरली.

॥ राम-हनुमान भेट ॥

सर्व वानरवीरांना घेऊन युवराज अंगद हनुमंतासह ऋष्यमूक पर्वतावर आला. श्रीराम त्यांचीच वाट पहात होते.

हनुमंताने श्रीरामांच्या चरणांवर मस्तक टेकविले नि तो म्हणाला, 'प्रभू रामचंद्रा, आपल्या आशीर्वादाने मी सुखरूपपणे लंकेस गेलो. तेथे अशोकवनात मला सीतादेवींचे दर्शन झाले.'

हनुमंताचे ते अमृतमय शब्द ऐकून श्रीरामांना संतोष वाटला. त्यांनी अधीरपणे विचारले, 'जनक-नंदिनीचे कुशल आहे ना ?'

हनुमंताने सीतेने दिलेला चुडामणी श्रीरामांनी दिला नि तो म्हणाला, 'प्रभो, मातेचे कुशल आहे. परंतु, आपल्या विरहामुळे त्यांना एक एक पळ युगासारखा वाटतो आहे. तेव्हा आपण दुष्ट रावणाचा पराभव करून सीतादेवींची लवकर सुटका करावी.'

श्रीरामांनी सीतेच्या हस्तस्पर्शाने पुनीत झालेला तो दिव्य चूडामणी हृदयाशी घट्ट दाबून धरला. त्यांच्या नेत्रांतून कढत अश्रू बाहेर पडले.

श्रीराम म्हणाले, 'हे श्रेष्ठ वानरवीरा, माझ्या आठवणीने ती वैदेही अशीच शोकाकुल झाली का रे ?'

हनुमंताच्या डोळ्यांपुढे सीतादेवीची शोकाकुल मूर्ती उभी राहिली. क्षणभर डोळे मिटून तो म्हणाला, 'प्रभो, आपली मुद्रिका सीतादेवींनी अगदी अशीच... अशीच हृदयाशी बिलगून धरली. आपल्या आठवणीने त्यांच्या डोळ्यांतून असेच कढत अश्रू बाहेर ओघळले. प्रभो, प्रत्येक श्वासाबरोबर आई आपले नाव घेत आहेत.'

हनुमंताने तिच्या भेटीची समग्र हकिकत श्रीरामांना ऐकविली.

परंतु श्रीरामांचे समाधान झाले नाही.

त्यांनी पुन्हा पुन्हा विचारले, 'हनुमंता, ती जनकनंदिनी तुझ्याशी काय काय बोलली ? हे वायुपुत्रा, त्या मंजुभाषिणी सीतेने माझ्यासाठी कोणता निरोप दिला ? त्या दुष्ट राक्षसींच्या सहवासात ती कोमलांगी सीता रहाते तरी कशी ?' एक ना दोन, श्रीरामांनी हनुमंताला हजार प्रश्न विचारले.

शेवटी हनुमंताला घट्ट मिठी मारीत श्रीराम म्हणाले, 'हनुमंता, तुझे माझ्यावर फार फार उपकार आहेत. या उपकारांची फेड मला कधी करता येईल असे वाटत नाही.'

त्यावर हनुमान नम्रपणे म्हणाला, 'प्रभो, यात कसले उपकार ? आपला आशीर्वाद नसता,

तर हे अवघड कार्य मला मुळीच करता आले नसते. प्रभो, आम्ही मर्कट फार तर एका वृक्षावरून दुसऱ्या वृक्षावर उड्या मारू शकू. एवढा विस्तीर्ण समुद्र उल्लंघन करण्याची शक्ती आमच्यात नाही. परंतु, आपली कृपा झाल्यामुळे तीही शक्ती माझ्यात आली. प्रभो, आपल्या कृपेचा मेघ माझ्यावर असाच सदैव वर्षत राहो.'

श्रीरामांनी 'तथास्तु' म्हटले.

।। वानरसैन्य निघाले... ।।

त्यानंतर श्रीरामांनी हनुमंताला लंकेची समग्र माहिती विचारली. लंकेत प्रवेश करण्यास कोणता मार्ग कमी धोक्याचा आहे? लंकेच्या रक्षणासाठी किती सैन्य खडे आहे? लंकेभोवती किती कोट आहेत? लंकेवर हल्ला करण्यास कोणता मार्ग सोईस्कर आहे? तेथील नागरिकांचे रावणाविषयी काय मत आहे? इत्यादी अनेक प्रकारची माहिती श्रीरामांनी विचारून घेतली. लंकेतील वास्तव्यात त्या दूरदर्शी हनुमंताने या सर्व गोष्टींची बारकाईने पाहणी केली होती. तो केवळ श्रीरामांचा दूत म्हणून सीतेला श्रीरामांची मुद्रिका देण्यासाठी लंकेत गेला नव्हता. त्याने हेराच्या नजरेने लंकेतील अनेक बारकावे टिपले होते.

हनुमंताकडून सर्व माहिती काढून घेतल्यावर श्रीराम सुग्रीवाला म्हणाले, 'सुग्रीवा, वैदेहीचा शोध तर लागला. परंतु, वाटेतला विशाल सागर ओलांडून आपले वानरसैन्य लंकेपर्यंत कसे पोहोचेल, हा प्रश्न मला त्रस्त करीत आहे.'

सुग्रीव म्हणाला, 'प्रभो, आपण निश्चिंत रहा. आपण सागरावर सेतू उभारू. त्या सेतूवरून आपले कोट्यवधी वानरसैन्य लंकेत घुसेल. एकदा आपण पलीकडे गेलो की रावणवध झालाच म्हणून समजा आणि त्यानंतर सीतादेवींच्या भेटीचा तो महन्मंगल क्षणही दूर नाही.'

सीतेच्या आठवणीने श्रीरामांचे शरीर रोमांच पुलकित झाले.

त्यानंतर वानरसेनापतींना भराभर हुकूम सुटले. उग्रदंड सुग्रीवाच्या हुकमाप्रमाणे विस्कळीत वानरसैन्य चोहोकडून गोळा झाले. नल, नील, जांबुवंत, मैद, द्विविद, इंद्रजानू, रंभयुथप, धूम्र इत्यादी कसलेले सेनापती आपापले सैन्य घेऊन वायुवेगाने धावत आले. पाहता पाहता ते सैन्य एखाद्या सागराप्रमाणे पसरले.

आणि एका शुभमुहूर्तावर त्या विशाल सेना सागराने लंकेच्या दिशेने कूच केले. त्या वेळी अनेक शुभशकून झाले.

अनार्यांचा विध्वंस करून आर्य संस्कृतीचा नंदादीप तेवत ठेवण्यासाठी श्रीरामांनी आपले शांत रूप टाकून रौद्र रूप धारण केले.

साऱ्या वानर सैन्यात आज विलक्षण उत्साह संचारला होता. दुष्टांना शासन घडवून रामराज्याची उभारणी करण्यासाठी ते विशाल वानर सैन्य प्रचंड बुभुःकार करीत लंकेकडे निघाले होते. त्या बुभुःकाराने सारी पृथ्वी भयभीत झाली. रणवाद्यांच्या प्रचंड ध्वनीने सारे आकाश दणाणले. त्या लाटांप्रमाणे उसळणाऱ्या वानरसेनेच्या मध्यभागी महाप्रतापशाली श्रीराम चालत होते.

त्या वेळी मेघांनी त्यांच्यावर छाया धरली. वृक्ष चवऱ्या ढाळू लागले, धरणीने आपली तृप्तता टाकून दिली.

सारे सैन्य अतिशय शिस्तीत सागरतीरावर आले. समोरचा अथांग सागर ओलांडून आता सर्वांना पलीकडे जायचे होते.

।। रावणाचे तोंडपुजे मंत्री ।।

अशा प्रकारे वानरांची प्रचंड सेना सागरतीरावर युद्धासाठी सज्ज झाली. रावणाच्या गुप्तहेरांनी ही बातमी तातडीने रावणाला कळविली. गुप्तहेर म्हणाला, 'महाराज, ती वानरसेना आम्ही मोजण्याचा प्रयत्न केला. परंतु, सागराचे पाणी जसे मापता येणार नाही, आकाशातील चांदण्याचा जसा हिशेब लावता येणार नाही, त्याचप्रमाणे रामाचे वानर सैन्यही मोजता येणार नाही ! महाराज, त्या संतप्त वानरसेनेचा भयानक बुभुःकार, त्यांच्या दुंदुभीचा प्रचंड निनाद नि त्यांच्या रणघंटांचा गगनभेदी घणघणाट ऐकून आमचे हातपाय लटपटू लागले व आम्ही जीव मुठीत धरून लंकेकडे पळत सुटलो.'

गुप्तहेरांनी आणलेली वार्ता भयानक होती. कारण वायुपुत्र हनुमंताचा पराक्रम लंकावासियांनी नुकताच पाहिला होता. त्या प्रतापशाली हनुमंताने सारी लंका उद्ध्वस्त केली होती. आणि आता ? आता एक नव्हे, तर असे कोट्यवधी वानर लंकेवर झेप घेणार होते. श्रीरामांच्या अक्षय भात्यातून टोकदार बाणांचा प्रचंड पाऊस कोसळणार होता. वानरवीरांनी फेकलेल्या प्रचंड शिळा राक्षसांच्या मस्तकांवर आदळणार होत्या. आगीच्या ज्वालांतून वाचलेली उरलीसुरली लंका आता जमीनदोस्त होणार होती.

राक्षस सैन्याचे मनोधैर्य पार नाहीसे झाले होते.

मंदोदरी रावणाला हात जोडून म्हणाली, 'नाथ, मला कालपासून अनेक अपशकून होत आहेत. महाराज, आपण श्रीरामांशी वैर धरू नये. रामदूत हनुमंताने सांगितल्याप्रमाणे सीतेला श्रीरामांच्या स्वाधीन करावे.'

मंदोदरीने रावणाची परोपरीने समजूत घातली. परंतु, तो मदांध रावण मंदोदरीची निर्भत्सना करीत म्हणाला, 'अगं खुळे, यःकश्चित वानरांनी राक्षसांचा पराभव केल्याचे तू कधी ऐकले का ? प्रत्यक्ष इंद्राला मी माझ्या बाहुबलाने जिंकून घेतले. कुबेराला पळता भुई थोडी केली, मला घाबरून

पळपुट्या चंद्राने कोंबड्याचे रूप धारण केले, यम कावळा बनला ! लाडके, प्रत्यक्ष कळिकाळाला बंदिवान करणाऱ्या या रावणापुढे रामासारख्या क्षुद्र मानवाची काय कथा ? आज सारे नवग्रह माझ्या आज्ञेत आहेत, स्वर्गातील पराक्रमी देव माझ्याकडे शागीर्दाची कामे करीत आहेत.... मंदोदरी, अशा या महाप्रतापशाली रावणाची पट्टराणी य:कश्चित मर्कटांना भिते असे जर कुणी ऐकले, तर तुझे मात्र हसे होईल !' असे म्हणून रावणाने आसुरी हास्य केले व मंदोदरीला तशीच महालात सोडून तो मदांध रावण आपल्या दरबारात आला. त्याला पाहून महोदर, सारण, धूम्राक्ष इत्यादी मंत्री व प्रहस्त, जृंभ, नरांतक हे सेनापती उठून उभे राहिले.

रावण रत्नखचित सिंहासनावर बसत म्हणाला, 'तुम्ही ऐकलेच असेल की, समुद्रापलीकडे वानरसेना उतरली असून ती लंकेवर स्वारी करण्याच्या पवित्र्यात उभी आहे. अशा प्रसंगी आपण रामाशी सख्य करावे की युद्ध करून त्याचा मोड करावा ?'

ते तोंडपुजे मंत्री त्यावर म्हणाले, 'महाराज, आपण परमप्रतापी आहात. आपल्या पराक्रमापुढे प्रत्यक्ष इंद्राने हार खाल्ली, कळिकाळाने आपले दास्यत्व पत्करले, नवग्रहांनी आपल्या पायाशी लोळण घेतली, महाराज, अशा परिस्थितीत आपण त्या क्षुद्र मर्कटांना भिऊन रामापुढे हार खाण्याचे मुळीच कारण नाही.'

प्रहस्त म्हणाला, 'महाराज, मला आज्ञा द्याल तर मी एकटाच राम व लक्ष्मण यांचा वध करून परत येईन.'

नरांतक म्हणाला, 'महाराज, माझे नुसते नाव ऐकूनच वानरसेना दशदिशांना पळून जाईल.'

वज्रहनु नावाचा एक काळाकभिन्न प्रचंड राक्षस होता. आपल्या हात-हात लांब मिशांना ताण देत तो म्हणाला, 'महाराज ! आपण मला आज्ञा कराल तर मी राम-लक्ष्मणांसकट सर्व वानरांना दोरीने बांधून आपल्या पायाशी फरफटत आणतो ! हा: हा: हा: हा: !'

तुलसीदास म्हणतात-

सचिव बैद गुर तीनि जो प्रिय बोलंहि भय आस ।
राजधर्म तन तीनि कर होई बेगिही नास ।।

म्हणजे- मंत्री, वैद्य आणि गुरू हे जेव्हा स्वत:चा जीव वाचविण्यासाठी किंवा स्वार्थासाठी खोटे बोलू लागतात तेव्हा राज्य, शरीर आणि धर्म यांचा नाश होतो.

रावणाचे तसेच झाले. त्याचे मंत्री व सेनापती खरे म्हणजे मनातून घाबरले होते. परंतु, आपला जीव वाचविण्यासाठी त्यांनी रावणाला चुकीचा सल्ला दिला.

याला अपवाद होता फक्त बिभीषण !

तो न्यायी होता, विवेकी होता. भक्तिगंगेत न्हाल्यामुळे त्याचे मन पवित्र बनले होते. तो सुसंस्कृत, विचारी आणि सुज्ञ होता.

रावणाने त्याचा सल्ला विचारताच तो म्हणाला, 'महाराज, माझे म्हणणे कदाचित आपणाला

पटणार नाही. परंतु, ते अंती आपल्या हिताचे ठरेल एवढे मात्र मी निश्चित सांगतो! महाराज, श्रीरामाशी युद्ध म्हणजे साक्षात मृत्यूला आमंत्रण. आपले मंत्री व सेनापती आपल्याला युद्ध करण्याचा सल्ला देत आहेत, परंतु, एकट्या हनुमंताने जेव्हा लंकेचा विध्वंस केला तेव्हा त्यांचा पराक्रम कुठे गेला होता ? महाराज, श्रीराम अवतारी पुरुष आहे. प्रत्यक्ष भगवान शंकर ज्याचे सदैव चिंतन करतात तो हा, सनकादीक ज्याची हृदयात स्थापना करतात तो हा पुराणपुरुष पृथ्वीवर प्रकटला आहे. रावणा, त्याला शरण जाण्यातच तुझे हित आहे.'

बिभीषणाचे भाषण रावणाला रुचले नाही. त्याचे ओठ संतापाने थरथरत होते. आपले आरक्त नेत्र बिभीषणावर रोखून तो म्हणाला, 'बिभीषणा, तू देशद्रोही आहेस. माझ्या राज्यात राहून तू रामाची स्तुती करतोस! हे कुलकलंका, माझ्या डोळ्यांसमोर एक क्षणही उभा राहू नकोस.'

रावणाने बिभीषणाला भर दरबारातून हाकलून दिले.

बिभीषण घरी आला. त्याने अश्रूपूर्ण नेत्रांनी परमेश्वराची प्रार्थना केली, 'हे दयामय प्रभो, रावणाला सद्बुद्धी दे. त्याला सुविचार सुचू दे. त्याच्या बुद्धीवरचे मालिन्य दूर कर.'

बिभीषणाने आपल्या महालाचे दरवाजे बंद केले आणि तो आपल्या चार राक्षस मित्रांना घेऊन आकाशात उडाला. श्रीरामांच्या चरणांचे दर्शन घेण्यासाठी त्याचा जीव तळमळत होता.

।। राम-बिभीषण भेट ।।

आकाशमार्गाने येणाऱ्या बिभीषणाला पाहून वानर वीरांच्या मनात अनेक शंका-कुशंकांनी गर्दी केली.

युवराज अंगद म्हणाला, 'हा मायावी राक्षस रावणाचा गुप्तहेर असावा.'

नल म्हणाला, 'कदाचित रावणच मायावी रूप घेऊन आपल्या नाशासाठी इकडे येत नसेल कशावरून ?'

सारे वानर वीर निळ्या आकाशाकडे आश्चर्यचकित नजरेने पहात होते.

थोड्याच वेळात एखाद्या पर्वताप्रमाणे दिसणारा अजस्र बिभीषण आपल्या चार राक्षसमित्रांसह जमिनीवर उतरला.

ते पाहून वानरसेनेने पळत जाऊन त्या सर्वांना बाहेरच अडविले व सुग्रीवाला तशी वर्दी दिली.

सुग्रीव श्रीरामांकडे येऊन म्हणाला, 'प्रभो, रावणाचा भाऊ बिभीषण आपल्या भेटीसाठी आला आहे. आम्ही त्याला संशयावरून पकडून ठेवीले आहे.'

श्रीराम म्हणाला, 'तुम्ही सर्व जागरूक आहात हे पाहून मला आनंद झाला. ज्या राष्ट्रातील माणसे जागृत असतात त्याच राष्ट्रांचा भविष्यकाळ उज्ज्वल असतो! बिभीषणाला तुम्ही पकडले हे चांगले केलेत. परंतु, तो कोणत्या हेतूने आला आहे, याची माहिती तुम्ही काढलीत काय ?'

सुग्रीव म्हणाला, 'तो आपल्याकडे आश्रय मागण्यासाठी आला आहे.'

'मग त्याला ताबडतोब घेऊन या.' श्रीराम म्हणाले.

तेवढ्यात अंगदाने शंका काढली, 'प्रभो, या मायावी राक्षसावर मुळीच विश्वास ठेवू नये. कदाचित तो काही दुष्ट हेतू मनात धरून इकडे आला नसेल कशावरून ?'

युवराज अंगदाची शंका ऐकून हनुमान म्हणाला, 'प्रभो, बिभीषणाची आणि माझी लंकेत भेट झाली होती. त्याच्या सद्‌हेतूविषयी निःशंक असा ! बिभीषण आपला परमभक्त असून सदाचारी, ज्ञानी आणि विचारवंत आहे. त्याला आश्रय दिल्यास रावणाची अनेक गुह्ये आपणाला समजतील. मला तर वाटते की, आपल्या भावी विजयाचे हे प्रसादचिन्हच आहे.'

ज्ञानी आणि दूरदर्शी हनुमंताचे हे विचार श्रीरामांना योग्य वाटले.

ते सुग्रीवाला म्हणाले, 'जा. त्याला मानाने इकडे घेऊन या.'

श्रीरामांच्या आज्ञेप्रमाणे सुग्रीव हा अंगद व हनुमान यांच्यासह बिभीषणाला सामोरा गेला. त्या सर्वांनी अत्यंत आपुलकीने त्याची विचारपूस केली आणि त्याला घेऊन ते श्रीरामांकडे आले.

श्रीरामांची दुर्वादलाप्रमाणे श्यामल, आनंदमयी आणि तेजस्वी मूर्ती पाहून बिभीषणाचे देहभान हरपले. त्याने धावतच पुढे येऊन श्रीरामांचे चरण हृदयाशी घट्ट धरले आणि त्यावर प्रेमाश्रूंचा अभिषेक केला.

त्यानंतर बिभीषणाने आपल्या येण्याचा हेतू सांगून श्रीरामांजवळ आश्रयाची याचना केली.

श्रीरामांनी त्याला अभय देऊन म्हटले, 'बिभीषणा, तू रावणाचा भाऊ असलास तरी मला प्रिय आहेस; कारण माझे वैर राक्षसांशी नाही, राक्षसी वृत्तीशी आहे. आर्य संस्कृतीवर आक्रमण करणाऱ्या असुर संस्कृतीचा विध्वंस करण्यासाठीच हा श्रीराम हातात धनुष्यबाण घेऊन उभा आहे.'

त्यानंतर लक्ष्मणाकडे वळून श्रीराम म्हणाले, 'लक्ष्मणा, जा. समुद्रातील पवित्र उदक घेऊन ये. सत्प्रवृत्त सुग्रीवाला आपण ज्याप्रमाणे किष्किंधेच्या राज्यावर बसविले, त्याचप्रमाणे या महाज्ञानी बिभीषणाला आपण लंकेचा राजा म्हणून आजच अभिषेक करू.'

रामाज्ञेप्रमाणे लक्ष्मणाने सर्वांच्या उपस्थितीत बिभीषणाला लंकेचा राजा म्हणून अभिषेक केला.

सर्व वानरवीरांनी श्रीराम व बिभीषण यांचा जयजयकार करून सारे आकाश दणाणून सोडले.

|| सागराची शरणागती... ||

त्यानंतर श्रीरामांनी सुग्रीवाला म्हटले, 'सुग्रीवा, ही सर्व वानरसेना आता आपल्याला या विस्तीर्ण सागरातून पलीकडे न्यावयाची आहे. त्यासाठी एखादा मार्ग शोधून काढा.'

सुग्रीवाची मुद्रा चिंताग्रस्त दिसू लागली. अथांग सागराच्या उफाळणाऱ्या प्रचंड लाटा त्याच्या

मनाला भेडसावू लागल्या. त्या लाटांचा मेघगर्जनेप्रमाणे होणारा गंभीर ध्वनी ऐकून त्यांच्या हृदयात धडकी भरली.

त्याने याबाबत सुज्ञ बिभीषणाचा सल्ला घेतला.

बिभीषण म्हणाला, 'फार वर्षांपूर्वी सगर नावाच्या एका महत्त्वाकांक्षी राजाने आपल्या पुत्रांकरवी हा सिंधू खणवून काढला. त्या दिवसापासून या सिंधूला 'सागर' नाव पडले. सागर हा श्रीरामांचाच पूर्वज. तेव्हा श्रीरामांनी सागराची प्रार्थना केली, तर हा सागर पलीकडे जाण्यासाठी श्रीरामांना वाट करून देईल.

सुग्रीवाने बिभीषणाचा हा सल्ला श्रीरामांना सांगितला.

त्याप्रमाणे श्रीरामांनी त्या निळ्या अथांग सागराची मन:पूर्वक प्रार्थना केली.

परंतु, एक दिवस गेला, दोन दिवस गेले, तिसरा उजाडला. सागराने वाट करून दिली नाही. त्याच्या प्रचंड राक्षसी लाटा अजूनही खडकावर आपटतच होत्या. त्या लाटांचे थंडगार जलबिंदू अंगावर पडत असल्यामुळे वानरवीरांची अंगे शहारत होती. लाटांचा प्रचंड खळखळाट ऐकून त्यांची चिमणी हृदये धडधडत होती.

सागर आपली प्रार्थना ऐकत नाही, असे पाहून क्रुद्ध झालेले श्रीराम लक्ष्मणाला म्हणाले, 'लक्ष्मणा, माझे धनुष्य घेऊन ये. माझ्या अग्निमुख बाणाने मी हा गर्विष्ठ सागर क्षणात सुकवून टाकतो. कारण मूर्खाबरोबर विनय, कपटी लोकांबरोबर मित्रता आणि कृपणाबरोबर नीतीचा व्यवहार या सर्व गोष्टी खडकात पेरलेल्या बीजाप्रमाणे अनाठायी होत.'

लक्ष्मणाने श्रीरामांच्या आज्ञेप्रमाणे त्यांचे प्रचंड धनुष्य त्यांना आणून दिले.

श्रीराम सागरतीरावरील एका खडकावर पाय रोवून उभे राहिले. त्यांचा चेहरा संतापाने आरक्त दिसत होता. त्यांचे तेजस्वी बाहू स्फुरण पावत होते. नेत्रांतून जणू ज्वाला उफाळत होत्या.

आपले प्रचंड धनुष्य हातात घेऊन त्यांनी प्रत्यंचा चढविली आणि अग्निमुख बाण त्या खवळलेल्या सागरावर रोखून धरला.

श्रीरामांचा तो रुद्रावतार पाहून वानरांच्या चिमण्या हृदयात तर धडकीच भरली ! एवढेच काय परंतु प्रत्यक्ष सागराचाही भीतीने थरकाप झाला. त्याच्या लाटांनी आपले उग्र रूप टाकून श्रीरामांच्या पायाशी लोळण घेतली.

श्रीराम आता बाण सोडणार तोच भीतीने थरथरा कापणारा तो महासागर मानवस्वरूप घेऊन श्रीरामांसमोर प्रगट झाला. त्याने सुवर्णाचा चकचकीत मुकुट डोक्यावर धारण केला होता. त्याच्या अंगावर दिव्य वस्त्रे झळकत होती. त्याच्या मुद्रेवर दैवी तेज विलसत होते. त्याच्या मुखमंडलाभोवती तेजोवलय फिरत होते.

त्याने श्रीरामांना वंदन करून म्हटले, 'देवाधिदेव श्रीरामा, तुमचा विजय असो ! आपण आपला राग आवरावा. सागरातून पार होण्याची युक्ती मी आपल्याला सांगतो. आपल्या सैन्यात नल व नील या नावाचे दोघे भाऊ आहेत. त्यांना ऋषींनी तरता पूल बांधण्याची विद्या शिकविली आहे. त्यांनी पाण्यात टाकलेले दगड पाण्यावर तरंगतात. तेव्हा त्या सेतुशास्त्रवेत्त्या नल-नीलांकडून

आपण सेतू बांधून घ्या.'

एवढे बोलून सागराने पुन्हा एकदा श्रीरामांना वंदन केले व त्याचा देह हळूहळू विरळ होत त्या विस्तीर्ण जलराशीत पाहता पाहता अदृश्य झाला.

॥ 'सेतू बांधा रे सागरी' ॥

सागराने सुचविल्याप्रमाणे श्रीरामांनी नल व नील यांना बोलावून त्यांच्यावर सेतू बांधण्याची कामगिरी सोपविली. ते दोघेही भाऊ या कामात कुशल होते. त्यांनी ती कामगिरी मोठ्या आनंदाने स्वीकारली.

मग श्रीरामांनी शुभमुहूर्त काढला. त्या दिवशी त्यांनी धार्मिक मंत्राच्या गजरात पार्थिव शिवलिंगाची स्थापना केली. त्या लिंगावर एक लक्ष बिल्वपत्रे वाहून त्यांनी भगवान शंकरांची प्रार्थना केली. 'हे पार्वतीपते, तू आमच्यावर प्रसन्न हो. तुझ्या कृपेने हे सेतुबंधनाचे प्रचंड कार्य यशस्वी होवो.'

वानर-वीरांनी देखील कैलासपतीची आराधना केली. पार्थिव शिवलिंगावर त्यांनी पांढरी फुले वाहिली.

श्रीरामांनी त्या शिवलिंगाकडे पहात म्हटले, 'हे शिवलिंग फार पवित्र आहे. इथे साक्षात शिवशंकराचा वास आहे. हे स्थान 'रामेश्वर' या नावाने प्रसिद्धीस येईल. याच्या दर्शनाने पापांचा नाश होईल.'

सर्व वीरांनी अनन्यभावाने त्या लिंगाला वंदन केले.

त्यानंतर नलाने वानर-वीरांना प्रचंड शिळा आणि वृक्ष घेऊन येण्यास सांगितले. सर्वांनी श्रीरामांचा जयघोष केला आणि सारे वीर पटापट उड्या मारीत निघाले. त्यांनी डोंगरावर जाऊन प्रचंड शिळा जमिनीवर फेकल्या. नल व नील यांनी त्या चेंडूसारख्या झेलून खाली ठेवल्या. कित्येक वीरांनी मोठमोठे वृक्ष उन्मळून टाकले. पाषाण, शिळा व वृक्ष यांचा सागरतीरावर पाहता पाहता प्रचंड ढीग जमला.

मग शिल्पज्ञ नल व नील यांनी वानरवीरांच्या मदतीने वृक्षांचे बुंधे कापले, शिळांना आकार दिला. आपले सारे कौशल्य पणाला लावून सेतू बांधण्याची तयारी केली.

अथांग सागराच्या पृष्ठभागावर लक्षावधी शिळा पडू लागल्या. क्षणाक्षणाला सेतूची लांबी वाढत गेली.

नल व नील यांना वाटले, 'ही सारी आपली बहादुरी ! आज आपण नसतो तर हा सेतू कुणी बांधला असता ?'

अहंकाराने ते दोघे फुगून गेले.

तोच... पृष्ठभागावर इतका वेळ तरंगणाऱ्या शिळा भराभर पाण्यात बुडू लागल्या.

'अरेरे ! हे काय झाले ? या शिळा लाकडी फळीसारख्या इतका वेळ पाण्यात तरंगत होत्या. आम्ही त्या सेतूवरून लंकेत जाणार होतो. रावणाचा नाश करून सीतामाईला परत आणणार होतो. परंतु या शिळा तर पाण्यात बुडू लागल्या.'

वानरवीरांत एकच गोंधळ उडाला. नल व नील मटकन् खाली बसले. त्यांना काहीच सुचेना.

तेवढ्यात रामसखा हनुमान तिथे आला. तो म्हणाला, 'नला, हे बुडणारे पाषाण आपल्याला कसे तारणार ? हा तुझ्या गर्वाचा परिणाम ! अरे, हे पाषाण पाण्यावर तरंगतात ते श्रीरामांच्या कृपेने. आपण केवळ निमित्तमात्र आहोत.'

नलाला पश्चात्ताप झाला. तो हनुमंताला हात जोडून म्हणाला, 'हे वायुपुत्रा, माझी चूक झाली. अहंकाराचा परिणाम कधीही चांगला होत नाही, हे ज्ञान मी आज शिकलो.'

हनुमान हसून म्हणाला, 'ही देखील त्या श्रीरामांचीच लीला ! तुला हे ज्ञान व्हावे आणि तुझा अहंकार नष्ट व्हावा यासाठीच त्या पतितपावन श्रीरामप्रभूंनी हे सारे घडवून आणले. तू श्रीरामांना शरण जा. तसेच एका शिळेवर 'रा' व दुसरीवर 'म' ही पुण्यदायक अक्षरे लिहून अशा दोन दोन

शिळा समुद्रात टाक. अरे, श्रीरामांचे नाम पाषाणालाही तारून नेईल.'

नल व नील यांनी श्रीरामांची प्रार्थना केली व हनुमंताने सांगितल्याप्रमाणे एका शिळेवर 'रा' व दुसरीवर 'म' अशी अक्षरे कोरून तशा दोन दोन शिळा समुद्राच्या पाण्यात फेकल्या आणि काय आश्चर्य! त्या शिळा नावेप्रमाणे पाण्यात तरंगू लागल्या.

ते पाहून वानर सैन्यात पुन्हा उत्साहाचे वारे संचारले! रामनामाने पुनीत झालेल्या हजारो शिळा समुद्रावर तरंगू लागल्या आणि पाहतापाहता, तो सेतू लंकेच्या दिशेने भराभर वाढू लागला.

सागरतीरावर फिरणारी एक इवलीशी खार आपल्या मण्याएवढ्या डोळ्यांनी हे सारे दृश्य मघापासून पहात होती. या रामकार्यात आपल्याला काही मदत करता येईल का याचा ती केव्हापासून विचार करीत होती. परंतु, आपला जीव केवढा व आपण मदत ती काय करणार या विचाराने ती कष्टी झाली होती, तिचे डोळे पाणावले होते. वानर-वीरांप्रमाणे पर्वतावरच्या प्रचंड शिळा घेऊन नेणे तिला शक्य नव्हते. मोठमोठे विशालकाय वृक्ष वाहून आणणे तिच्या शक्तीबाहेरचे होते.

परंतु रामकृपेने तिलाही एक युक्ती सुचली. तिने जमिनीवरची थोडी थोडी माती समुद्रात टाकायला सुरुवात केली. तिच्या कणभर मातीचाही सेतुबंधनासाठी उपयोग झाला. सेवा किती केली याला महत्त्व नाही, ती कोणत्या भावनेने केली हे महत्त्वाचे आहे. परमेश्वर सेवेमागची ही भावनाच पाहतो.

सेतूची पाहणी करण्यासाठी श्रीराम फिरत फिरत तेथे आले. त्यांनी त्या इटुकल्या खारीकडे न्याहाळून पाहिले. तिची सेवा पाहून त्यांनाही गहिवरून आले. त्यांनी त्या गोजिरवाण्या खारीला चटकन् उचलून घेतले. तिच्या अंगावरून प्रेमाने हात फिरविला. त्या प्रभुस्पर्शाने खारीचे जीवन धन्य झाले! तिने श्रीरामांच्या पायावर लोळण घेतली.

आज खारीच्या अंगावर जे सोनेरी पट्टे दिसतात ते श्रीरामांच्या हस्तस्पर्शामुळे निर्माण झाले, असे म्हणतात.

अशा प्रकारे सर्वांच्या मदतीने केवळ सहाच दिवसात शंभरयोजने सेतू बांधून तयार झाला. त्याचे दुसरे टोक पार लंकेला जाऊन भिडले.

आता फक्त श्रीरामांच्या आज्ञेचाच काय तो अवकाश होता.

|| रावणाचे कपट ||

उग्रदंड सुग्रीवाने आपल्या सर्व सेनेची काळजीपूर्वक पाहणी केली. अशक्त आणि आजारी वानरवीरांना त्याने मागे ठेवले. वानरसैन्यातील मोठमोठे बलिष्ठ वीर हातात प्रचंड वृक्ष व शिळा घेऊन श्रीरामांचा जयघोष करीत पुढे निघाले. त्यांना मार्गदर्शन करण्याचे काम रामभक्त बिभीषण करीत होता.

वानरवीरांच्या प्रचंड आरोळ्यांनी सारे आकाश दणाणले, सागर भयभीत झाला. समुद्रातील मोठमोठे प्राणी भीतीने थरथरू लागले. रणवाद्यांच्या प्रचंड आवाजात पर्वतप्राय लाटांचा खळखळाटही लोपून गेला.

समोर एका उंच टेकडीवर रावणाचा शोभिवंत महाल रत्नासारखा चमचमत होता. श्रीरामांनी नेम धरून एक अमोघ बाण सोडला.

त्या बाणामुळे रावणाच्या मस्तकावरील छत्र आणि त्याचा राजमुकुट यांचा चक्काचूर झाला. मंदोदरीची कर्णफुले गळून पडली आणि आपले कार्य बजावून तो तीक्ष्ण बाण एखाद्या आज्ञाधारक सेवकाप्रमाणे श्रीरामांकडे परत आला.

हा अजब प्रकार पाहून रावणाचे हृदय धडधडू लागले. मंदोदरीला तर तो भयंकर अपशकुन वाटला.

ती रावणाचे पाय धरून म्हणाली, 'नाथ, आपण अजून विचार करा. अजूनही वेळ गेली नाही. आपण श्रीरामांशी सख्य करून सीतेला सन्मानाने परत करा.'

परंतु रावणाने तिला लाथाडून बाजूला केले आणि तो पाय आपटीत आपल्या दरबाराकडे निघून गेला.

त्याने शुक आणि सारण या दोघा हेरांना रामाच्या सैन्याची माहिती काढण्यासाठी त्वरेने पाठवून दिले.

शुकाने अस्वलाचा वेष घेतला. सारणाने वृद्ध कपीचे रूप धारण केले आणि ते गुप्तपणे रामाच्या वानरसैन्याची टेहळणी करू लागले.

फिरता फिरता ते बिभीषणाजवळ येऊन ठेपले. बिभीषणाची व त्यांची दृष्टादृष्ट होताच बिभीषणाने त्यांचे मायावी रूप ताबडतोब ओळखले. शुक आणि सारण भयभीत होऊन थरथरा कापू लागले. वानरसैन्याला त्यांचे खरे स्वरूप समजताच त्यांनी त्या दोघा हेरांना यथेच्छ चोप देऊन श्रीरामांपुढे हजर केले.

परंतु, क्षमाशील श्रीरामांनी त्यांना कोणतीच शिक्षा केली नाही. ते म्हणाले, 'हेरांनो, मी तुम्हाला सोडून देतो. मात्र, तुम्ही जे जे पाहिलेत ते ते सारे रावणाला जाऊन सांगा.'

शुक व सारण रावणाकडे परत गेले. ते रावणाला हात जोडून म्हणले, 'महाराज ! श्रीरामांच्या सैन्यातील एकापेक्षा एक पराक्रमी योद्धे पाहून आमच्या उरात धडकीच भरली. उग्रदंड सुग्रीव, पराक्रमी अंगद, वृद्ध व अनुभवी जांबुवंत; त्याचप्रमाणे शौर्य आणि धैर्य यांचे जणू पुतळेच असे नल, नील, सुषेण, ऋषभ, गंधमादन यांसारखे प्रमत्त गजाप्रमाणे बलाढ्य वीर पाहून आमची छातीच दडपून गेली. महाराज, हातात प्रचंड गदा धारण केलेला वायुपुत्र हनुमानही आम्ही त्या सैन्यात बघितला आणि त्या महाव्यूहाच्या शिरोभागी मूर्तिमंत अग्नीप्रमाणे भासणारा महातेजस्वी राम पाहून आमचे तर पायच लटपटू लागले. त्या आजानुबाहू श्रीरामाच्या तुणीरात (भात्यात) विद्युल्लतेप्रमाणे चमकणारे असंख्य तीक्ष्ण बाण आहेत. त्यांच्याच शेजारी क्रुद्ध चेहऱ्याचा पराक्रमी लक्ष्मण उभा असून लंकेकडे पहात असताना त्याच्या आरक्त नेत्रातून जणू अग्निज्वाला बाहेर पडत

आहेत, असे भासते ! महाराज, या असंख्य पराक्रमी योद्ध्यांपुढे आपल्या सैन्याचा कितपत टिकाव लागेल याबद्दल आमच्या मनात संदेह निर्माण होत आहे.'

शुक व सारण यांचे भाषण ऐकून रावण दातओठ खात आपल्या महालात आला.

त्या ठिकाणी मंदोदरी रडत होती. रावणाला पाहताच तिने पुन्हा हंबरडा फोडीत त्याच्या चरणांवर लोळण घेतली आणि ती दीनवाण्या चेहऱ्याने रावणाकडे पहात म्हणाली, 'स्वामी, आपण सुज्ञ आहात. आपण अजूनही सर्व गोष्टींचा नीट विचार करा. एका स्त्रीच्या प्राप्तीसाठी आपण हजारो लंकावासीयांचे सोन्याचे संसार धुळीला मिळविणार ? महाराज, श्रीराम म्हणजे साक्षात भगवान विष्णूंचा अवतार. तो विराटस्वरूपी भगवंतच त्यांच्या रूपाने पृथ्वीवर अवतरला आहे ! नाथ, आपण अजूनही सीतेला परत पाठवून श्रीरामांशी सख्य करा.'

मंदोदरीने रावणाची समजूत काढण्याचा नानापरीने प्रयत्न केला. परंतु, मदांध रावणावर त्या भाषणाचा यत्किंचितही परिणाम झाला नाही. तो मंदोदरीची निभर्त्सना करीत म्हणाला, 'मंदोदरी, केवळ भयाच्या पोटी तुझ्या तोंडून हे शब्द बाहेर पडत आहेत. कवी म्हणतात, ते काही खोटे नव्हे. साहस, असत्य, चांचल्य, भय, कपट, निर्दयता, अविवेक आणि अपवित्रता हे आठ दुर्गुण स्त्रियांच्या स्वभावात जात्याच वास करीत असतात. हे मूर्ख स्त्रिये, प्रत्यक्ष इंद्रजितासारखा पराक्रमी मुलगा आपल्याजवळ असताना त्या यःकश्चित मर्कटांना तू घाबरतेस, यापरते आश्चर्य नाही. अगं, माझ्या बाहूत कैलास पर्वत हलविण्याची शक्ती आहे, सारे देव माझे गुलाम आहेत, त्रिभुवनाला चळचळा कापायला लावणारे नवग्रह आज माझे बंदिवान आहेत ! अशा परिस्थितीत मी त्या यःकश्चित रामाशी सख्य करावे म्हणतेस ? हूः !'

मंदोदरीला लाथाडून रावण अशोकवनाकडे निघाला. आता त्याने एक नवाच कुटिल डाव टाकण्याचे ठरविले.

आपल्या राक्षसी मायेने त्याने हुबेहूब रामासारखे दिसणारे एक शीर तयार केले आणि ते घेऊन तो आपल्या दूतांसह सीतेकडे आला.

रावणाने ते शीर सीतेपुढे ठेवून म्हटले, 'सीते, माझ्या सेनापतींनी रामाचा वध केला. तुझी खात्री पटावी यासाठी रामाचे शीर घेऊन मी येथे आलो आहे. आता तरी तू माझी भार्या होण्याचे मान्य कर.'

सीतेने रामाचे शीर बघितले. परंतु, श्रीरामांच्या पराक्रमाची तिला खात्री होती.

ती म्हणाली, 'रावणा, तुझी कपटविद्या माझ्या पूर्ण परिचयाची आहे. श्रीराम अजिंक्य आहेत. त्यांचा वध तुझ्या हातून होणे सुतराम शक्य नाही. आता तू मात्र तुझ्या शिराची नीट काळजी घे, म्हणजे झाले.'

सीतेचे भाषण ऐकून खजील झालेला रावण खिन्न मनाने दरबाराकडे परतला.

|| अंगदाची शिष्टाई ||

सीतेच्या प्राप्तीसाठी युद्ध अटळ आहे ही गोष्ट श्रीरामांनी जाणली. परंतु, राजधर्माला अनुसरून, आपल्या एका दूताला रावणाकडे शिष्टाईसाठी पाठविण्याचे त्यांनी ठरविले. कारण युद्धाचे भीषण परिणाम त्यांना ठाऊक होते.

आपला दूत म्हणून त्यांनी महाबलशाली अंगदाची निवड केली. अंगद वयाने लहान असला, तरी सुज्ञ आणि विचारवंत होता. शिवाय राजपुत्र असल्यामुळे दरबारातले रीतीरिवाज त्याला पूर्णतः अवगत होते.

रावणाशी कोणत्या मुद्द्यावर चर्चा करावयाची हे श्रीरामांनी युवराज अंगदाला नीट समजावून सांगितले.

अंगदाने श्रीरामांचा आशीर्वाद घेतला अन् रावणाच्या दरबारात जाण्यासाठी नीलनभात उड्डाण केले.

आणि थोड्याच वेळात तो लंकेच्या भव्य सुवर्णतटावर येऊन उतरला.

अंगदाला पाहून राक्षसांनी भीतीने आपल्या घरांची दारे लावून घेतली. काही राक्षस सैरावैरा धावत सुटले. त्यांना वाटले, महाप्रतापशाली हनुमानच पुन्हा लंकेत आला आहे.

आपली प्रचंड गदा घेऊन, तो पर्वताप्रमाणे दिसणारा धिप्पाड अंगद लंकेच्या राजरस्त्यावरून मोठ्या ऐटीत फिरू लागला. त्याच्या भुजा वृक्षासमान होत्या. त्याचे डोके पर्वतशिखराप्रमाणे भासत होते. मुख, नाकपुड्या, डोळे आणि कान हे जणु पर्वतातील प्रचंड गुहांप्रमाणे दिसत होते.

युवराज अंगद अतिशय निर्भयपणे रावणाच्या राजवाड्यात शिरला. त्याचे लालबुंद तेजस्वी शरीर व चालण्याचा एकंदर राजेशाही रुबाब पाहून दरबारातील सारे राक्षस नकळत उभे राहिले.

अंगदाला पाहून रावण मात्र संतापाने जळफळू लागला. त्याने अंगदाला 'या बसा' सुद्धा म्हटले नाही. परंतु, तिकडे दुर्लक्ष करून अंगदाने आपल्या पुच्छाची वेटोळी घालून पुच्छासन तयार केले आणि त्यावर तो मोठ्या ऐटीने बसला. त्याने एकवार सर्व दरबाराकडे निर्भयपणे नजर फिरविली.

रावणाने आपले तांबडेलाल डोळे त्याच्यावर रोखीत विचारले, 'काय रे मर्कटा, त्या क्षुद्र रामाचा निरोप घेऊन आलास वाटते ?'

अंगद चिडून म्हणाला, 'पापी रावणा, प्रभू रामचंद्रांचे नावदेखील उच्चारण्याची तुझी पात्रता नाही. अरे मूढा, सीता-स्वयंवराच्या वेळचा श्रीरामांचा पराक्रम विसरलास काय ? सीतेसारख्या पतिव्रतेला भेकडपणे पळवून आणण्यात तू कोणता पराक्रम दाखविलास ?'

अंगदाच्या या भाषणावर रावण आसुरी हास्य करीत म्हणाला, 'अरे मूर्खा, तुझ्या वडिलांनी देखील सुग्रीवाची बायको पळवून आणलीच ना ? असे असताना तू मला नीतीच्या गोष्टी शिकवतोस काय ?'

त्यावर अंगद म्हणाला, 'रावणा, या चुकीबद्दल माझ्या वडिलांना कोणती शिक्षा मिळाली, हे तुला ठाऊकच आहे. तू बऱ्या बोलाने सीतादेवीला परत केलेस, तर ठीक आहे. नाहीतर श्रीरामांच्या अमोघ बाणाने तुझी दहाही मस्तके गळून पडतील, हे लक्षात ठेव.'

अंगदाचे हे भाषण अविचारी रावणाला उन्मत्तपणाचे वाटले. अंगदाकडे एक जळजळीत दृष्टिक्षेप टाकीत तो म्हणाला, 'हे मर्कटा, आज मी तुझेच मस्तक छाटून टाकणार होतो. परंतु, राजनीतीच्या नियमानुसार दूताचा वध करता येत नाही. म्हणून मी तुला एकवार क्षमा करतो.'

त्यावर अंगद खदखदा हसून म्हणाला, 'वा रे वा तुझी राजनीती ! अरे, दुसऱ्या राजाची स्त्री कपटाने पळवून आणावी असे तुमच्या राजनीतीत लिहिले आहे वाटते ?'

अंगदाने नेमके स्वत:च्या वर्मावर बोट ठेवलेले पाहून आता मात्र रावण भडकला.

तो म्हणाला, 'हे मूर्खा, मी जे जे करतो ते माझ्या पराक्रमावर करतो. मी सीतेला पळविली ती माझ्या पराक्रमावर विसंबून. स्वर्गातील हजारो सुंदर स्त्रिया मी माझ्या अंत:पुरात कोंडून ठेवल्या त्या माझ्या बाहुबलाच्याच जोरावर. अरे प्रत्यक्ष इंद्राला मी जिंकून घेतले, कुबेराला पळताभुई थोडी केली. आज मोठमोठे देव माझ्या दरबारात शागिर्दांची कामे करीत आहेत. हे मर्कटा, माझ्या पराक्रमाचा हा इतिहास त्या तुझ्या रामाला जाऊन ऐकव एकदा.'

त्यावर अंगद हसून म्हणाला, 'अरे रावणा, तुझा हा अहंकार व्यर्थ आहे ! अरे, सहस्रार्जुनाने तुला किड्याप्रमाणे पकडून दोरीला बांधले, माझ्या वडिलांनी तुला माझ्या पाळण्यावर एखाद्या खेळण्यासारखे टांगून ठेवले. अरे कपटी राक्षसा, ज्यांना तू य:कश्चित मर्कट समजतोस त्या मर्कटांपैकीच एकाने तुझी लंका जाळून उद्ध्वस्त केली. अरे, त्या वेळी तुझा पराक्रम कुठे गेला होता ?'

अंगदाची स्पष्टोक्ती ऐकून रावणाच्या अंगाची नुसती लाही लाही झाली. तो सिंहासनावरून उठून अंगदाच्या अंगावर धावून गेला.

परंतु, अंगदाने त्याला तसेच वर उचलून जमिनीवर आपटले.

अंगदाचा तो पराक्रम पाहून दरबारातील राक्षसांचे हातपाय लटपटू लागले. जिवाच्या भीतीने त्यातील कित्येक राक्षस पळून गेले.

अंगद निर्भय पवित्र्यात उभा होता. त्याचे बाहू स्फुरण पावत होते. तो रावणाकडे पाहून म्हणाला, 'रावणा, तुझी ही लंका मला उंबराच्या फळासारखी वाटते आणि तीत राहणारे तुम्ही राक्षस मला त्या फळातील किड्यांप्रमाणे क्षुद्र वाटता. अरे, प्रभू रामचंद्रांची परवानगी असती तर ही लंका उंबराच्या फळाप्रमाणे मी कच्ची खाऊन टाकली असती. तुझ्या दहाही माना मुरगळून मी तुझी मस्तके हवेत उडवून दिली असती.'

अंगदाने इतकी खोडकी जिरवली तरी रावणाची मस्ती कमी झाली नाही. तो मिशीवर ताव देत आपल्या पराक्रमाचा इतिहास अंगदाला ऐकवू लागला.

तेव्हा अंगद खदखदा हसून म्हणाला, 'रावणा, तुझा पराक्रम मला चांगला ठाऊक आहे. तुला जर तुझ्या शौर्याची वा ताकदीची एवढी घमेंड असेल, तर माझा हा पाय मी भूमीवर रोवून ठेवतो. तू किंवा तुझ्या दरबारातील जो कोणी तो जागचा हालवून दाखवील, त्याला मी शरणचिठ्ठी

लिहून देईन. एवढेच नव्हे, तर श्रीरामदेखील सीतेला येथेच ठेवून लंकेतून निघून जातील.'

रावणाने आपल्या दरबारातील राक्षसांना आज्ञा केली, 'वीरहो ! या मर्कटाचे तंगडे बाजूला करून त्याला दरबाराबाहेर फेकून द्या.'

रावणपुत्र इंद्रजित मोठ्या त्वेषाने पुढे आला. त्याने अंगदाचा पाय बाजूला करण्याचा आटोकाट प्रयत्न केला. परंतु, तो निष्फळ ठरला.

इंद्रजितासारख्या बलवान वीराची झालेली फजिती पाहून इतर राक्षसांनी पुढे येण्याचे धाडसच केले नाही.

तेव्हा अंगद कुचेष्टेने हसून रावणाला म्हणाला, 'अरे रावणा, तू प्रचंड कैलास पर्वत आपल्या हातांनी गदागदा हलविला होतास असे मघा तूच सांगितलेस. परंतु, माझा त्यावर विश्वास बसत नाही. तुझ्या ताकदीचा गर्व असेल तर ये पुढे आणि उचल माझा पाय.'

रावणाला ते आव्हान स्वीकारणे भाग होते. तो तिरमिरीने जागचा उठला आणि अंगदाचा पाय धरून बाजूला करू लागला.

तेव्हा अंगद मोठ्याने हसत म्हणाला, 'अरे रावणा, तू एवढा मोठा सम्राट असून माझ्यासारख्या एका य:कश्चित मर्कटाचे पाय धरतोस याला काय म्हणावे ? अरे, तुला पाय धरायचेच असतील तर त्या परम प्रतापशाली प्रभू रामचंद्राचे धर.'

अंगदाने केलेली ही थट्टा पाहून रावण खजील झाला.

अंगदाने त्याला पुन्हा एकदा श्रीरामांचा निरोप सांगितला. परंतु, मदांध रावणाने तिकडे दुर्लक्ष केले.

तेव्हा अंगद म्हणाला, 'रावणा, तुझा मृत्युकाल समीप आल्यामुळेच तुला समेट न करण्याची दुर्बुद्धी होत आहे. विनाशकाल आला असता बुद्धीला मालिन्य चढते, असे जे म्हणतात; ते काही खोटे नव्हे. रावणा, मी माझ्यापरीने हे युद्ध टाळण्याचे प्रयत्न केले. परंतु, तुला युद्धच हवे असेल तर तुझी तीही इच्छा पूर्ण केली जाईल.'

अंगद एवढे शब्द उच्चारतो न उच्चारतो, तोच वानरसैन्यातून निनादलेल्या रणभेरींचा कर्णकर्कश्श्य आवाज ऐकू येऊ लागला.

।। युद्धाची धुमश्चक्री ।।

अंगदाने नील नभात उड्डाण केले आणि थोड्याच वेळात तो प्रभू रामचंद्रांकडे परत आला. त्याने रावणाच्या दरबारात घडलेली सर्व हकिकत श्रीरामांना निवेदन केली.

ती ऐकून आता युद्धाशिवाय गती नाही, ही गोष्ट श्रीरामांनी ओळखली.

आता व्यर्थ वेळ दवडण्यात अर्थ नव्हता. श्रीरामांनी वानरसैन्यापुढे उभे राहून त्यांना वीरश्रीयुक्त

शब्दांत आक्रमणाचा आदेश दिला.

त्याबरोबर प्रचंड बुभु:कार करीत वानरवीरांनी लंकेकडे कूच केले. रणघंटा घणघणू लागल्या. रणभेरींच्या निनादाने आकाश दणाणले. हनुमंताच्या हातातील केशरी ध्वज डौलाने फडफडू लागला.

पाहता पाहता लक्षावधी वानरसैन्य लंकेत घुसले. त्या वीरांनी लंकेला वेढा घातला.

'प्रभू रामचंद्र की जयऽऽ...', 'प्रभू रामचंद्र की जयऽऽ...' सर्वत्र एकच जयघोष निनादला.

लंकेतील सारे राक्षस भयभीत झाले. रावणही गडबडून गेला. परंतु, आता युद्ध अटळ होते.

रावणाने आपल्या सैनिकांना धीर दिला. परंतु, सैनिकांत उत्साह नव्हता. त्यांचे मनोधैर्य नाहीसे झाले होते.

तेवढ्यात रणभेरींच्या कर्कश्श्य नादात क्रुद्ध वानरवीरांनी लंकेच्या तटावर जोरदार हल्ला केला. तटावर प्रचंड शिळा आणि वृक्ष यांचा वर्षाव सुरू झाला आणि पाहता पाहता लंकेचा अभेद्य तट कोसळून पडला.

सर्वत्र एकच हाहाकार उडाला ! निकुंभ, अग्निकेतू, शंखनाद, वज्रहनू, प्रघस यांसारखे बलाढ्य राक्षसवीर त्या प्रचंड हल्ल्यापुढे निष्प्रभ ठरले.

श्रीरामांचा प्रचंड जयघोष करीत वानरवीर लंकेच्या तटावर चढले. त्यांनी मोठमोठ्या बलाढ्य राक्षसांना चेंडूप्रमाणे तटावरून खाली फेकून दिले. त्या राक्षसांच्या आर्त किंकाळ्यात रणभेरींचा आवाजही ऐकू येईनासा झाला.

आपल्या सैन्याची वाताहत झालेली पाहून राक्षसवीर पळत सुटले.

ते पाहून रावणाच्या मुठी आवळल्या गेल्या. त्याचा संताप अनावर झाला. त्याने नवा हुकूम काढला, 'जे राक्षस रणांगणावरून पळून जातील, त्यांचा वध करण्यात येईल.'

या हुकुमाची अंमलबजावणी सेनापतींनी कठोरपणे सुरू केली. त्यामुळे पळापळ थांबली. सारे राक्षस वानरसैन्यावर तुटून पडले.

रणभूमीवर धुळीचे प्रचंड लोट उठले. रक्त आणि मांस यांचा चिखल निर्माण झाला. शंख आणि दुदुंभी यांचे कर्णकर्कश्श्य ध्वनी कानठळ्या बसवू लागले.

राक्षसवीरांजवळ गदा, परिघ, शूल यांसारखी भयानक आयुधे होती; तर वानरवीरांच्या हातात प्रचंड वृक्ष अन् शिळा होत्या.

राक्षसांनी वानरसैन्यावर प्रचंड हल्ला केला. हजारो वानरवीर धरणीवर कोसळून पडले. ते दृश्य पाहून प्रमुख वानरवीरांनी क्रुद्ध होऊन आकाशात उड्डाण केले. त्यांनी मोठमोठी पर्वत शिखरे उचलून आणून राक्षसांवर फेकली. त्या पर्वतशिखरांखाली शेकडो राक्षस चिरडले गेले.

तेवढ्यात त्रिशूळधारी राक्षसांचे नव्या दमाचे सैन्य रणभूमीवर अवतरले. त्या सैन्याने नि:शस्त्र वानरवीरांना बेजार करून सोडले. प्रमत्त गजाप्रमाणे भासणारे प्रबल राक्षस विकट हास्य करीत वानरसैन्याचा फडशा पाडू लागले.

सुग्रीव, नल, नील, अंगद, हनुमंत आपल्या सैन्याला धीर देत होते. लक्ष्मणाने त्याच वेळी

एका प्रखर बाणाने विरूपाक्ष नावाच्या पर्वतप्राय राक्षसाला जमिनीवर लोळविले. श्रीरामांनी विद्युत्‌वेगाने आपल्या तुणीरातून हजारो बाण काढून राक्षस सैन्यावर फेकले. त्यामुळे सहस्रावधी राक्षस भूमीवर आदळले. हनुमंताने गदेच्या प्रहाराने हजारो राक्षसांची मस्तके फोडून टाकली; तर अंगदाने कित्येक राक्षसवीरांच्या रथांचे चूर्ण केले.

त्यानंतर अंगदाला घेऊन तो महारुद्र हनुमान लंकेच्या पश्चिम वेशीवर गेला. तेथे त्याने रावणाचा पुत्र इंद्रजित याच्याशी युद्ध सुरू केले.

त्या वेशीतून आत शिरण्यासाठी हजारो वानरवीर ताटकळत उभे होते. परंतु, वेशीचे मजबूत दार त्यांना फोडता येत नव्हते. त्याची ही अडचण जाणून हनुमंताने एक प्रचंड शिळा उचलून त्या वेशीवर फेकली. त्याबरोबर वेशीचा चक्काचूर झाला व हजारो वानरवीर आनंदाने आरोळ्या ठोकीत आत घुसले.

त्यानंतर हनुमंत पुन्हा इंद्रजितावर तुटून पडला. त्याने इंद्रजिताच्या छातीवर लाथ मारून त्याला मूर्च्छित केले. ते पाहून त्याच्या सारथ्याने चपळाई करून इंद्रजिताला रथात घातले व रथ वायुवेगाने पळविला.

त्यामुळे त्याचा नाद सोडून देऊन हनुमंत नि अंगद यांनी लंकेत धुमाकूळ घालावयास सुरुवात केली. त्यांनी हजारो राक्षसांना ठार करून रावणाच्या महालावर उडी मारली नि श्रीरामांचा प्रचंड जयजयकार करीत त्यांनी त्या महालाचे सोन्याचे कळस तोडून फेकून दिले आणि तो महाल आपल्या वज्रबाहूंनी गदागदा हलविला.

त्यामुळे महालातील स्त्रियांनी आक्रोश सुरू केला.

तो आक्रोश ऐकून त्या दोघांनी तटावरून खाली उडी घेतली.

इतक्यात सूर्य अस्ताला गेला. हळूहळू काळोख दाटू लागला. युद्धाच्या नियमाप्रमाणे रात्री लढाई थांबविणे आवश्यक होते. त्याप्रमाणे वानरवीर स्वस्थळी परतू लागले.

परंतु क्रुद्ध झालेल्या राक्षससेनापतींनी आपल्या सैन्याला युद्ध चालू ठेवण्याची आज्ञा केली आणि रावणाचा जयजयकार करीत ते सैन्य बेसावध वानरवीरांवर तुटून पडले.

पुन्हा दोन्ही सेना एकमेकांवर तुटून पडल्या. आक्रोश, आरोळ्या आणि रणभेरी यांच्या आवाजाने कानठळ्या बसू लागल्या.

परंतु, थोड्याच वेळात राक्षससैन्य पार दमून गेले. त्यांना लढणे अशक्य झाले. त्यांची ही अडचण, अकंपन आणि अतिकायथा सेनापतींनी ओळखली.

त्या अडचणीतून मार्ग काढण्यासाठी त्यांनी मायाबलाने तप्त राखेचा पाऊस सुरू केला. चंद्रप्रकाश लोप पावून सर्वत्र काजळीसारखा अंधार दाटला.

या अनपेक्षित संकटाने वानरसैन्य घाबरून गेले.

सारेजण धावत श्रीरामांच्या पायाशी आले. त्यांनी राक्षसांच्या मायेची हकिकत श्रीरामांना सांगितली.

त्याबरोबर महातेजस्वी श्रीरामांनी धनुष्यांचा टणत्कार करून एक प्रचंड शक्तिशाली अग्निबाण आकाशात सोडला; त्या बाणातून प्रकाशाचे तेजस्वी पुंज बाहेर पडत होते. त्या प्रकाशात वानरवीरांनी राक्षससैन्यावर तुफान हल्ला चढविला. ताज्या दमाचे अस्वल सैन्यही त्यांच्या मदतीला धावून आले. त्या सर्वांनी राक्षसांची दाणादाण उडवून दिली. राक्षससैन्य आपल्या राहुट्यांत पळून गेले. तेव्हा सुग्रीवाने वानरसैन्याला परत फिरण्याची आज्ञा केली.

त्याबरोबर वानरवीर परत आले. त्यांनी श्रीरामांचे चिंतन करीत विश्रांती घेतली.

अशा प्रकारे युद्धाचा पहिला दिवस संपला. त्या दिवशी वानरवीरांनी राक्षसांचे निम्मे अधिक सैन्य ठार करून भावी विजयाचा जणू पायाच घातला.

।। राम-लक्ष्मण मूर्च्छित पडले ।।

रात्र 'मी' म्हणत होती.

रावणाने तशा रात्री आपला दरबार भरविला. सेनापतींनी त्या दिवशी घडलेल्या युद्धाची हकिकत रावणाला निवेदन केली. आपल्या सैन्याचा पराक्रम फुगवून सांगितला.

परंतु तेवढ्यात माल्यवत् नावाचा एक वृद्ध मंत्री उभा राहिला. त्याने रावणाला म्हटले, 'महाराज ! या सेनापतींनी आपल्या शौर्याचे कितीही वर्णन केले, तरी महाप्रतापशाली श्रीरामांसमोर आपला टिकाव लागणे कदापि शक्य नाही. महाराज, आपण विचारवंत आहात. आपण वानरवीरांचा पराक्रम आठवा. हनुमंताने केलेली लंकेची धूळधाण डोळ्यांसमोर आणा. आपण सीतादेवींना ज्या दिवशी लंकेत आणलेत, त्याच दिवसापासून आपल्या राज्याला अनेक अपशकून होत आहेत. महाराज, या युद्धात न्याय आणि सत्य श्रीरामांच्या बाजूला आहे व शेवटी सत्पक्षाचाच विजय होणारा, हे निश्चित आहे. अशा परिस्थितीत आपण या युद्धात हजारो राक्षसवीरांची आहुती देण्यापेक्षा, अजून श्रीरामांशी स्नेह करा. अग्निज्वाळेप्रमाणे पवित्र व तेजस्वी अशा सीतादेवींना आपण सन्मानाने श्रीरामांकडे परत पाठवा.'

माल्यवत्चा हा सल्ला अत्यंत सुज्ञपणाचा होता. मंत्री या नात्याने राजाला अप्रिय, परंतु हितकारक सल्ला देण्याचे कर्तव्य माल्यवताने पार पाडले होते.

परंतु हट्टी, दुराग्रही आणि मदांध रावणाला तो सल्ला मानवला नाही. तो माल्यवताकडे एक जळजळीत कटाक्ष टाकीत म्हणाला, 'अरे थेरड्या, माझ्या शत्रूची स्तुती करणारी तुझी जीभ झडून पडो ! तू जर म्हातारा नसतास, तर मी येथल्या येथेच तुला ठार केले असते. जा; आपले काळे तोंड मला पुन्हा केव्हाही दाखवू नकोस.'

माल्यवत् जड पावलाने तेथून निघून गेला.

ते पाहून रावणाचा पुत्र इंद्रजित उभा राहून म्हणाला, ‘तात, आपण कसलीही चिंता करू नका. उद्या युद्ध सुरू झाल्यावर आपण या महाप्रतापशाली इंद्रजिताचा पराक्रम पहा. माझ्या पराक्रमापुढे जिथे इंद्रासारखे बलाढ्य योद्धेही नामोहरम झाले, तिथे त्या य:कश्चित रामाचा काय पाड ?’

इंद्रजिताच्या भाषणाने रावणाला धीर आला. त्याने इंद्रजिताकडे युद्धाचे आधिपत्य सोपविले आणि तो निश्चिंत मनाने आपल्या महालाकडे परतला.

दुसऱ्या दिवशी पहाटेसच युद्धाला तोंड लागले. पराक्रमी वानरवीरांनी लंकेभोवती पुन्हा वेढा दिला.

राक्षस आणि वानर यांचे तुमुल रणकंदन सुरू झाले.

त्या दिवशी इंद्रजिताने विलक्षण पराक्रम केला. आपल्या प्रखर बाणांनी वानरवीरांची मस्तके हवेत उडवीत तो श्रीरामांचा शोध घेत आपल्या रथातून वायुवेगाने फिरत होता. हजारो वानरवीर क्षणाक्षणाला जमिनीवर कोसळत होते. रक्ताच्या नद्या रस्त्यावरून वहात होत्या. मांसाचा चिखल तुडवीत त्याचा रथ डौलाने फिरत होता.

त्याच्या पराक्रमाने भयभीत झालेले वानरसैन्य जीव मुठीत धरून वाट फुटेल तिकडे पळत होते.

लंकेच्या उंच तटावरून महाबलशाली हनुमंताने हे विलक्षण दृश्य पाहिले आणि क्षणाचाही विचार न करता त्याने एक प्रचंड शिळा इंद्रजिताच्या रथावर फेकली.

त्याबरोबर त्या रथाचे चार तुकडे झाले. रथाचा सारथी मरण पावला. या अनपेक्षित प्रकाराने इंद्रजित घाबरून पळत सुटला. त्याने मायावी रूप धारण केले व श्रीरामांचा शोध घेऊन त्यांच्यावर अनेक प्रकारची आसुरी अस्त्रे फेकली.

या अस्त्रांमुळे श्रीराम भिऊन जाऊन रणभूमीवरून पळ काढतील, अशी इंद्रजिताची कल्पना होती. परंतु, महाप्रतापशाली श्रीराम जमिनीवर निर्भय पवित्र्यात पाय रोवून राक्षससैन्यावर महातेजस्वी बाणांचा वर्षाव करीत होते. इंद्रजिताची आसुरी अस्त्रे त्यांनी क्षणात नष्ट करून टाकली.

ते पाहून इंद्रजिताने आपल्या मायाबलाने रणभूमीवर असंख्य भुते निर्माण केली. हातात पलिते घेतलेल्या हजारो हडळी रणभूमीवर नाचू लागल्या. आकाशातून अग्निवर्षाव झाला. रणभूमीवर रक्ताचे सडे सांडले.

इंद्रजिताची ही विलक्षण माया पाहून वानरसैन्यात पुन्हा घबराट उडाली.

परंतु श्रीराम शांत होते. त्यांनी अभिमंत्रित केलेला एक बाण अंतराळात सोडला. त्याबरोबर इंद्रजिताची सर्व माया ऊन पडल्यावर धुके वितळून जावे, त्याप्रमाणे जागच्याजागी नष्ट झाली.

ते पाहून इंद्रजित विलक्षण भयभीत झाला. वानरसैन्यात नवा उत्साह संचारला, त्यांचे बाहू शौर्याने स्फुरण पावू लागले.

लक्ष्मण, सुग्रीव, अंगद आणि हनुमान यांनी वानरसैन्याला धीर देऊन पुन्हा युद्धासाठी सज्ज केले.

चिडलेल्या वानरसैन्याने राक्षससैन्यावर प्रखर हल्ला चढविला. त्या युद्धात हजारो राक्षस जखमी होऊन जमिनीवर कोसळले. त्यांच्या अंगातून रक्ताचे पाट वहात होते.

तुलसीदासजी लिहितात,

घायल बीर बिराजहि कैसे ।
कुसुमित किंसुक के तरू जैसे ।।

(म्हणजे-घायाळ झालेले वीर लालभडक फुलांनी बहरलेल्या पलाशवृक्षाप्रमाणे भासत होते.)

याप्रमाणे युद्ध ऐन रंगात आले असतानाच रात्र झाली. युद्धनीतीनुसार आता युद्ध थांबविणे आवश्यक होते. परंतु, राक्षसांना रात्रीच्या वेळीच अधिक चेव येतो. त्यामुळे त्यांनी युद्ध तसेच चालू ठेवले.

ती रात्र काळरात्रच ठरली!

दोन्ही पक्षांकडील हजारो वीर मरण पावले. श्रीराम आणि लक्ष्मण इंद्रजिताशी त्वेषाने युद्ध करीत होते. या वेळी श्रीरामांनी सोडलेले सुवर्णमुखी बाण त्या काळोख्या रात्री आकाशात काजव्याप्रमाणे चमकत होते.

जमिनीवरून श्रीरामांचा पराभव करणे अशक्य आहे, याची खात्री पटल्यावर इंद्रजिताने आकाशात झेप घेतली आणि काळ्या मेघांच्या आड लपून तो शरवृष्टी करू लागला. राम-लक्ष्मणाने त्याच्या दिशेने अनेक बाण सोडले. परंतु, तो अदृश्य असल्यामुळे त्याचा काहीच उपयोग होईना. उलट, इंद्रजित आकाशात सुरक्षित राहून वानरवीरांवर बाणांचा वर्षाव करीत होता. त्यामुळे वानरसैन्यात एकच हाहाकार उडाला!

शेवटी इंद्रजिताने नागमय बाण सोडून राम आणि लक्ष्मण या उभयतांना मूर्च्छित केले. त्यांची शरीरे बाणांच्या शय्येवर कोसळून पडली.

निश्चेष्ट पडलेल्या राम-लक्ष्मणांना पाहून इंद्रजिताला अपार हर्ष झाला. त्याला वाटले की, श्रीरामांचा अवतार संपला. ते निजधामास गेले.

त्यामुळे युद्ध तसेच टाकून तो मोठ्याने आरोळ्या ठोकीत रावणाकडे परत आला आणि पित्यास अभिवादन करून म्हणाला, 'महाराज, आपल्या कृपेने मी आज राम आणि लक्ष्मण या दोघांचा वध करण्यास समर्थ झालो. आता आपण निश्चिंतपणे राज्य करा.'

इंद्रजिताचे ते बोल रावणाला अमृताप्रमाणे गोड वाटले. त्याने आपल्या त्या लाडक्या पुत्राला कडकडून आलिंगन दिले आणि तो आनंदून म्हणाला, 'इंद्रजित, राम आणि लक्ष्मण यांच्या वधामुळे या युद्धाचा जवळजवळ शेवटच झालेला आहे. रामाबरोबर त्याचे वानरसैन्य बहुधा यावेळेपर्यंत पळून गेले असेल. आता सीता माझी भार्या होणार, ही काळ्या दगडावरची रेघ समज! परंतु, आपल्या पतीची अवस्था पाहण्यासाठी तू सीतेला पुष्पक विमानात बसवून त्रिजटेसह आताच रणभूमीकडे पाठवून दे.'

|| गरुडमंत्राचा प्रभाव ||

श्रीराम आणि लक्ष्मण यांना मूर्च्छित पडलेले पाहून सुग्रीव, हनुमान, अंगद, नल, नील, जांबुवंत इत्यादी वानरवीर धावून आले. त्या वेळी त्या दोघांच्या तेजस्वी शरीरात अनेक तीक्ष्ण बाण शिरलेले होते आणि दोघांचेही चेहरे वाळलेल्या कमलपुष्पाप्रमाणे निस्तेज दिसत होते.

वैद्यराज सुषेणाने त्या दोघांची नाडी तपासून पाहिली. ती अतिशय मंद चालत होती.

सुषेणाचा चेहरा कमालीचा चिंताग्रस्त दिसत होता. त्यामुळे वानरसैन्यात गंभीर शांतता पसरली. ते दोघे निजधामास गेले, असे वाटून सर्वांच्याच डोळ्यातून अश्रूंचा पूर वाहू लागला.

तेवढ्यात रावणाच्या आज्ञेप्रमाणे त्रिजटा सीतेला घेऊन पुष्पक विमानातून तेथे आली.

श्रीराम आणि लक्ष्मण यांना जमिनीवर निश्चेष्ट पडलेले पाहून सीतेला मूर्च्छा आली.

तेवढ्यात त्रिजटेने सीतेला सावध करून हळूच म्हटले, 'सीते, अगं असा धीर सोडू नकोस. श्रीरामांसारखा प्रतापशाली वीर राक्षसांच्या हातून मरणे कदापि शक्य नाही. ते दोघेही मूर्च्छित पडले असून, थोड्याच वेळात मूर्च्छेतून सावध होतील.'

इतक्यात बिभीषणाची राणी सरमाही तेथे गुप्त रीतीने येऊन सीतेला धीर देऊन गेली.

जगन्माता सीतेने आपला शोक आवरला.

तेवढ्यात ते विमान उलटे फिरून परत लंकेकडे निघाले. सीतेने आकाशातून प्रभू रामचंद्रांना मनोभावे वंदन केले.

नंतर थोड्याच वेळात ते विमान अशोकवनात येऊन अलगदपणे जमिनीवर उतरले.

त्रिजटेने पुन्हा एकदा सीतेला धीर दिला आणि ती रावणाकडे आली.

रावण तिचीच प्रतीक्षा करीत होता.

त्रिजटा हात जोडून रावणाला म्हणाली, 'महाराज, आपण सांगितल्याप्रमाणे सीतेला रणभूमीवरील देखावा पाहण्यासाठी मी घेऊन गेले. परंतु, निपचित पडलेल्या राम-लक्ष्मणांकडे पाहून तिचे मन जराही विचलित झाले नाही.'

त्रिजटेचे ते शब्द ऐकून रावण अस्वस्थ झाला.

इकडे रणांगणावर बिभीषण सुग्रीवाला म्हणाला, 'सुग्रीवा, सूर्योदय होताच राक्षस मोठमोठे पर्वत आणून श्रीरामांच्या अंगावर टाकतील. यासाठी या दोघांच्या शरीराचे आपण प्राणापलीकडे रक्षण केले पाहिजे.'

हे बोलत असता रामभक्त बिभीषणाच्या डोळ्यांतून घळाघळा अश्रू वहात होते.

बिभीषणाचे शब्द ऐकताच वानरवीर श्रीराम आणि लक्ष्मण यांच्याभोवती पुच्छांचा मंडप करून त्यांचे रक्षण करू लागले.

थोड्याच वेळात पूर्व दिशेकडे सूर्यदेवांचे आगमन झाले. त्याबरोबर राक्षस सैन्यातून रणभेरींचे कर्णकर्कश्श्य आवाज ऐकू येऊ लागले. ते सैन्य मोठ्या त्वेषाने रणभूमीकडे धावून येत होते.

ते दृश्य पाहून वानरवीरांचा जीव खाली-वर होऊ लागला. कुणालाही त्या राक्षससैन्याच्या प्रतिकाराला जाण्यास उत्साह राहिला नाही.

परंतु तेवढ्यात, 'श्रीराम लवकरच उठतील.' अशी एकाएकी आकाशवाणी झाली.

ते शब्द सर्वांनाच अमृतमय वाटले.

सर्वजण श्रीरामांच्या मनोहर मूर्तिकडे अनिमिष नेत्रांनी पहात राहिले.

तोच झोपेतून जागे व्हावे, त्याप्रमाणे श्रीरामांनी आपले कमलनेत्र हलकेच उघडले आणि सभोवार दृष्टी टाकली.

श्रीरामांना सावध झालेले पाहून वानरवीरांनी उंच उंच उड्या मारीत श्रीरामांच्या पवित्र नामाचा उच्च स्वरात जयघोष केला.

तेवढ्यात वायुदेव गुप्त रीतीने श्रीरामांजवळ आले आणि श्रीरामांच्या कानात गरुडमंत्र सांगून निघून गेले. श्रीरामांनी त्या मंत्राचा जप करताच एक महाबलवान गरुड त्या ठिकाणी धावत आला.

त्याला पाहताच नागमय बाणांमुळे निर्माण झालेले सर्व सर्प भीतीने पळून गेले.

नंतर थोड्याच वेळात लक्ष्मणही सावध झाला.

त्या दोघांना सावध झालेले पाहताच वानरसैन्यातून हजारो रणभेरी व शंख यांचा आवाज ऐकू येऊ लागला व त्यापाठोपाठ कोट्यवधी वानर बुभु:कार करीत लंकेकडे धावले.

।। राक्षसवीरांचा संहार ।।

श्रीराम आणि लक्ष्मण मूर्च्छेतून सावध होऊन पुन्हा युद्धासाठी सज्ज झाले आहेत, ही वार्ता रावणाला समजताच त्याचा अतिशय जळफळाट झाला. त्याने ताम्राक्ष नावाच्या एका बलाढ्य राक्षस सरदारास बोलावून शत्रुसैन्यावर हल्ला करण्याची आज्ञा केली.

दशाननाच्या आज्ञेनुसार तो महाबलाढ्य राक्षस आपले प्रचंड सैन्य घेऊन वानरसैन्यावर चालून गेला.

त्याचा रोख मुख्यत: हनुमंतांच्या बलशाली पथकावर होता; कारण त्या पथकाने आजवर विलक्षण पराक्रम गाजवून राक्षससैन्याची वाताहत केली होती.

ताम्राक्षाचे रणभूमीवर आगमन होताच साऱ्या रणभूमीवर धुळीचे प्रचंड लोट उठले. त्या वेळी ताम्राक्ष अक्राळविक्राळ रूप धारण करून हनुमंताच्या पथकाचा शोध घेत होता.

थोड्याच वेळात हनुमंताचे बलशाली पथक त्याच्या दृष्टिपथात आले आणि त्याने मोठ्या त्वेषाने त्या पथकावर हल्ला केला.

त्या तुमुल रणकंदनात हजारो वीरांची आहुती पडली. त्यात वानरवीरांचीच संख्या अधिक होती.

ते दृश्य पाहून हनुमंताने क्रुद्ध होऊन एक प्रचंड शिळा ताम्राक्षाच्या रथावर फेकून दिली. त्यामुळे त्याचा रथ जमीनदोस्त झाला.

ते पाहून चिडलेल्या ताम्राक्षाने आपल्या प्रचंड लोहगदेने हनुमंतावर प्रहार केले. परंतु, त्या वज्रदेही हनुमंताने ते प्रहार सहजपणे सहन केले आणि त्या प्रहारांना उत्तर म्हणून एक पर्वत शिखर उचलून ते ताम्राक्षाच्या मस्तकावर फेकले. त्या माराने ताम्राक्षाचे मस्तक फुटून त्याचे चूर्ण झाले.

दक्षिण तटाजवळ युवराज अंगद आणि वज्रदंष्ट्र यांचे रणकंदन सुरू होते. वज्रदंष्ट्राजवळ एक लाख राक्षससैन्य होते. दोन्ही पक्षांतील हजारो वीर समरांगणी पडल्यावर युवराज अंगद आणि वज्रदंष्ट्र यांचे गदायुद्ध सुरू झाले. त्या युद्धात ते दोघेही वीर रक्ताने न्हाऊन निघाले. शेवटी युवराज अंगदाने वज्रदंष्ट्राच्या विशाल छातीवर एक प्रखर प्रहार करून त्याचा वध केला.

त्यानंतर हनुमंताने अकंपन या सेनापतीच्या मस्तकावर एक प्रचंड वृक्ष फेकून त्याला ठार केले. कित्येक राक्षसांना त्याने चेंडूप्रमाणे हवेत उडवून पार समुद्रात फेकून दिले.

पर्वततटावर नील आणि प्रहस्त यांचे भयानक युद्ध अगदी रंगात आले होते. त्या युद्धात नीलाने प्रहस्ताचे दोन्ही बाहू उखडून टाकून त्यास ठार केले.

अशा प्रकारे आपल्या एकापेक्षा एक बलाढ्य वीरांचा वानर सैन्याने नाश केलेला पाहून रावणाचे नेत्र क्रोधाने आरक्त झाले. आपले दात ओठ खात तो आपल्या मंत्र्यांना म्हणाला, 'आता मीच स्वत: जाऊन रामाचा वध करून येतो. त्यासाठी सर्व सेना सिद्ध करा !'

॥ रावणाचा पराभव ॥

रावणाची आज्ञा होताच त्याच्या युद्धमंत्र्यांनी बलाढ्य सेनेची सिद्धता केली आणि आपल्या दिव्य रथात बसून लंकाधिपती रावण समरभूमीकडे निघाला. त्याच्या बरोबर लक्षावधी राक्षससैन्य होते. नाना प्रकारच्या शस्त्रास्त्रांनी भरलेले हजारो रथ त्याच्यापाठोपाठ येत होते.

आज स्वत: रावण युद्धासाठी बाहेर पडणार, असे कळताच लंकेतील एकूण एक राक्षस युद्धासाठी रावणाबरोबर समरभूमीकडे निघाले.

लंकापती रावणाची ती प्रचंड सेना श्रीरामांना दाखवून बिभीषण म्हणाला, 'प्रभू, रामचंद्रा, आज स्वत: रावण आपली प्रचंड सेना घेऊन युद्धासाठी उपस्थित झाला आहे. ते पहा, त्याचे एक लक्ष पुत्र व सव्वा लक्ष नातूही दिव्य शस्त्रास्त्रे घेऊन रावणाच्या भोवताली उभे आहेत. त्यांच्या मध्यभागी बहुमोल वस्त्राभरणे अंगावर घातलेला लंकापती रावण एका दिव्य रथात वीरासन घालून बसलेला आहे. त्याच्या दहा मस्तकांवर छत्रे झळकत असून त्याचे सेवकजन मोठ्या नम्रपणे उभे राहून चामरे ढाळीत आहेत.'

बिभीषणाने दाखविलेली प्रत्येक लहानसहान गोष्ट श्रीराम काळजीपूर्वक न्याहाळीत होते.

रावणाचे तेज, बल व वैभव पाहून ते मनाशी म्हणाले, 'शत्रू असावा तर असा !'

अशा प्रकारे रावणसैन्याचे निरीक्षण करून श्रीरामांनी आपल्या सैन्याला रावणावर हल्ला करण्याचा आदेश दिला.

प्रथम सुग्रीवाने एक प्रचंड पर्वत उचलून रावणाच्या दिशेने फेकला. परंतु, रावणाने एका पाठोपाठ एक तेजस्वी बाण सोडून त्या प्रचंड पर्वताचे चूर्ण करून टाकले व त्यानंतर दहा तेजस्वी बाण सुग्रीवावर सोडले. त्या तीक्ष्ण बाणांमुळे सुग्रीव रक्तबंबाळ झाला.

ते पाहून सर्व वानरवीर असंख्य वृक्ष आणि पाषाण घेऊन रावणावर धावले. परंतु, आपल्या बाणांनी रावणाने त्या सर्व वृक्ष-पाषाणांचेही चूर्ण करून टाकले.

त्यानंतर शरभ, गवय, गंधमादन, मंद, कुमुद, द्विविद आणि गवाक्ष या सात बलाढ्य वानरवीरांनी रावणावर प्रखर हल्ला केला. परंतु, रावणाने विद्युत्वेगाने एका पाठोपाठ एक बाण सोडून त्या सर्वांना जर्जर केले.

वानरसेनेची ही दुर्दशा पाहून स्वत: श्रीरामांनी आपले धनुष्य सज्ज केले.

ते पाहून धावत येऊन लक्ष्मण म्हणाला, 'श्रीरामचंद्रा, रावणाबरोबर युद्ध करण्याची आपण मला आज्ञा करावी.'

सौमित्राचा पराक्रम आठवून श्रीरामांनी आपले धनुष्य खाली ठेवले आणि लक्ष्मणाला युद्धाची आज्ञा केली.

श्रीरामांची आज्ञा होताच त्या महातेजस्वी सौमित्राने श्रीरामांना वंदन केले आणि एखाद्या खवळलेल्या सिंहाप्रमाणे तो रणभूमीकडे धावला.

इतक्यात हनुमंताने एक प्रचंड पर्वत आणून रावणावर फेकला. परंतु, तो खाली येण्यापूर्वीच रावणाने पाच तीक्ष्ण बाण सोडून त्या पर्वतांचे चूर्ण करून टाकले. हे पाहून हनुमंताने रावणाच्या रथावर उडी घेतली. परंतु, संतापलेल्या रावणाने लाथेने हनुमंताला खाली पाडले. त्याबरोबर हनुमंताने खवळून जाऊन आपल्या वज्रमुष्टीने रावणाच्या हृदयावर प्रहार केला.

त्या जबरदस्त प्रहाराने रावणासारखा बलाढ्य वीरही क्षणभर कासावीस झाला.

इतक्यात नलही एक पर्वत घेऊन रावणावर चाल करून आला. परंतु, रावणाने पाच बाण सोडून त्याही पर्वताचे पीठ केले.

त्याचवेळी नलाने एक अद्‌भुत चमत्कार केला.

ब्रह्मदत्त मंत्राचा जप करून त्याने आपल्याचसारखे कोट्यवधी नल रणभूमीवर उत्पन्न केले. ते सारेजण विशाल पर्वत हातात घेऊन रावणावर धावले.

दोन्ही पक्षांची दले विस्मित होऊन तो चमत्कार पहात असतानाच रावणाने ब्रह्मास्त्र सोडून सर्व मायावी नल नाहीसे केले.

तोपर्यंत लक्ष्मण रणभूमीवर येऊन पोहोचला. त्याने शेकडो बाणांचा रावणावर पाऊस पाडला. त्या बाणांनी जर्जर होऊन रावण वैतागून गेला. त्याने चपळाई करून पाच प्रखर बाण लक्ष्मणावर सोडले. परंतु, लक्ष्मणाने ते सर्व हवेतल्या हवेतच तोडून टाकले.

ते पाहून रावणाने लक्ष्मणावर ब्रह्मशक्ती सोडली. लक्ष्मणाने बाणाने ती शक्ती थोपविण्याचा प्रयत्न केला. परंतु, ती त्याच्या हृदयात शिरून तो निश्चेष्ट पडला.

लक्ष्मण पडलेला पाहून रावणाने रथाखाली उडी मारली आणि लक्ष्मणावर मुष्टिप्रहार करण्यासाठी तो धावून गेला.

परंतु वज्रदेही हनुमंताने त्यापूर्वीच रावणाला लत्ताप्रहार करून पळवून लावले.

तेवढ्यात लक्ष्मणही सावध झाला. त्याने निर्वाणबाण सोडून रावणाला जखमी केले.

रावण रथात बसून पळू लागताच हनुमंताने श्रीरामांना खांद्यावर बसवून आकाशात उड्डाण केले.

श्रीरामांनी प्रथम एकच तीक्ष्ण बाण सोडून रावणाची दहाही छत्रे छेदून टाकली. त्यानंतर दुसऱ्या शक्तिशाली बाणाने रावणाची चामरे तोडून त्याचे रत्नखचित मुकुट खाली पडले. नंतर त्याचे भाते व धनुष्ये यांचे तुकडे केले.

श्रीरामांचा तो अद्‌भुत पराक्रम पाहून रावणाला पळता भुई थोडी झाली.

श्रीराम त्याला अडवून म्हणाले, ‘हे दशानना, आज युद्ध करून फार थकला आहेस; म्हणून मी तुला या खेपेस सोडून देतो. आता माघार जाऊन आपल्या सर्व राण्यांचा, पुत्र-पौत्रांचा व आप्तजनांचा निरोप घेऊन ये. त्या वेळी मात्र माझा बाण तुझी गय करणार नाही.’

श्रीरामांचे हे भाषण ऐकताच लंकापती रावण मनातल्या मनात चरफडत लंकेकडे निघून गेला.

।। कुंभकर्ण निघाला ।।

रावणास आजपर्यंत पराजय असा तो ठाऊक नव्हता! ‘देव, दानव, गंधर्व, यक्ष, किन्नर, नाग व पक्षी यांच्यापासून मला मरण नसावे.’ असा वर त्याने चतुरानन ब्रह्मदेवापासून मागून घेतला होता. त्यावेळी य:कश्चित मनुष्य मला काय करणार, असे वाटून त्याने मनुष्याचे नाव या यादीत घातले नव्हते.

हा वर मागून घेतल्यावर ब्रह्मदेव त्याला म्हणाले होते, ‘बाबा रे, तू ज्याला य:कश्चित समजतोस त्या मनुष्यापासूनच तुला मृत्यू येईल.’

ब्रह्मदेवांच्या त्या शब्दांची रावणाला या वेळी आठवण झाली आणि तो अतिशय अस्वस्थ झाला. परंतु, एवढा प्रकार होऊनही साध्वी सीतेला सन्मानाने श्रीरामांच्या स्वाधीन करावे असा सुविचार त्याला सुचला नाही. ‘विनाशकाले विपरीत बुद्धी’ ही म्हण काही खोटी नव्हे.

त्या रात्री रावणाला झोप कशी ती आलीच नाही. विचार करून त्याने शेवटी आपला भाऊ कुंभकर्ण याची मदत घेण्याचे ठरविले; कारण कुंभकर्ण महा पराक्रमी होता.

परंतु, अडचण अशी होती की, नेमका त्याचवेळी तो प्रदीर्घ निद्रा घेत होता. तो एकदा झोपला की सहा महिने उठत नसे.

त्याला झोपेतून उठविणे महाकर्मकठीण होते. परंतु, ही वेळच अशी होती की, त्याला झोपेतून जागे करणे आवश्यक होते.

कुंभकर्णाला झोपेतून उठविण्याची कामगिरी रावणाने विरूपाक्ष नावाच्या राक्षसावर सोपविली.

विरूपाक्षाने कुंभकर्णाला उठविण्यासाठी एक हजार राक्षस आपल्या सेवेत घेतले. सुगंधित मद्याने काठोकाठ भरलेल्या दोन दोन हजार पखाली हत्तींच्या पाठीवर लादल्या. शेकडो रेडे आणि बोकड बरोबर घेऊन आणि अनेक कर्कश्श्य रणवाद्ये घेऊन तो कुंभकर्णाच्या महालात शिरला.

त्यावेळी कुंभकर्ण गाढ झोपला होता. त्याचा काळाकभिन्न देह एखाद्या प्रचंड पर्वताप्रमाणे त्या महालात अस्ताव्यस्त पसरला होता. त्याच्या श्वासोच्छ्‌वासाबरोबर शेकडो रेडे व हत्ती त्याच्या नाकात शिरत होते.

त्या महाप्रचंड कुंभकर्णाकडे पाहून आपण ही कामगिरी उगीच पत्करली, असे विरूपाक्षाला

वाटू लागले.

कारण हे धूड जागे करणे, ही गोष्ट जवळजवळ अशक्यच होती.

तरी पण रावणाची आज्ञा असल्यामुळे विरूपाक्षाने कुंभकर्णाला जागे करण्याचे प्रयत्न सुरू केले.

प्रथम सव्वालक्ष राक्षसांनी कुंभकर्णाच्या कानाशी प्रचंड गजर केला. परंतु, त्याचा कुंभकर्णावर काहीच परिणाम होईना.

त्यानंतर विरूपाक्षाने कुंभकर्णाच्या छातीवर अनेक हत्ती सोडले आणि हत्तींना नाचावयास लावले. परंतु हत्ती दमले व त्यांनाच झोप आली. कुंभकर्णाचे घोरणे जरादेखील थांबले नाही.

मग कुणी म्हटले, 'याच्या नाकात तीष्ण औषधे ओता!'

विरूपाक्षाने मोठमोठ्या पखाली भरून औषधे आणली आणि कुंभकर्णाच्या नाकात ओतली. परंतु त्याचाही कुंभकर्णावर परिणाम होईना.

तेव्हा विरूपाक्षाने त्याला किन्नरींचे सुस्वर गायन ऐकविले. ते मधुर स्वर कानी पडताच कुंभकर्णाने एक खूप मोठी जांभई दिली आणि तो जागचा उठून बसला.

त्याने प्रथम दोन सहस्र पखालीतील मद्य घटाघट पिऊन टाकले. त्यानंतर रेडे, हत्ती, बोकड अशी जेवढी जनावरे तेथे होती, ती सर्व कडाकड चावून खाऊन टाकली. अन्नाने भरलेल्या हजारो थाळ्या त्याने खाऊन फस्त केल्या.

आणि मेघगर्जनेप्रमाणे एक प्रचंड ढेकर देऊन त्याने विरूपाक्षाला येण्याचे कारण विचारले.

विरूपाक्षाने अत्यंत नम्र भाषेत कुंभकर्णाला आपल्या येण्याचा हेतू सांगितला.

तो ऐकून मेघांच्या गडगडाटाप्रमाणे एक विकट हास्य करीत कुंभकर्ण म्हणाला, 'ठीक आहे. मी असाच जाऊन त्या वानरवीरांना खाऊन टाकतो.'

त्यावर विरूपाक्ष म्हणाला, 'महाराज, आपण प्रथम रावण महाराजांना भेटा.'

कुंभकर्ण त्याप्रमाणे आपला अजस्र देह सावरीत डुलत डुलत राजदरबाराकडे येऊ लागला. त्याच्या प्रत्येक पावलाबरोबर धरणी चळचळ कापत होती.

कुंभकर्णाला पाहताच रावणाला अत्यानंद झाला. तो स्वत:शी म्हणाला, 'आता रामाचा वध अटळ आहे. सीता माझी भार्या होण्याचा क्षण या कुंभकर्णाच्या प्रत्येक पावलागणिक जवळ येत आहे.'

रावणाने कुंभकर्णाला आलिंगन दिले आणि युद्धाची सर्व हकिकत त्याला निवेदन केली.

ती हकिकत ऐकून कुंभकर्ण म्हणाला, 'रावणा, तू सीतेचा विनाकारण छळ केलास. त्या जगन्मातेचे तू कपटाने हरण केलेस! तेव्हा तुझ्या पक्षाला विजय मिळणे सुतराम शक्य नाही. अरे, 'जिथे सत्य तिथे विजय' हे लक्षात ठेव. रामाची बाजू न्यायाची नि सत्याची आहे. त्याच्या पाठीशी हनुमंत, अंगद यांसारखे परम प्रतापशाली वीर आहेत. अशा श्रीरामांचा पराभव करणे त्रिभुवनात कुणासही शक्य नाही.'

कुंभकर्णाची ही स्पष्टोक्ती ऐकून रावण चपापला.

तो म्हणाला, 'कुंभकर्णा, तुझे म्हणणे कितीही योग्य असले तरी सीतेसारखी त्रिभुवनसुंदरी मला प्राप्त झाल्याशिवाय माझ्या जीवास बिलकूल चैन पडणार नाही. तेव्हा त्यासाठी मला एखादी नामी युक्ती सुचव.'

त्यावर क्षणभर विचार करून कुंभकर्ण म्हणाला, 'रावणा, तू कपट मंत्राचा जप करून रामाचे रूप घे आणि सीतेसमोर जा. म्हणजे ती तुला तत्काळ वश होईल.'

रावण म्हणाला, 'कुंभकर्णा, मी रामाचे रूप घेतले तर माझी दुर्वासना नष्ट होईल. परस्त्री मला मातेसमान वाटू लागेल. मी एकबाणी, एकवचनी आणि एकपत्नी होईन. त्यापेक्षा रामाचा या युद्धात वध करून मी सीतेला हक्काने माझी भार्या करीन.'

रावणाचा हा दुष्ट विचार कुंभकर्णाला फारसा आवडला नाही.

कुंभकर्ण या युद्धास तितकासा उत्सुक नाही, असे पाहताच रावणाने एक युक्ती केली. कुंभकर्णाचे वर्म त्याला पूर्णपणे ठाऊक होते. त्याने कुंभकर्णासमोर सुगंधित मद्याने काठोकाठ भरलेले हजारो रांजण ठेवले. तसेच हजारो स्वादिष्ट बोकड आणि रेडे त्याच्यासमोर कापून ठेवले.

मद्य आणि मांस पाहताच कुंभकर्ण सारी नीती विसरला. त्याने ते सर्व मद्य घटाघट पिऊन टाकले. त्या मांसाचा फडशा पाडला आणि तो महाभयंकर गर्जना करीत युद्धभूमीकडे निघाला.

कुंभकर्णाचा अजस्र देह पाहून वानरवीर मूर्च्छित पडले.

ते पाहून बिभीषण कुंभकर्णाला सामोरा गेला. त्याने कुंभकर्णाला म्हटले, 'दादा, माझा हिताचा सल्ला रावणाला मानवला नाही. त्याने माझा अपमान करून भरदरबारातून मला हाकलून दिले. त्यामुळे मी श्रीरामांना येऊन मिळालो. यात माझे चुकले का ?'

कुंभकर्ण म्हणाला, 'बिभीषणा, तुझी कृती योग्य आहे. कारण या युद्धात अन्यायी रावणाचा पराभव होईल. मी केवळ कर्तव्य म्हणून रावणाच्या बाजूने लढत आहे. परंतु, या युद्धात विजय मिळेल, असा विश्वास मला वाटत नाही. परंतु, मृत्यू आला तरी तो श्रीरामांच्या हातून येईल आणि ही जमेची बाजू फार महत्त्वाची आहे.'

।। कुंभकर्णाचा वध ।।

कुंभकर्णाचा निरोप घेऊन बिभीषण श्रीरामांकडे परत आला. त्याने श्रीरामांना वंदन करून म्हटले, 'प्रभो, माझा भाऊ कुंभकर्ण वानरसैन्यावर चालून येत आहे. त्याची आपल्याबरोबर युद्ध करण्याची इच्छा नाही. आपला सत्पक्ष असल्याबद्दल त्याची खात्री पटली आहे. परंतु, केवळ हट्टी रावणाच्या समाधानाकरिता तो युद्धाचे साहस करीत आहे.'

बिभीषण एवढे बोलतो तोच राक्षससैन्यातून रणभेरींचे कर्कश्श्य आवाज ऐकू येऊ लागले.

श्रीरामांनी वानरसैन्याला सज्ज राहण्याचा आदेश दिला.

सुग्रीव, हनुमंत, नल, जांबुवंत नि अंगद आपापल्या पथकांना घेऊन राक्षस सैन्याशी दोन हात करण्यास सज्ज झाले. श्रीरामांचा केशरी ध्वज वानरसैन्याच्या अग्रभागी डौलाने फडकू लागला.

'श्रीरामचंद्र की जय' अशा गगनभेदी आरोळ्या ठोकीत ते महापराक्रमी कपिसैन्य कुंभकर्णाच्या राक्षस सैन्यावर तुटून पडले.

महाभयानक गर्जना करीत रुंडमाला धारण केलेला तो अक्राळविक्राळ कुंभकर्ण वानरसैन्याच्या दिशेने तीक्ष्ण बाण सोडू लागला. त्याचा पर्वतप्राय प्रचंड देह पाहून मोठमोठे वानरवीर थरथर कापू लागले. परंतु महारुद्र हनुमंताने त्यांना आपल्या पाठीशी घातले आणि तो त्यांना अनेक प्रकारे धीर देऊ लागला.

हनुमंत म्हणजे साक्षात स्फूर्ती देवता, साक्षात पराक्रम, साक्षात उत्साह ! त्याच्या स्फूर्तिदायक, ओजस्वी शब्दांनी कपिसैन्यात नवचैतन्य संचारले आणि त्या वीरांनी हजारो पाषाणांची नि लक्षावधी वृक्षांची कुंभकर्णावर वृष्टी केली. परंतु वज्राप्रमाणे कठीण अशा कुंभकर्णाच्या देहाला त्यामुळे यत्किंचितही इजा झाली नाही. उलट ते पाषाण नि प्रचंड वृक्ष यांचेच चूर्ण झाले.

संतापलेला कुंभकर्ण मोठ्या त्वेषाने वानरसैन्यावर हल्ला करू लागला. त्याने शेकडो वानरवीरांना गिळून टाकले. त्यापैकी काही वानर त्याच्या नासिकेतून नि कर्ण विवरातून बाहेर पडले.

वानरवीरांचा हा प्रचंड संहार पाहून वायुपुत्र हनुमंताचा संताप अनावर झाला. त्याने कुंभकर्णाच्या जवळ जाऊन आपल्या प्रचंड गदेने कुंभकर्णावर प्रहार केला. तो प्रहार असह्य होऊन कुंभकर्णाला क्षणभर ग्लानी आली. परंतु, स्वतःला सावरून घेत त्याने विलक्षण चपळाई करून हनुमंतावर आपल्या गदेचा उलट प्रहार केला. त्या जबरदस्त प्रहारामुळे हनुमंतालाही मूर्च्छा आली.

ते पाहून वीरश्रीयुक्त भयानक गर्जना करीत तो साक्षात मृत्यूप्रमाणे भासणारा प्रचंड कुंभकर्ण नल व नील यांच्या दिशेने चाल करून आला. त्याने त्या दोघांना चिमटीत पकडून भुईवर आपटले. त्याच्या धक्क्याने हजारो वानरवीर मूर्च्छित होऊन पडले, तर कित्येक श्रीरामांच्या पाठीशी येऊन आश्रय घेऊ लागले ! त्यानंतर त्या महाबलाढ्य कुंभकर्णाने विकट हास्य करीत सुग्रीवाला पकडून आपल्या बगलेत दाबले. त्यामुळे सुग्रीव मूर्च्छित होऊन जमिनीवर कोसळला.

आता वानर सैन्याची कुंभकर्णापुढे मुळीच धडगत नाही, ही गोष्ट श्रीरामांनी ओळखली आणि ते एखाद्या विद्युल्लतेप्रमाणे रणभूमीकडे धावले.

एवढ्या वेळात हनुमंत आणि सुग्रीव दोघेही शुद्धीवर आले होते. त्यापैकी सुग्रीवाने कुंभकर्णाच्या अजस्र देहावर उडी मारून त्याचे नाक चावले नि कान तोडून टाकले. ते पाहून चवताळलेल्या कुंभकर्णाने त्यास पुन्हा चिमटीत धरून जमिनीवर आदळले व तो त्याला ठार करण्यासाठी पुन्हा खाली वाकला. परंतु सुग्रीवाने प्रसंगावधान राखून मेल्याचे सोंग घेतले. त्यामुळेत त्याला तसाच टाकून कुंभकर्ण आसुरी हास्य करीत श्रीरामांच्या दिशेने चालून आला.

त्याने वाटेत दिसलेल्या शेकडो वानरवीरांना गिळून टाकले.

कुंभकर्णाचा तो विलक्षण पराक्रम पाहून वानरसैन्यातील मोठमोठ्या युद्धविशारदांनी तोंडात बोट घातले.

श्रीरामांना रणभूमीवर पाहताच कुंभकर्णाने एक प्रचंड गिरीशिखर उचलून श्रीरामांच्या दिशेने फेकून दिले. परंतु, आपल्या अमोघ बाणाची धडक देऊन श्रीरामांनी त्या गिरीशिखराचे चूर्ण करून टाकले.

श्रीरामांच्या धनुष्यातून टोकदार बाणांचा राक्षस सैन्यावर जणू पाऊस पडत होता. ते बाण पंख फुटलेल्या काळसर्पाप्रमाणे भासत होते.

त्या बाणांनी हजारो राक्षस क्षणाक्षणाला मृत्युमुखी पडत होते. शिरच्छेद झालेली राक्षसांची कबंधे रणभूमीवरून धावत होती. राक्षसांचे विव्हळणे नि किंचाळणे यामुळे रणभूमीवर एकच आकांत उडाला होता.

राक्षसवीरांचा हा संहार पाहून महाबलाढ्य कुंभकर्ण विलक्षण त्वेषाने पुन्हा श्रीरामांवर चाल करून आला. त्याने मोठेमोठे प्रचंड वृक्ष नि पाषाण यांचा श्रीरामांवर वर्षाव केला. परंतु, आपल्या शरीराभोवती जणू बाणांचा कोट उभारून श्रीरामांनी त्यापासून स्वत:चे रक्षण केले. त्यांचे तेजस्वी बाण क्षणाक्षणाला कुंभकर्णाच्या विशाल शरीरात घुसत होते. काळ्याशार ढगात घुसून विजा लुप्त व्हाव्यात त्याप्रमाणे ते बाण कुंभकर्णाच्या पर्वतप्राय देहात लुप्त होत होते. त्याच्या शरीरातून रक्ताचे पूर वहात होते.

परंतु तो धैर्यशील कुंभकर्ण तसूभरही मागे न हटता मोठ्या शर्थीने युद्ध करीत होता.

त्याने आपल्या उजव्या हाताने एक प्रचंड शिळा वर उचलली आणि ती श्रीरामांच्या अंगावर फेकण्यासाठी त्याने उजवा हात वर केला. परंतु तेवढ्यात एक अचूक बाण मारून श्रीरामांनी कुंभकर्णाचा उजवा हात मुळापासून उखडून टाकला! तेव्हा चवताळलेल्या कुंभकर्णाने डाव्या हाताने दुसरी शिळा वर उचलली. परंतु, श्रीरामांनी दुसऱ्याच क्षणी त्याच डावा हातही उखडून टाकला.

आपले दोन्ही हात तुटलेले पाहून कुंभकर्णाने विलक्षण विक्राळ रूप धारण केले व आपला प्रचंड जबडा पसरून श्रीरामांना गिळून टाकण्यासाठी तो श्रीरामांच्या दिशेने पळत आला. त्यामुळे पृथ्वीवर धरणीकंप निर्माण झाले. त्याच्या भाराने, जमिनीवरच्या पळण्याने प्रचंड शिळा भुईसपाट झाल्या.

तो भयंकर रणसंग्राम पाहण्यासाठी आकाशात सुरवर, सिद्ध आणि गंधर्व यांनी एकच गर्दी केली.

कुंभकर्णाचा जबडा दोन पर्वतांमधील खोल दरीसारखा भासत होता. वाटेतील शेकडो वानरसेनांना गिळून टाकीत कुंभकर्ण श्रीरामांना गिळण्यासाठी पुढे पुढे येत होता.

हा जास्त पुढे आल्यास अनवस्था प्रसंग ओढवेल, हे जाणून प्रसंगावधानी श्रीरामांनी त्याच्या जबड्यात शेकडो बाण सोडून त्याचा जबडा बंद करून टाकला आणि मग एका अर्धचंद्राकृती बाणाने त्याचे शिर धडावेगळे केले. कुंभकर्णाचा अजस्र देह धाडकन् भूमीवर कोसळून पडला. त्या प्रचंड धक्क्यामुळे सारी लंका हादरून गेली.

'प्रभू रामचंद्र की जय' असा एकच जयघोष वानरसैन्यातून ऐकू येऊ लागला. विजयवाद्ये गरजू लागली; श्रीरामांचा केशरी ध्वज मोठ्या दिमाखाने आकाशात फडकू लागला.

।। लक्ष्मणाचा पराक्रम ।।

कुंभकर्ण वधाची हकिकत रावणाच्या हेरांनी ज्या वेळी रावणाला कळविली, त्यावेळी त्याची जणू कंबरच खचली ! तो कपाळाला हात लावून मटकन् खाली बसला ! कारण कुंभकर्णाच्या प्रचंड शक्तीवरच त्याची खरी भिस्त होती.

रावणाची ती दीनवाणी स्थिती पाहून महापार्श्व, महोदर, देवांतक, नरांतक, त्रिशिर आणि अतिकाय या राक्षसवीरांनी रावणाला धीर दिला आणि हात जोडून म्हटले, ‘महाराज, आमच्यासारखे बलाढ्य वीर आपल्या आज्ञेची प्रतीक्षा करीत उभे असताना आपण काळजीत का पडला आहात ?’

त्या सहा वीरांचे ते उत्साहजनक भाषण ऐकून रावणाची उद्विग्नता कमी झाली व त्याने चतुरंग दळ सिद्ध करून त्या वीरांना रणभूमीवर रवाना केले.

वानरसेना रणभूमीवर सज्ज होऊन उभीच होती. थोड्याच वेळात त्या दोन्ही सैन्यांची गाठ पडून तुमुल रणकंदन माजले.

राजपुत्र नरांतक घोड्यावर बसून युद्ध करीत होता. त्याने त्या प्रसंगी अद्भुत पराक्रम करून अठरा लक्ष वानरवीरांना ठार केले. नरांतकांचा तो अभूतपूर्व पराक्रम पाहून मी मी म्हणणारे वानरवीर भीतीने चळाचळा कापू लागले.

वानरसेनेची ही दयनीय अवस्था पाहून राजपुत्र अंगद अतिशय त्वेषाने नरांतकावर धावून गेला व त्याने प्रखर मुष्टिप्रहार करून नरांतकाचा वध केला.

ते पाहताच नरांतकाबरोबरचे चौघे वीर अंगदावर धावून आले. अशा प्रकारे एकटा अंगद त्या चौघांच्या तावडीत सापडलेला पाहून ऋषभ, नल आणि हनुमान असे तिघे वीर अंगदाच्या साहाय्यार्थ धावले. त्याप्रसंगी घनघोर युद्ध होऊन नलाने महोदराला, हनुमंताने देवांतकाला व ऋषभाने महापार्श्वाला ठार केले.

ते दृश्य पाहून रावणपुत्र अतिकाय अतिशय क्रोधायमान झाला व आपल्या हजार घोड्यांच्या रथात बसून वानरसेनेवर धावून आला.

अतिकाय हा अतिशय बलाढ्य वीर होता. ब्रह्मदेवाच्या कृपेने त्यास अवध्य कवच प्राप्त झाले होते, त्यामुळे तो अतिशय शेफारून गेला होता.

अतिकाय हजार घोड्यांच्या रथात बसून येत असलेला पाहून गवय, गवाक्ष, कुमुद, शरभ आणि मैद या पाच वानरवीरांनी मोठमोठे शिळाखंड उचलून त्यांच्या अंगावर फेकले. परंतु, त्यांच्या अंगावर अवध्य कवच असल्यामुळे त्या सर्व शिळाखंडांचे चूर्ण झाले.

अतिकायाला मिळालेल्या अवध्य कवचाची हकिकत श्रीरामांना ठाऊक होती. हा राक्षस लहानसहान वीरांना दाद देणार नाही, हे ओळखून त्याचा वध करण्यासाठी स्वत: श्रीराम निघाले.

परंतु इतक्यात लक्ष्मणाने पुढे होऊन त्याच्याशी युद्ध करण्याची श्रीरामांजवळ आज्ञा मागितली. लक्ष्मणाचा उत्साह पाहून श्रीरामांनी त्याच्या मस्तकावर अभयहस्त ठेवून त्यास तशी आज्ञा केली.

त्या वेळी लक्ष्मणाचा चेहरा प्रखर अग्निसारखा तेजस्वी दिसत होता. त्याचा संताप खवळलेल्या सागरासारखा उग्र भासत होता. हातात तेजस्वी धनुष्यबाण घेऊन लक्ष्मण मोठ्या त्वरेने रणभूमीवर धावून गेला.

त्या वेळी दोन प्रमत्त गज एकमेकांना भिडावेत, त्याप्रमाणे लक्ष्मण आणि अतिकाय हे बलाढ्य वीर एकमेकांना भिडले.

लक्ष्मणाने अनेक दिव्य अस्त्रे अतिकायावर सोडली. परंतु, त्यापासून त्याला थोडीदेखील इजा पोहोचली नाही. त्यामुळे लक्ष्मणाचाही इलाज चालेना.

तेवढ्यात वायुला लक्ष्मणाची दया आली. त्याने अंतरिक्षातून लक्ष्मणाला म्हटले, 'हे सुमित्रा, या राक्षसाने ब्रह्मदेवांच्या कृपेने अवध्य झालेले कवच अंगावर धारण केले आहे. त्यामुळे ब्रह्मास्त्राशिवाय कोणत्याही अस्त्राचा याच्यावर परिणाम होणार नाही.'

वायुदेवाचा हा सल्ला ऐकून लक्ष्मणाने ब्रह्मास्त्राला आवाहन करून अतिकायावर एक तीक्ष्ण बाण सोडला. त्याबरोबर अतिकायाचे शीर मुकुटासहित तुटून एखाद्या पक्व फळाप्रमाणे भूमीवर गळून पडले.

|| लंकेचा विध्वंस ||

अतिकायाच्या वधामुळे वानरसैन्यात आनंदीआनंद पसरला.

त्याचवेळी किष्किंधापती सुग्रीवाने हनुमंताला तातडीचे बोलावणे पाठविले.

हनुमंत तेथे येताच सुग्रीव म्हणाला, 'हनुमंता ! कुंभकर्ण, अतिकाय इत्यादी वीरांच्या मृत्यूमुळे राक्षसवीर गर्भगळित झालेले आहेत. अशावेळी शत्रूला जर्जर करण्याची उत्तम संधी आपल्याला प्राप्त झाली आहे. तेव्हा चपळ व धीट अशा निवडक वानरांना घेऊन तू आताच लंकेत जा आणि सर्व लंकेला आग लावून टाक.'

सुग्रीवाची आज्ञा प्रमाण मानून वायुपुत्र हनुमंत निवडक वानरवीरांना बरोबर घेऊन मोठ्या त्वरेने लंकेत शिरला आणि त्याने त्या विशाल नगरीला आग लावून टाकली.

थोड्याच वेळात त्या आगीने अतिशय रौद्र स्वरूप धारण केले. आगीच्या प्रचंड ज्वाळा आकाशाला भिडू लागल्या. त्या ज्वाळांचा प्रकाश समुद्रावर पडून समुद्राचे पाणी रक्ताने भरल्याप्रमाणे लाल दिसू लागले.

त्या भयानक आगीत हजारो घरे उद्ध्वस्त झाली. अग्नीच्या दु:सह तापाने तप्त झालेले स्त्री-पुरुष हृदयद्रावक हंबरडा फोडीत लंकेबाहेर पळू लागले.

परंतु वानर सैन्याच्या हातून त्यातला एकही राक्षस जिवंत सुटला नाही.

अशा प्रकारे आपल्या नगरीत आकांत उडालेला पाहून रावणाच्या अंगाची लाही लाही झाली.

त्याने कुंभकर्णाचे पुत्र कुंभ व निकुंभ यांना तातडीने बोलावून शत्रूवर हल्ला करण्याची आज्ञा केली.

त्याबरोबर निवडक राक्षससैन्य गोळा करून ते दोघे वीर रणभूमीकडे निघाले. त्यांच्याबरोबर यूपाक्ष, शोणिताक्ष, प्रजंघ आणि कंपन हे चार पराक्रमी सरदारही होते.

परंतु श्रीराम आणि लक्ष्मण यांच्या प्रखर बाणांपुढे त्यापैकी कुणाचाच पाड लागला नाही आणि ते सर्व वीर रणांगणावर पडले.

ते ऐकून रावणाने खर राक्षसाचा पुत्र मकराक्ष याला मोठ्या सैन्यानिशी पाठविले. परंतु, श्रीरामांनी आपल्या अमोघ बाणाने त्याचाही वध केला.

मकराक्षाच्या वधाची हकिकत ज्यावेळी रावणास समजली, त्या वेळी त्याच्या संतापाला सीमाच राहिली नाही. त्याने क्रोधाने आपले दात करकरा खात इंद्रजितास बोलावून म्हटले, 'इंद्रजिता, तू एकेकाळी इंद्रालाही जिंकले आहेस, तेव्हा राम-लक्ष्मणाचा पाडाव करणे तुला मुळीच अशक्य नाही. तेव्हा तू स्वत:च जाऊन त्या दोघांना ठार करून ये.'

याप्रमाणे रावणाची आज्ञा होताच तो महापराक्रमी इंद्रजित एका दिव्य रथात बसून युद्धासाठी नगराबाहेर पडला.

त्याने प्रथम रक्ताने स्नान केले आणि रक्त वर्णाची वस्त्रे परिधान करून समरभूमीवर एक अग्निकुंड तयार केले. रक्तवस्त्रे नेसलेल्या काळ्याकभिन्न राक्षसिणी त्याला मदत करीत होत्या.

अग्नीची स्थापना झाल्यावर त्याने बिब्ब्याच्या झाडाच्या समिधा आणि मोहऱ्या यांचे मंत्रपूर्वक हवन केले. लोखंडाच्या तव्याने त्याने आहुती दिल्या. त्यानंतर एक जिवंत काळा बकरा त्याने अग्नीस अर्पण केला.

त्या यज्ञामुळे अग्निदेव प्रसन्न झाले आणि त्यांनी अग्निकुंडातून वर येऊन धनुष्य, बाण व नानाप्रकारची शस्त्रे यांनी भरलेला व सारथी आणि अश्व यांनी युक्त असा एक दिव्य रथ इंद्रजिताच्या स्वाधीन केला.

अशा प्रकारे दिव्य रथाची प्राप्ती होताच त्या रथात बसून इंद्रजित युद्धासाठी सज्ज झाला.

ब्रह्मदेवांच्या वरामुळे इंद्रजितास अदृश्य होण्याची कला साध्य झाली होती; तिचा उपयोग करून इंद्रजित अदृश्य होऊन आकाशातून युद्ध करू लागला.

त्याने वानरसैन्यावर आपल्या दिव्य बाणांचा वर्षाव सुरू केला. त्या बाणांनी जखमी होऊन हजारो वानर पटापटा रणभूमीवर मरून पडले. उरलेले हजारो वानर जीव वाचविण्यासाठी रणभूमीवर सैरावैरा धावू लागले. तर शेकडो रणांगण सोडून पळून गेले.

वानरसैन्याची ही वाताहत पाहून श्रीराम व लक्ष्मण धनुष्यबाण सज्ज करून इंद्रजिताचा शोध घेऊ लागले. परंतु, इंद्रजित अदृश्य असल्यामुळे त्यांच्या दृष्टिपथात येईना.

इंद्रजिताने श्रीराम व लक्ष्मण यांच्या दिशेने हजारो बाणांची वृष्टी केली. परंतु, तितकेच बाण उलट सोडून त्या दोघांनी ते सर्व बाण मधल्यामध्येच तोडून टाकले.

त्यामुळे प्रहरभर युद्ध करूनही श्रीराम व लक्ष्मण यांचा पराभव करणे इंद्रजिताला शक्य झाले नाही. तेव्हा अतिशय दु:खी होऊनच तो म्लान वदनाने लंकेकडे परत फिरला.

।। मायावी सीतेचा वध ।।

श्रीराम व लक्ष्मण युद्धात पराभूत होत नाहीत, हे पाहून त्यांना जिंकण्यासाठी इंद्रजिताने दुसऱ्या दिवशी एक विलक्षण युक्ती योजिली. त्याने कपटमंत्र म्हणून एक मायावी सीता उत्पन्न केली आणि तिला रथात बसवून तो पश्चिम दरवाजाने लंकेच्या बाहेर पडला.

त्याठिकाणी वज्रदेही हनुमान युद्धासाठी सज्जच होता. इंद्रजिताला पाहताच तो आपले पराक्रमी पथक घेऊन इंद्रजितावर धावला.

परंतु, त्याला थोपवून धरून इंद्रजित मायावी सीतेकडे बोट दाखवून म्हणाला, 'हनुमंता! केवळ या पापिणीमुळेच साऱ्या लंकेवर अरिष्ट कोसळले. साऱ्या अनर्थाला ही चांडाळीणच कारणीभूत आहे. तेव्हा मी हिचा नाश करून या अनर्थाचे मूळच नाहीसे करतो.'

असे म्हणून इंद्रजिताने या मायावी सीतेचे मोकळे केस डाव्या हातात धरून उजव्या हातातील लखलखीत तलवारीने तिचे दोन तुकडे केले.

इंद्रजिताचे हे भयानक कृत्य पाहून हनुमंताच्या अंगावर रोमांच उभे राहिले. त्याने दु:खाच्या व क्रोधाच्या आवेगात एक प्रचंड शिळा उचलून ती इंद्रजिताच्या अंगावर फेकली.

परंतु इंद्रजिताच्या कुशल सारथ्याने इंद्रजिताचा रथ चटकन् बाजूस घेऊन तो प्रहार चुकविला.

सीतेच्या मृत्यूचे दृश्य पाहून आता लढणे व्यर्थ आहे, असे समजून दु:खमग्न हनुमान आपली सर्व सेना घेऊन श्रीरामांकडे परत निघाला.

वाटेत त्याला जांबुवंत भेटला.

हनुमंताचे म्लान वदन पाहून जांबुवंताच्या हृदयात धस्स झाले! त्याने हनुमंताच्या पाठीवर प्रेमाने हात ठेवून त्याला युद्धाची हकिकत विचारली.

हनुमंत आपले तोंड झाकीत दु:खी स्वरात म्हणाला, 'जांबुवंता, आता युद्ध करण्याची माझ्या अंगात ताकदच उरली नाही. जिच्या प्राप्तीसाठी प्रभू रामचंद्रांनी युद्धास सुरुवात केली ती जानकी... ती जानकीच आज आपल्याला सोडून गेली रे!'

वृद्ध जांबवंताच्या खांद्यावर डोके टेकवून हनुमान कितीतरी वेळ ढसाढसा रडला. जांबुवंताच्या नेत्रातूनही अश्रूंच्या सहस्र धारा वाहू लागल्या.

नंतर हनुमंताला सर्व हकिकत सविस्तर विचारून जांबुवंत त्याला घेऊन श्रीरामांकडे आला.

हनुमंत आणि जांबुवंत यांची खिन्न मुद्रा पाहून श्रीरामांनी त्यांना त्याचे कारण विचारले. परंतु,

बराच वेळ त्यांच्या तोंडून एकही शब्द फुटेना. ते दोघेही स्फुंदून स्फुंदून रडत होते.

श्रीरामांनी खरा प्रकार सांगण्याचा वारंवार आग्रह केल्यावर हनुमंताने खाली मान घालून सर्व प्रकार प्रभुरामचंद्रांना निवेदन केला.

ती भयानक वार्ता ऐकताच मुळाशी तोडलेला वृक्ष जसा कोसळून पडतो, त्याप्रमाणे श्रीराम धाडकन् जमिनीवर कोसळून पडले.

ते पाहून लक्ष्मणाने वैद्यराज सुषेणाला तातडीने बोलावून आणून श्रीरामांना सावध केले.

तेवढ्यात बिभीषण धावतच तेथे आला. त्यास तो सर्व प्रकार समजताच तो हसून म्हणाला, 'महाराज, आपण बिलकूल शोक करू नका. सीतादेवी अशोकवनात सुखरूप आहेत. माझे प्रधान आताच तिची भेट घेऊन परत आले. विषयांध रावण सीतेचा कधीही घात करणार नाही. इंद्रजिताने ज्या सीतेचा वध केला, ती निश्चित मायावी सीता असली पाहिजे.'

बिभीषणाच्या खुलाशामुळे सर्वांचेच समाधान झाले व विषय तेवढ्यावरच संपला.

बिभीषण पुढे म्हणाला, 'श्रीरामा, इंद्रजित निकुंभिलेस यज्ञ करण्यासाठी जात आहे. तो समाप्त होऊन तो रथावर चढला की, तो देवांनाही अजिंक्य होईल. तेव्हा आपण लक्ष्मणाला माझ्याबरोबर द्या. आम्ही निकुंभिलेस जाऊन इंद्रजिताचा यज्ञ उधळून लावतो.'

बिभीषणाचा हा यथायोग्य सल्ला ऐकून श्रीरामांनी लक्ष्मणास बिभीषणाबरोबर जाण्याची आज्ञा केली. त्याच्या मदतीस त्यांनी हनुमंत व जांबुवंत यांनाही कपिसैन्यासह रवाना केले.

।। इंद्रजिताचा वध ।।

युवराज अंगदाच्या खांद्यावर बसून लक्ष्मण हनुमंत व जांबुवंत यांच्यासह थोड्याच वेळात निकुंभिलेस येऊन पोहोचला. रामभक्त बिभीषण त्या सर्वांना मार्ग दाखवीत पुढे चालला होता.

निकुंभिलेचा किल्ला अतिशय मजबूत म्हणून प्रसिद्ध होता. त्याच्या सभोवार शेकडो अभेद्य तट होते.

त्या तटांकडे बोट दाखवून बिभीषण वानरवीरांना उद्देशून म्हणाला, 'पराक्रमी वीरांनो ! आता तुमच्या उड्डाणाची खरी कसोटी आहे. तुम्ही सर्वजण उड्डाण करून या किल्ल्याच्या आत प्रवेश करा आणि इंद्रजिताच्या यज्ञाचा विध्वंस करून टाका.'

बिभीषणाचे हे भाषण ऐकताच सर्व वानरवीरांनी आकाशमार्गाने उड्डाण केले आणि थोड्याच वेळात ते सारेजण त्या किल्ल्याचे अभेद्य तट ओलांडून किल्ल्यात शिरले.

त्या ठिकाणी राक्षससेना सात व्यूह रचून इंद्रजिताचे रक्षण करीत होती. होमाचा धूर सर्वत्र पसरला होता.

इंद्रजित तेथीलच एका विवरात यज्ञ करीत होता.

हनुमंताने ऋषभ आणि गवय या कपिवीरांना घेऊन त्या विवरात निर्भयपणे प्रवेश केला. त्या सर्वांनी प्रथम इंद्रजिताभोवती उभ्या असलेल्या राक्षससैन्यास झोडपून काढले.

साऱ्या राक्षससेनेची धूळधाण उडवून ते महावीर इंद्रजिताच्या यज्ञकुंडाजवळ आले.

त्या ठिकाणी इंद्रजित वज्रासनावर आरूढ होऊन यज्ञ करीत होता. त्याने रक्तोदकाने स्नान करून रक्तवर्ण वस्त्रे परिधान केली होती. त्याच्या आसनाखाली सात प्रेते दिसत होती. त्याने आपल्या पिंगट जटा मोकळ्या सोडल्या होत्या. त्यातून रक्ताचे लाल थेंब गळत होते. यज्ञकुंडातील अग्नीवर एकाग्र दृष्टी करून इंद्रजित लोखंडी पळीने अग्नीत आहुती टाकीत होता. त्याच्या गळ्यात मृत ब्राह्मणांच्या अस्थींची प्रचंड माला होती. मस्तकाभोवती मृत सर्पांचे वेष्टण होते.

महारुद्र हनुमंताने तेवढ्यात एक खूप मोठा पर्वत आणून त्या प्रचंड यज्ञकुंडावर फेकला. त्यासरशी ते कुंड भग्न होऊन सर्वत्र धुराचे काळे लोट पसरले. ऋषभाने सर्व यज्ञपात्रे फोडून टाकली. गवयाने होमद्रव्यांचा विध्वंस केला.

या प्रकारामुळे इंद्रजित सावध झाला आणि आपल्या यज्ञाचा विध्वंस झालेला पाहून मोठ्या क्रोधाने विवराबाहेर पडला.

त्या ठिकाणी बलशाली लक्ष्मण आपल्या वानरवीरांसह युद्धासाठी सज्जच होता.

इंद्रजिताने राक्षससैन्यास पाचारण करून युद्धास सुरुवात केली.

त्या प्रसंगी त्या दोघाही तुल्यबल वीरांनी एकमेकांवर हजारो बाणांची वृष्टी केली. दोघेही धनुर्विद्येत निष्णात असल्यामुळे त्यांनी एकमेकांचे बाण हवेतच तोडून टाकले.

त्यानंतर इंद्रजिताने पर्जन्यास्त्र सोडून वानरवीरांना पळता भुई थोडी केली. परंतु, लक्ष्मणाने लागलीच वातास्त्र सोडून पर्जन्यास्त्राचे निवारण केले.

इंद्रजिताच्या अंगावर हनुमानादी वानरवीर पर्वतशिखरांचा मारा करीत होते. परंतु इंद्रजिताचा सारथी कुशल असल्यामुळे त्याने प्रत्येक वेळी रथ चपळाईने बाजूस घेऊन इंद्रजिताचे रक्षण केले. त्यानंतर इंद्रजित अक्राळविक्राळ रूप धारण करून आकाशात उडाला आणि तेथून लक्ष्मणावर तीक्ष्ण बाण सोडू लागला. त्याच्याशी जमिनीवरून युद्ध करणे लक्ष्मणाला अवघड वाटू लागले. सौमित्राची ती अडचण ओळखून महाशक्तिशाली हनुमंताने लक्ष्मणाला आपल्या तळहातावर उभे करून निळ्या आकाशात उड्डाण केले.

अशा प्रकारे त्या दोघाही वीरांचे आकाशात तुमुल युद्ध सुरू झाले. परंतु दोघेही वीर तुल्यबल असल्यामुळे कुणीच कुणाला आटोपेना !

शेवटी आकाशातील युद्धाचा कंटाळा येऊन इंद्रजित पुन्हा जमिनीवर उतरला.

त्याचवेळी या युद्धाचा सोक्षमोक्ष करणाच्या हेतूने तेजस्वी लक्ष्मणाने एक लखलखीत दिव्य बाण आपल्या भाल्यातून बाहेर काढला. तो बाण रामनाम मुद्रांकित असल्यामुळे त्याचे तेज काही विलक्षणच होते.

लक्ष्मणाने क्षणभर डोळे मिटून प्रभू रामचंद्रांचे स्मरण केले. धनुष्याची प्रत्यंचा आकर्ण ओढून

म्हणाला, 'रघुवंशात जन्मलेला श्रीराम हा जर पूर्णब्रह्म परमेश्वराचा अवतार असेल, मी चौदा वर्षे निराहारी राहून पूर्णब्रह्म, सनातन, शुद्धचैतन्य श्रीरामाची काया, वाचा मनाने जर सेवा केली असेल, जगन्माता सीतादेवी जर खरी पतिव्रता असेल, श्रीराम नामाने शिवशंकरांच्या कंठाचा हलाहलाच्या प्राशनाने उद्‌भवलेला दाह जर शमला असेल तर माझ्या या दिव्य बाणाने इंद्रजिताचे मस्तक तुटून पडेल.'

इतके बोलून क्रुद्ध सिंहाप्रमाणे खवळलेल्या त्या उर्मिला-नाथाने तो दिव्य बाण इंद्रजितावर सोडला. त्या बरोबर दुसऱ्याच क्षणी इंद्रजिताचे शीर आणि भुजा छेदली जाऊन आकाशात उडाली. त्यापैकी भुजा लंकेत जाऊन पडली व शीर ऋषभाने वरच्यावर झेलले.

सुमित्रासुताचा तो विलक्षण पराक्रम पाहून वानरवीरांनी त्याच्या जयजयकाराने सारी रणभूमी दणाणून सोडली.

इंद्रजिताच्या तीक्ष्ण बाणांनी जर्जर झालेला लक्ष्मण पुनरपी हनुमंताच्या स्कंधावर बसला आणि श्रीरामांचे स्मरण करीत थोड्याच वेळात त्यांच्याजवळ जाऊन पोहोचला.

लक्ष्मणाचा अपूर्व पराक्रम पाहून प्रभुरामचंद्रांनी लक्ष्मणाला कडकडून मिठी मारली आणि आपला वरदहस्त त्याच्या शिरावर ठेवला.

श्रीरामांच्या दिव्य स्पर्शाने लक्ष्मणाच्या सर्व वेदना नष्ट झाल्या. त्याने श्रीरामांच्या चरणांवर मस्तक नमविले.

त्यानंतर इंद्रजिताच्या शिराकडे बोट दाखवून श्रीराम म्हणाले, 'शिराची तांबड्या फुलांनी पूजा करा आणि हे जतन करून जो कोणी मागावयास येईल त्यास देऊन टाका.'

।। भुजदंडाने लिहिलेले पत्र ।।

इंद्रजिताचा भुजदंड ज्या वेळी आकाशात उडाला, त्यावेळी त्याची स्वरूपसुंदरी पत्नी सुलोचना आपल्या महालात बसलकी होती. तिच्या रेखीव शरीरावर अनेक मौल्यवान दागिने चमचमत होते. तिच्या अंगाचा अद्‌भुत सुगंध सर्व महालभर दरवळत होता.

सुलोचनेला नृत्य गायनाची अतिशय हौस होती. त्याही वेळेस तिच्या त्या दिव्य महालात नृत्य-गायनाचा रंग उडाला होता. एकापेक्षा एक स्वरूपसुंदर तरुणी नृत्य-गायन करून सुलोचनेचे मन रिझवीत होत्या. किन्नरकन्या विविध प्रकारची मंजुळवाद्ये वाजवीत होत्या.

अशा प्रकारे त्या रंगमहालात नृत्य-गायनाची मैफल चालू असता एकाएकी बाहेर मोठा आवाज ऐकू आला. त्या आवाजाने सर्वांनाच विलक्षण धक्का बसला. नृत्य करणाऱ्या नर्तिका नृत्य करता करता एकदम पुतळ्याप्रमाणे स्तब्ध झाल्या. हा आवाज कसला, हे कुणाच्याच लक्षात येईना.

त्या आवाजाचे गूढ उकलण्यासाठी सुलोचनेच्या मैत्रिणी गडबडीने बाहेर धावल्या.

तेथे पाहतात तो कोणा एका महावीराचा हात आकाशमार्गाने येऊन अंगणात पडला आहे;

त्या सखींनी ती नवलवार्ता पळत येऊन सुलोचनेला सांगितली. त्या वार्तेने सुलोचनेच्या अंगावर काटा आला. ती मैत्रिणींबरोबर कशीबशी बाहेर आली. पाहते तो काय ? आपल्या प्रिय पतीचा तुटलेला हात. तो पहाताच तिचा मुखचंद्र निस्तेज झाला. तिच्या सर्वांगाला कंप सुटून डोळ्यांतून अश्रूधारा वाहू लागल्या.

तो हात उराशी घट्ट धरीत ती स्फुंदत स्फुंदत म्हणाली, 'सखींनो, अखेर माझ्या अजिंक्य पतीचा वध झाला. माझ्यावर आकाशीची कुऱ्हाड कोसळून पडली. हाय रे दैवा ! आज माझे सर्वस्व नष्ट झाले.'

सुलोचनेच्या सखी तिला आपल्या परीने धीर देत होत्या.

मग सुलोचनेने अंगावरील मौल्यवान रत्ने फेकून दिली. केस मोकळे सोडले आणि शाई, भुर्जपत्र आणि लेखणी हे साहित्य मागवून घेऊन ती त्या भुजदंडाला वंदन करून म्हणाली, 'माझे मन जर रात्रंदिवस पतिचरणाचेच ध्यान करीत असेल, तर हे भुजदंडा, माझ्या पतीचे प्राण कोणी हिरावून घेतले तेवढे मला लिहून दाखव.'

एवढे बोलून पतिव्रता सुलोचनेने आपले नेत्र मिटून आपल्या पतीचे स्मरण केले. त्याबरोबर तेथे असा चमत्कार झाला की, त्या भुजदंडाने लेखणी हातात घेऊन भुर्जपत्रावर तिच्या पतिवधाची समग्र हकिकत लिहावयास सुरुवात केली. ती हकिकत लिहून संपताच त्या भुजदंडाने हातातील लेखणी खाली ठेवून दिली. सुलोचनेने नेत्रातील अश्रू पुशीत ती हकिकत वाचावयास सुरुवात केली. भुजदंडाने पुढीलप्रमाणे मजकूर लिहिला होता.

'हे प्राणवल्लभे सुलोचने, ऐक ! मनात जयाची आशा धरून मी एका गुप्त स्थळी हवन करीत बसलो असता शत्रूचे सैन्य त्या ठिकाणी धावत आले व माझ्या होमकुंडाचा त्याने विध्वंस करून टाकला. त्यामुळे होमकुंडातून शस्त्रास्त्रांनी भरलेला दिव्य रथ बाहेर आला नाही ! शत्रूने माझे वैर पुरेपूर साधले ! हे चंपककलिके सुलोचने, त्याच क्षणापासून माझ्या दुर्दैवाला सुरुवात झाली. लक्ष्मणाचे व माझे दारुण युद्ध झाले आणि त्यात विजयश्रीने लक्ष्मणास वरले. माझे शिर श्रीरामांच्या परमपवित्र चरणांशी जाऊन विसावले आहे आणि हा भुजदंड तुला तेथे बोलावण्याकरिताच मी धाडला आहे. तरी हे प्राणप्रिये ! माझ्या आर्त हाकेला ओ देऊन तू सत्वर मला येऊन भेट !'

त्या पत्रातील हा मजकूर वाचून सुलोचना जमिनीवर गडबडा लोळून शोक करू लागली. तिच्या अंगावरील भरजरी वस्त्रे फाटून गेली आणि ती ऊर बडवून वारंवार आपल्या पतीला हाक मारू लागली.

सुलोचनेचा तो शोक पाहून अंत:पुरातील पोपटदेखील रडू लागले.

सुलोचनेची ही अवस्था पाहून तिच्या सखींनी तिला सावरून धरून तिचे नानाप्रकारे सांत्वन करण्याचा प्रयत्न केला. त्या म्हणाल्या, 'सुलोचने, आता दु:ख आवर आणि तुझ्या प्राणप्रिय पतीचे शिर घेऊन ये. तोवर आम्ही सतीगमनाची तयारी करतो.'

हे ऐकून सुलोचना उठली आणि आपल्या सखींचा आधार घेऊन महालात गेली. तिने पंजरस्थ शुक व सारिका इत्यादी सर्व पक्ष्यांना स्वहस्ताने मुक्त केले. आपली सर्व संपत्ती सुवासिनींना वाटून टाकली व दशाननाला वंदन करून तिने तो प्राणप्रिय पतीचा भुजदंड शिबिकेत ठेवला आणि ती एका चपळ घोड्यावर बसून श्रीरामांच्या राहुटीकडे निघाली.

थोड्याच वेळात ती पुण्यशील सुलोचना कृपासागर श्रीरामांच्या राहुटीत येऊन पोहोचली.

त्याठिकाणी श्रीराम एका उच्चासनावर बसले होते आणि त्यांच्या सभोवार हजारो वानरवीर प्रभूंच्या अतिसुंदर रूपाकडे ध्यान लावून नम्रपणे बसले होते.

श्रीरामांना पाहताच सुलोचना घोड्यावरून खाली उतरली व श्रीशंकरांचे स्मरण करीत श्रीरामांकडे जाऊ लागली.

तिला पाहताच वानरांना वाटले, ही सीतादेवीच आली; म्हणून ते उठून उभे राहिले व श्रीरामांना हात जोडून म्हणाले, ''महाराज,' रावणाने भयभीत होऊन सीतादेवींना आपल्याकडे पाठविले आहे असे वाटते.'

तेवढ्यात बिभीषण श्रीरामांजवळ जात म्हणाला, 'प्रभो, ही इंद्रजिताची भार्या सुलोचना. ही महापतिव्रता आणि थोर साध्वी असून हिच्या नामोच्चाराने महाभयंकर पातकी मनुष्यही पवित्र होऊ शकेल. जिचे नखही आजवर कुणाच्या दृष्टीस पडू शकले नाही, ती ही थोर पतिव्रता कर्मगती अति गहन असल्यामुळे आपल्याकडे पतीचे शिर मागण्यासाठी आली आहे.'

तेवढ्यात मंद मंद पावले टाकीत सुलोचना श्रीरामांच्या चरणांजवळ आली आणि तिने कृपासागर श्रीरामांच्या श्यामल चरणांवर लोटांगण घातले.

कृपासिंधू श्रीराम तिला म्हणाले, 'माते, तू कोणता हेतू धरून येथे आलीस ?'

सुलोचना आपल्या तांबूस गालांवरील अश्रू पुशीत म्हणाली, 'हे दीनवत्सल श्रीरामा, माझ्या पतीचे मस्तक मला परत द्या. मी सती जाण्याचा वज्रनिश्चय केला असून पतीला भेटण्यासाठी अत्यंत आतुर झाले आहे. तेव्हा हे परम उदार अयोध्यापते, माझी ही इच्छा आपण पूर्ण करा.'

त्या महासाध्वी सुलोचनेच्या दर्शनाने श्रीरामांना गहिवरून आले.

त्यांनी म्हटले, 'माते, तुझ्या पतीचे शिर मजजवळ आहे, हे तुला कसे बरे समजले ?'

सुलोचना हात जोडून म्हणाली, 'प्रभो, प्राणनाथांच्या या भुजेने ही गोष्ट मला लिहून कळविली.'

इतके सांगून सुलोचनेने त्या भुजदंडाने लिहिलेले ते भुर्जपत्र प्रभूंच्या समोर ठेवले.

श्रीरामांनी त्या भुर्जपत्रावरचा मजकूर वाचण्याची लक्ष्मणाला आज्ञा केली.

लक्ष्मणाने तो मजकूर वाचून दाखविताच वृद्ध जांबुवंत म्हणाला, 'महाराज, ही गोष्ट आम्हाला खरी वाटत नाही. जर आमच्यासमोर ही आपल्या पतीच्या निर्जीव शिराला हसवावयास लावील, तरच आम्ही ही गोष्ट खरी समजू.'

इतर वानरांनीही जांबुवंताची री ओढली.

श्रीराम म्हणाले, ‘हिचा महिमा फार थोर आहे. खरी पतिव्रता आपल्या सामर्थ्याने काय वाटेल तो चमत्कार करून दाखवू शकेल.’

हे ऐकून सुग्रीवाने ऋषभाला हाक मारून इंद्रजिताचे शिर घेऊन येण्याची आज्ञा केली.

ऋषभाने ते शिर आणताच महासाध्वी सुलोचनेने त्या शिराला नम्रपणे वंदन करून म्हटले, ‘प्राणनाथ, अयोध्यापती श्रीरामचंद्र आणि सर्व वानरवीर आपले हास्यमुख पाहण्यासाठी आतुर झाले आहेत. हे जीवितेश्वरा ! माझ्याकडून आजवर काही अपराध झाले असतील तर मला क्षमा करा. आज माझ्या पातिव्रत्याची जणू परीक्षाच आहे. तरी हे प्राणनाथा, मी जर आपला विवाह झाल्यापासून अहोरात्र आपल्याच चरणांचे ध्यान केले असेल, माझे मन जर पुण्यसलिला गंगामातेप्रमाणे पवित्र असेल, तर आपण एकवार हसून या सर्वांची इच्छा पूर्ण करावी.

सुलोचनेची ही प्रार्थना ऐकताच इंद्रजिताचे शिर खदखदून हसू लागले.

तो चमत्कार पाहून सर्व वानरवीर आश्चर्यचकित होऊन विस्फारीत नेत्रांनी सुलोचनेकडे पाहू लागले. कित्येकांनी त्या महासाध्वीला भक्तिभावाने वंदन केले.

त्यानंतर श्रीरामांनी इंद्रजिताचे ते शीर सुलोचनेच्या स्वाधीन केले.

श्रीरामांना वंदन करून सुलोचना म्हणाली, ‘महाराज, या निमित्ताने आपल्या परमपवित्र चरणांचे मला दर्शन घडले हे मी माझे भाग्यच समजते. माझा जन्ममरणाचा फेरा आजपासून चुकला. महाराज, आता पतीच्या शिरासमवेत अग्निप्रवेश करण्याची आज्ञा देऊन मला कृतार्थ करा.’

श्रीरामांनी सुलोचनेला नानाप्रकारचे आशीर्वाद देऊन तिच्या मस्तकावर आपला हस्त ठेवला.

नंतर सुलोचना ते शिर घेऊन आपल्या दासदासींसह समरभूमीवर आली. तिने पतीचे बाणांनी विद्ध झालेले शरीर उचलून शिबिकेत ठेवले आणि समुद्रतीरावर जाऊन एक विस्तीर्ण अग्निकुंड तयार केले.

तेवढ्यात रावणही मंदोदरीसह रथात बसून त्या ठिकाणी आला.

सुलोचनेने त्या दोघांना वंदन करून सागरावर स्नान केले. सुवासिनींना सौभाग्य वाणे वाटली. नंतर अग्निकुंडाला प्रदक्षिणा घालून ती धर्मशाळेवर जाऊन उभी राहिली.

सर्वांनी त्या महापतिव्रतेला आशीर्वाद दिले.

अग्निकुंडात इंद्रजिताचा देह ठेवण्यात आला होता. सुलोचनेने त्या देहाला वंदन करून धगधगत्या अग्नीत उडी घेतली.

त्याचवेळी तिच्या शरीरातून एक दिव्य ज्योत निघून आकाशात गेली.

त्या ज्योतीकडे पाहून सर्वांनी भक्तिभावाने हात जोडले.

|| पिता-पुत्राचे युद्ध ||

कुंभकर्ण, इंद्रजित यासारखे पराक्रमी वीर युद्धात पडल्यामुळे आता आपणास कोणीच पाठीराखा राहिला नाही असे वाटून रावण दारुण शोक करू लागला.

ते पाहून रावणाचा प्रधान विद्युज्जिह्व हात जोडून म्हणाला, 'महाराज आपण मुळीच शोक करू नये. पाताळात अहिरावण आणि महिरावण या नावाचे दोघे अद्भुत पराक्रमी राक्षस रहातात. आपल्या कपटविद्येने ते राम आणि लक्ष्मण या दोघांना पकडून कलिमातेला बळी देतील.'

अहिरावण व महिरावण यांचे नाव ऐकताच रावणाचा चेहरा आनंदाने मोहरला. त्याने तत्काळ त्या दोघा पराक्रमी राक्षसांना दूतांकरवी लंकेत बोलावून घेतले.

लंकेत येताच रावणाने त्यांचे स्वागत करून त्या दोघांना कडकडून मिठी मारली आणि युद्धातील पराजयाचा सर्व इतिहास त्यांना ऐकवून मदतीची याचना केली.

रावणाचा दीनवाणा चेहरा पाहून महिरावण म्हणाला, 'महाराज ! आपण निश्चिंत असा. उद्या अमावास्या असून आमचे कपटमंत्र त्या वेळी विशेष प्रभावी होतात. राम आणि लक्ष्मण निद्रिस्त झाल्यावर आम्ही त्यांना उचलून पाताळात घेऊन जातो. ते नाहीसे झाल्यावर वानरसैन्याचा पराभव करणे, तुम्हाला मुळीच अवघड नाही.'

महिरावणाचे ते भाषण ऐकून रावणाचे दु:ख पुष्कळच कमी झाले आणि त्याने त्या दोघा राक्षसांच्या सन्मानार्थ जंगी मेजवानी दिली.

त्या दोघा राक्षसांचे हे कारस्थान बिभीषणाच्या गुप्तहेरांनी बिभीषणास जाऊन सांगितले. त्याने ताबडतोब नल, नील, जांबुवंत, सुग्रीव, अंगद आणि हनुमान या आघाडीच्या वानरवीरांना बोलावून अहि-महिंच्या कारस्थानाची त्यांना माहिती दिली आणि राम-लक्ष्मणाभोवती पुच्छदुर्ग उभारण्याची युक्ती सुचविली.

काही वेळाने रात्र होताच श्रीराम व लक्ष्मण मृगचर्मांवर निद्रिस्त झाले. हनुमंताने रामनामाचा जप करीत आपल्या पुच्छाचे वेढ्यावर वेढे घालून त्या दोघांभोवती पुच्छदुर्ग तयार केला.

रात्रीचे बारा वाजले होते. वृक्षशाखांवरील वटवाघळे भक्ष्य शोधार्थ इकडून तिकडे उडत होती. पिंगळे, भालू, टिटवे यांचे भेसूर शब्द रात्रीची भयाणता वाढवीत होते. पिंपळ वृक्षांवर भुते आणि यक्षिणी यांचा गोंधळ सुरू होता.

अशा त्या भयानक वेळी अहिरावण आणि महिरावण हे दोघे क्रूर राक्षस राम-लक्ष्मणांचा शोध घेत फिरत होते.

परंतु, हनुमंताने उभारलेल्या पुच्छदुर्गामुळे त्या दोघांना राम-लक्ष्मणांचा शोध काही केल्या लागेना. तेव्हा कपटमंत्राचे साहाय्य घेऊन ते दोघे राक्षस आकाशात उंच उडाले आणि नेमके राम व लक्ष्मण जेथे निद्रिस्त झाले होते, तेथे येऊन उतरले.

त्यांनी त्यांचे रक्षण करीत बसलेल्या वानर सैन्याला मोहिनी अस्त्राने भारून टाकले आणि राम

व लक्ष्मण यांना अलगद उचलले व तेथेच एक विवर खणून त्या विवरातून त्यांना महिकावतीस नेले. त्या ठिकाणी पोहोचताच त्यांनी त्या दोघांना एका बंदिस्त वाड्यात ठेवून दिले.

त्या नगरीच्या मध्यभागी कालीमातेचे एक विशाल मंदिर होते. अहि-महिंनी त्या नगरीच्या रक्षणार्थ वीस कोटी राक्षस ठेवून मकरध्वजाला त्यांचा मुख्य सेनापती नेमले. नंतर राम आणि लक्ष्मण यांना नागपाशाने बांधून स्वत: अहि व महि तेथे पहारा करीत बसले.

इकडे पहाट होताच मोहिनीअस्त्राचा प्रभाव संपून सर्व वानरसैन्य जागृत झाले आणि श्रीरामांचे दर्शन घेण्यासाठी ध्वजस्तंभाकडे धावले. परंतु, राम व लक्ष्मण जागेवर नाहीत, हे पाहून सर्वांच्याच पोटात भीतीचा गोळा उठला आणि सारेजण मोठमोठ्याने आक्रोश करू लागले.

त्यांचा तो आक्रोश पाहून सुज्ञ बिभीषण दु:ख आवरून म्हणाला, 'वीरांनो, असा आक्रोश कराल, तर रावण आत्ताच युद्धासाठी धावून येईल. तेव्हा श्रीराम व लक्ष्मण नाहीसे झाले, ही बातमी गुप्त ठेवून आपण सर्वजण त्यांचा शोध करू या.'

बिभीषणाचा सल्ला सर्वांनाच पटला आणि आपला शोक आवरून ते श्रीराम व लक्ष्मण यांचा शोध करू लागले.

तेथेच जवळ एक खूप मोठे विवर त्यांच्या दृष्टीस पडले. त्या विवराच्या मार्गावर राक्षसांची पावलेही त्यांना उमटलेली दिसली. तेव्हा हे राक्षसांचेच कृत्य असले पाहिजे, याविषयी त्यांची खात्री झाली.

बिभीषण वानरांना म्हणाला, 'आपल्या सर्वांच्या भाग्याने रामभक्त हनुमान आज आपल्या जवळ आहे. तो मनात आणील तर श्रीराम व लक्ष्मण यांचा तत्काळ शोध लावील.'

बिभीषणाचे हे भाषण ऐकून सारे वानरवीर हनुमंताकडे धावत गेले. त्या वेळी हनुमंत डोळे मिटून श्रीरामांचे ध्यान करीत होता.

त्याचे ध्यान संपताच वानरवीर त्याला हात जोडून म्हणाले, 'हे पराक्रमी हनुमंता, श्रीराम व लक्ष्मण यांचा शोध लावण्यास फक्त तूच एकटा समर्थ आहेस. पूर्वी सीतादेवीचा शोध तूच लावलास. आता श्रीरामांचा शोधही तूच लाव आणि त्यांना लवकरात लवकर इकडे घेऊन ये.'

त्यावर हनुमंतानं आपले पुच्छ उभारले. गदा खांद्यावर घेतली आणि तो निश्चयी स्वरात म्हणाला, 'तुम्ही सगळे निर्धास्त रहा. मी ब्रह्मांड शोधून श्रीराम आणि लक्ष्मण या उभयतांना त्वरित घेऊन येतो.'

एवढे बोलून तो महापराक्रमी हनुमंत नल, नील, अंगद व जांबुवंत यांना घेऊन त्या खोल विवरात उतरला.

तेथून बरेच अंतर चालून जाताच त्यांना प्रकाश दिसू लागला. समोरचा दधीसमुद्र ओलांडून ते वीर महिकावतीच्या प्रवेशद्वाराशी जाऊन पोहोचले.

त्या नगरीत प्रवेश करण्यापूर्वी त्यांनी यात्रेकरूचा वेष घेतला आणि हळूहळू काठी टेकीत ते राक्षससैन्याच्या समोरून जाऊ लागले.

त्यांना पाहताच काही पहारेकरी राक्षसांनी त्यांना अडवून 'कुठे निघालात ?' असे दरडावून

विचारले.

तेव्हा हनुमंत शांतपणे म्हणाला, 'आम्ही यात्रेकरू असून महिकावतीच्या कालिकामातेचे दर्शन घेण्यासाठी चाललो आहोत.'

हे ऐकताच त्या पहारेकऱ्यांनी त्यांना पकडण्याचा प्रयत्न केला. परंतु, हनुमंताने त्यांना वर उचलून आपटले. त्यामुळे ते पहारेकरी जागच्या जागीच मरण पावले.

परंतु, ती गडबड ऐकून राक्षससैन्य त्या यात्रेकरूंवर धावून आले. तेव्हा त्या पाचही वानरवीरांनी आपली खरी स्वरूपे प्रकट करून राक्षससैन्याचा 'न भूतो न भविष्यती' असा संहार केला.

ही गोष्ट सेनापती मकरध्वज याला समजताच तो मोठ्या त्वेषाने त्या ठिकाणी धावून आला.

त्या वेळी हनुमंत आणि मकरध्वज यांचा तुमुल संग्राम झाला. दोघेही पट्टीचे योद्धे असल्यामुळे कुणीच कुणास आटोपेना.

परंतु, शेवटी हनुमंताने मकरध्वजाला मदमस्त कुंजराप्रमाणे जोराची टक्कर देऊन जमिनीवर पाडले आणि त्याच्या छातीवर बसून म्हटले, 'बोल. आता तुझे रक्षण कोण करील ?'

हे ऐकताच मकरध्वज म्हणाला, 'या वेळी माझा पिता अंजनीपुत्र हनुमान या ठिकाणी असता तर त्याने आपल्या वज्रमुष्टीने तुझे चूर्ण करून टाकले असते.'

मकरध्वजाचे हे भाषण ऐकून हनुमंताचे डोळे आश्चर्याने विस्फारले गेले.

तो म्हणाला, 'अंजनीचा पुत्र हनुमान हा पूर्ण ब्रह्मचारी असताना तू त्याचा पुत्र कसा ?'

त्यावर मकरध्वज म्हणाला, 'तो महापराक्रमी हनुमंत लंकादहन करून परत जात असता अतिश्रमाने त्याच्या कपाळावर घाम आला. तो घाम त्याने बोटाने खाली टाकला आणि तो नेमका समुद्रातील एका मगरीने गिळला. त्यामुळे पुढे तिला गर्भ राहून मी जन्मास आलो.'

मकरध्वजाच्या जन्माची ही विलक्षण हकिकत ऐकून हनुमंताला प्रेमाचे भरते आले आणि त्याने 'मीच तो हनुमान' असे सांगून मकरध्वजाला कडकडून आलिंगन दिले. आपल्या पित्याची अशा प्रकारे अचानक भेट झालेली पाहून मकरध्वजाच्या डोळ्यांतून आनंदाश्रू वाहू लागले. त्याच्या कंठातून शब्द फुटेना. आपल्या पित्याच्या खांद्यावर मस्तक ठेवून तो कितीतरी वेळ स्फुंदून स्फुंदून रडत होता.

तेवढ्यात त्या दोघांचा संवाद ऐकून मकरध्वजाची आई म्हणजे ती मगरी आपल्या पतीच्या दर्शनासाठी धावतच तिथे आली. परंतु, हनुमंताचे लहानसे स्वरूप पाहून ती म्हणाली, 'महाराज, आपण लंकादहन करून या समुद्रावरून गेलात, त्या वेळी आपले स्वरूप किती भव्य होते. परंतु, आजचे आपले हे स्वरूप पाहून माझ्या मनात उगाचच विकल्प निर्माण होत आहे. तरी आपले खरे स्वरूप दाखवून माझा संशय दूर करावा.'

ते ऐकून हनुमंताने हसून क्षणभर डोळे मिटले आणि श्रीरामांचे ध्यान करून आपले भव्य स्वरूप तिला दाखविले.

ते पाहून त्या मगरीची खात्री झाली आणि ती आपल्या पतीला वंदन करून म्हणाली, 'महाराज, श्रीरामचंद्र लक्ष्मणासह अतिशय सुखरूप आहेत. *त्यांच्याविषयी आपण यत्किंचितही*

चिंता करू नये. अहि-महि या दोन राक्षसांनी त्या उभयतांना बंदिगृहात ठेविले असून ते उदईक त्यांना देवीसमोर बळी देणार आहेत. आपण गुप्तरूप घेऊन देवळात बसा, म्हणजे तुमची व प्रभू रामचंद्रांची गाठ पडेल.'

मगरीचे हे भाषण ऐकून हनुमंताला अतिशय संतोष झाला. तो म्हणाला, 'मी त्या उभय राक्षसांना ठार करून मकरध्वजाला महिकावतीच्या सिंहासनावर बसवीन.'

।। अहिरावण वध ।।

आता महिकावतीस शक्य तितक्या लवकर पोहोचणे आवश्यक होते. महावीर हनुमंताने 'प्रभू रामचंद्र की जय' अशी आरोळी ठोकून एकट्याने आकाशात उड्डाण केले आणि तो महिकावतीच्या रोखाने निघाला.

त्याने त्या ठिकाणचे एकवीसही दुर्ग कोणाच्याही नकळत ओलांडले आणि सूक्ष्मरूप धारण करून तो महाकालीच्या मंदिरात शिरला.

त्या ठिकाणी शेकडो राक्षस अनेक प्रकारचे होम करीत होते. मद्य, मांस व ब्राह्मणांची प्रेते यांची तेथे रेलचेल दिसत होती.

हनुमंताने मंदिराच्या गाभाऱ्यात जाऊन तेथील देवीची मूर्ती मोरीत फेकून दिली आणि गाभाऱ्याचे दार आतून घट्ट बंद करून, आपण सर्वांगास शेंदूर फासून देवीच्या जागी जाऊन बसला.

थोड्याच वेळात अहि-महि हे विशालदेही राक्षस पूजेचे साहित्य घेऊन देवळात आले आणि गाभाऱ्याचे दार उघडू लागले. परंतु, काही केल्या ते दार उघडेना.

तेव्हा देवी कोपली किंवा काय, असे भय वाटून सर्व राक्षस हात जोडून देवीची स्तुती करू लागले.

अशा प्रकारे सुमारे एक घटका लोटल्यावर देवी आतून म्हणाली, 'माझ्या प्रिय भक्तांनो, माझे उग्र व भीषण रूप पाहून तुमचे नेत्र जातील, यासाठी देवळाच्या कळसाजवळ भोक पाडून त्यातून तुम्ही मला नैवेद्य अर्पण करा.'

आज देवी आपल्याशी बोलली हे पाहून अहि-महिंना परमावधीचा हर्ष झाला आणि त्यांनी मंदिराच्या कळसाजवळ भोक पाडून प्रथम पंचामृत ओतून देवीला अभिषेक केला. हनुमंताने ते पंचामृत यथेच्छ पिऊन घेतले. त्यानंतर राक्षसांनी अनेक तऱ्हेची पक्वान्ने आत सोडली. हनुमंताने त्यांचाही फडशा उडविला. त्यानंतर अहि-महिंनी देवीसाठी एक खास त्रयोदशगुणी विडा आत टाकला. हनुमंताने तो विडाही मटकावून टाकला आणि तो बायकी आवाजात आतून म्हणाला, 'माझ्या लाडक्या भक्तांनो, मी आज तुमच्यावर पूर्णपणे प्रसन्न झाले आहे. माझ्या कृपेने तुम्हाला नाना प्रकारचे वैभव प्राप्त होईल. आता तुम्ही राम व लक्ष्मण या दोघांना आत सोडा, म्हणजे मी त्या

उभयतांना सबंधच्या सबंध गिळून टाकीन.'

देवीचे हे भाषण ऐकून अहि-महीचा आनंद गगनात मावेना ! ते दोघे वीस कोटी राक्षस घेऊन त्या उभयतांना आणण्यासाठी बंदिगृहात गेले. त्यांनी श्रीराम व लक्ष्मण यांना नागपाशबंधनातून मुक्त करून एका रथात घट्ट बांधले. मग त्यांनी त्यांच्यावर सोडलेले मोहिनीअस्त्र काढून घेतले. त्याबरोबर श्रीराम व लक्ष्मण सावध होऊन त्यांनी आपले नेत्र उघडले.

नंतर त्या दोघांना घेऊन ते राक्षस देवीच्या मंदिराकडे निघाले.

वाटेत श्रीराम लक्ष्मणाला म्हणाले, 'सौमित्रा, प्रसंग तर मोठा कठीण आहे व एका हनुमंताशिवाय या संकटातून सोडविण्यास दुसरा कोणीच समर्थ नाही.'

सौमित्र विचारमग्न झाला. काय करावे हे त्यालाही उमजेना.

तेवढ्यात तो रथ देवीच्या मंदिराजवळ येऊन पोहोचला.

राक्षसांनी श्रीराम व लक्ष्मण यांना मोकळे करून त्यांच्या गळ्यात लाल फुलांचे हार घातले व देवळाभोवती त्यांना तीन वेळा फिरवून दारातून आत सोडून दिले.

राम-लक्ष्मणांना पाहून रुद्ररूपिणी देवी विकट हास्य करीत म्हणाली, 'मी आता तुम्हाला दोघांना गिळून टाकणार आहे. तत्पूर्वी तुम्ही तुमच्या कुलदैवताचे स्मरण करा.'

त्यावर श्रीराम म्हणाले, 'देवी, माझे भक्त संकटात सापडले तर माझे स्मरण करतात. परंतु, आज मीच संकटात सापडलो आहे, तर तेव्हा मी कुणाचे स्मरण करू ? माझा प्राणसखा हनुमान जर आज येथे असता तर त्याने बाकी माझी या संकटातून हमखास मुक्तता केली असती.'

प्रभूंच्या तोंडची ही वाक्ये हनुमंताला अमृताप्रमाणे गोड वाटली. त्याने प्रभू रामचंद्राच्या पायावर डोके ठेवले. वायुनंदाच्या उष्ण अश्रूंनी प्रभूंच्या पायांवर अभिषेक झाला.

त्यानंतर हनुमंताच्या सांगण्यावरून श्रीराम व लक्ष्मण देवीच्या मागच्या अंगास उभे राहिले.

मग हनुमंताने अहिरावणाला उद्देशून देवीच्या आवाजात म्हटले, 'अहिरावणा, वत्सा, मी राम- लक्ष्मण या दोघाही बळींना गिळून तृप्त झाले आहे. आता माझ्या दर्शनासाठी तू एकटाच आत ये... एकटाच.. आत ये.'

मंदिराच्या गाभाऱ्यात तो आवाज घुमत होता.

देवीची ही आज्ञा ऐकताच आणि राम व लक्ष्मणांचा नाश झाल्याचे वर्तमान समजताच अहिरावणाला आनंदाच्या उकळ्या फुटल्या. त्याने उत्साहाच्या भरात छाती पुढे काढून देवळात प्रवेश केला. त्याने डोळे मिटून देवीच्या चरणावर मस्तक नमविले.

त्या दुष्ट राक्षसाला पाहताच महारुद्र हनुमंताचा क्रोध अनावर झाला. त्याने त्याच्या मस्तकावर पाय ठेवून त्याचे मस्तक रगडून टाकले.

।। युद्धभूमीवरील चमत्कार ।।

ही वार्ता काही वेळाने महिरावणास समजली. हा प्रताप देवीचा नसून ज्याने समस्त लंका जाळली त्या महाप्रतापी हनुमंताचा आहे, हा सुगावाही त्यास लागला.

हनुमंताचे नाव ऐकताच राक्षससैन्य बिथरून गेले. वाट फुटेल तिकडे सारे वीर पळत सुटले. त्यांची ती पळापळ पाहून हनुमंताला हसू फुटले.

महिरावण या एकंदर प्रकाराने पुरताच गोंधळून गेला होता. त्याने महत्प्रयासाने आपल्या पळपुट्या 'वीरांची' समजूत काढली आणि शस्त्रास्त्रे जमवून त्याने श्रीराम, लक्ष्मण नि हनुमान यांच्यावर प्रखर हल्ला केला.

श्रीराम, लक्ष्मण आणि हनुमान या तिघांच्याही पराक्रमाला ते आव्हान होते.

श्रीरामांनी आपल्या दिव्य तुणीरातून एक लखलखीत बाण काढला.

महिरावणाने अत्यंत त्वेषाने प्रभू रामचंद्रांवर वीस तीक्ष्ण बाण सोडले. परंतु, महाप्रतापी श्रीरामांनी केवळ त्या एकाच दिव्य बाणाने ते वीसही बाण मधल्यामध्येच मोडून टाकले.

महिरावणाने त्यामुळे चिडून जाऊन श्रीराम व लक्ष्मण यांच्यावर शेकडो तीक्ष्ण बाण फेकले. परंतु त्यांचा काही एक उपयोग झाला नाही. श्रीरामांचे टोकदार बाण मात्र एकसारखे महिरावणाच्या शरीरात घुसत होते.

त्याचवेळी न भूतो न भविष्यती असा एक चमत्कार घडून आला. महिरावणाच्या अंगाला बाण लागून रक्तबिंदू जमिनीवर पडले की, त्या प्रत्येक रक्तबिंदूतून एक एक नवा महिरावण उत्पन्न होऊ लागला.

अशा प्रकारे थोड्याच वेळात हजारो महिरावण युद्धभूमीवर उत्पन्न होऊन श्रीरामांशी युद्ध करू लागले.

हा विलक्षण चमत्कार पाहून श्रीराम आश्चर्याने थक्क झाले!

लक्ष्मण आणि हनुमंत या दोघांच्याही मुद्रा चिंताक्रांत दिसू लागल्या. त्यांच्या मुठी आवळल्या गेल्या. ओठ थरथरू लागले.

हनुमंताने त्या त्वेषाच्या भरात आपल्या पुच्छाने देवीच्या देवळाला वेढा घालून ते देऊळ मुळापासून उपटून समुद्रात भिरकावून दिले.

हनुमंताचा हा पराक्रम पाहून राक्षसवीरही चकित झाले.

श्रीराम युद्धभूमीवर अवतरलेल्या हजारो महिरावणांशी अतिशय शर्थीने लढत होते. परंतु, जितके महिरावण मरत होते; त्याच्या दुप्पट, चौपट, आठपट असे नवे महिरावण युद्धभूमीवर निर्माण होत होते.

या विलक्षण प्रसंगाला कसे तोंड द्यावे हे श्रीरामांना मुळीच सुचेना.

श्रीरामांचा चेहरा चिंताक्रांत झालेला पाहून महावीर हनुमान श्रीरामांना वंदन करून म्हणाला,

'प्रभो, तुम्ही युद्ध असेच चालू ठेवा. मी या चमत्काराचा उलगडा करण्यासाठी असाच मकरध्वजाकडे जातो.'

श्रीरामांनी त्या गोष्टीस अनुमती देताच हनुमंताने प्रभूंचा जयजयकार करीत आकाशात उड्डाण केले आणि तो थोड्याच वेळात ढगाआड दिसेनासा झाला.

।। चंद्रसेनेचा वृत्तान्त ।।

थोड्याच वेळात हनुमंत मकरध्वजाकडे येऊन पोहोचला. त्याने महिरावणाचा चमत्कार त्याला कथन करून त्या चमत्काराचे रहस्य त्यास विचारले.

मकरध्वज म्हणाला, 'आपण चंद्रसेनेस जाऊन भेटा. ती आपणास सर्व काही उलगडा करून सांगेल.'

हे ऐकताच हनुमंत पुन्हा उड्डाण करून महिकावती नगरीस येऊन पोहोचला.

तेथे चंद्रसेनेचा भव्य प्रासाद शोधून काढण्यास त्यास फारसे सायास पडले नाहीत.

प्रासादाच्या पायऱ्यांवरून आत शिरताना येथील नागरिकांनी कथन केलेला चंद्रसेनेचा सारा पूर्वेतिहास त्याच्या डोळ्यांसमोर उभा राहिला.

चंद्रसेनेचा तो पूर्ववृत्तान्त आपणही समजावून घेऊ.

पाताळात वैखानस नावाचे एक महातपस्वी ऋषी रहात होते. एका घनदाट जंगलात त्यांचा मनोहर आश्रम होता. तेथे देशविदेशातील अनेक विद्यार्थी अध्ययनासाठी येऊन राहिले होते.

या वैखानस ऋषींना एक अतिशय लावण्यवती कन्या होती. तिचे नाव चंद्रसेना. ती जितकी सुंदर तितकीच विलक्षण बुद्धिमान होती. तिने अनेक विद्यांत प्रावीण्य संपादन केले होते.

अशा या सुलक्षणी व अनुपम सुंदर कन्येला योग्य वर कसा मिळणार, याची वैखानस ऋषींना घोर चिंता लागून राहिली.

त्याचवेळी अहि व महि हे दोन राक्षस पाताळात सर्व सत्ताधारी बनले होते. त्यापैकी महि हा अतिशय क्रूर होता. त्याने पाताळातील अनेक राज्ये जिंकून तेथील ऋषींचे आश्रम उद्ध्वस्त करून टाकले होते. त्याने आपला बंधू अहि याला सेनापती नेमून सर्व सेनेचे आधिपत्य त्याच्याकडे सोपविले होते.

याच काळात दशानन रावणही आपल्या साम्राज्याचा विस्तार करीत होता. रावणाचे प्रचंड सामर्थ्य पाहून अहि व महि या दोघा बंधूंनी त्याच्याशी मैत्री संपादन केली व ते स्वतःला अहिरावण आणि महिरावण असे म्हणवू लागले.

रावणाला मंदोदरी नावाची एक सौंदर्यसंपन्न पट्टराणी आहे, असे समजताच आपणासही एखादी लावण्यखणी पट्टराणी प्राप्त व्हावी अशी इच्छा महत्त्वाकांक्षी महिच्या मनात उत्पन्न झाली व

तो तशा स्त्रीचा शोध करू लागला.

एक दिवस आपला बंधू अहि याला घेऊन तो अरण्यात शिकारीसाठी गेला असता त्यास वैखानस ऋषींचा आश्रम दिसला. तेथे थोडीशी विश्रांती घ्यावी असा विचार करून ते दोघेही बंधू त्या मनोहर आश्रमात शिरले.

त्यांना पाहून वैखानसाने त्यांचे स्वागत केले.

त्याचवेळी योगायोगाने चंद्रसेना त्या दोघांच्या दृष्टीस पडली. तिचे अनुपम सौंदर्य पाहून दोघेही स्वतःचे देहभान विसरून गेले.

आपणास हवी असलेली पट्टराणी आज सापडली, या विचाराने महिरावण आनंदित झाला.

त्याने कसलाही विचार न करता वैखानस ऋषींजवळ तिच्यासाठी मागणी घातली.

ऋषी म्हणाले, 'राजा, मी चंद्रसेनेचे मत विचारल्याशिवाय निश्चित काहीच सांगू शकत नाही. आपणास मी थोड्या दिवसांत तिचे मत कळवितो.'

'ठीक आहे. आपला निर्णय लवकरच कळवा.' असे सांगून अहि व महि आपल्या राजवाड्यात परत आले.

त्या दिवसापासून महिरावणाला चंद्रसेनेशिवाय दुसरा विषयच सुचेनासा झाला.

मध्यंतरीच्या काळात जनक राजाने मिथिला नगरीत सीतेचे स्वयंवर मांडले. त्या स्वयंवराला वैखानस ऋषींना आमंत्रण होते. स्वयंवराचा पण जिंकण्यासाठी अहि आणि महि दोघेही वेष पालटून त्या ठिकाणी आले होते. परंतु, त्या दोघांचीही फजिती झाली होती.

स्वयंवराचा तो पण श्रीरामचंद्रांनी लीलयाने जिंकला व सीतेने त्यांच्या गळ्यात स्वयंवरमाला घातली.

ही सारी हकिकत वैखानस ऋषींनी आश्रमात आल्यावर चंद्रसेनेला कथन केली. श्रीरामाचा तो अपूर्व पराक्रम ऐकून व त्यांच्या सौंदर्याचे रसभरीत वर्णन ऐकून श्रीरामांसारखा पती आपणास मिळावा असे चंद्रसेनेला तीव्रतेने वाटू लागले.

तिने महिरावणाची मागणी धुडकावून लावली व त्या दिवसापासून ती श्रीरामांच्या काल्पनिक मूर्तीचे चिंतन करू लागली.

वैखानस ऋषींचा निरोप ऐकून महिरावण विलक्षण क्रोधाविष्ट झाला आणि त्याने त्यांच्या आश्रमावर हल्ला करून वैखानस ऋषींना ठार मारून टाकले व चंद्रसेनेला बळजबरीने नेऊन तिच्याशी राक्षसविवाह केला.

अशा प्रकारे चंद्रसेनेला सक्तीने पट्टराणी करण्यात आले. परंतु, झाल्या गोष्टीमुळे तिला महिरावणाविषयी तिळमात्रही प्रेम निर्माण झाले नाही. उलट, आपल्या वडिलांच्या मृत्यूचा सूड कसा घेता येईल याचा ती रात्रंदिवस विचार करू लागली.

या परिस्थितीत मनाला शांतता लाभण्यासाठी ती प्रभू रामचंद्रांचे चिंतन करू लागली.

पुढे महिरावणाने राम व लक्ष्मण यांना ज्या वेळी बांधून देवीच्या देवळाकडे नेले, त्या वेळी योगायोगाने चंद्रसेनेला श्रीरामांचे दर्शन झाले. त्या दर्शनाने तिचे अष्टसात्त्विक भाव जागृत झाले.

तिच्या शरीरातून आनंदलहरी उसळू लागल्या.

त्यानंतर लवकरच अहिरावणाचा वध झाला व महिरावण त्या वधाचा सूड घेण्यासाठी युद्धास सज्ज झाला. श्रीरामांनी त्याचाही वध करण्याचा प्रयत्न केला. परंतु, त्याच्या प्रत्येक रक्त बिंदूतून नवे नवे महिरावण उत्पन्न होऊ लागले.

चंद्रसेनेला ज्या वेळी ही हकिकत समजली त्यावेळी तिला श्रीरामांबद्दल चिंता वाटू लागली.

श्रीरामांनी अशावेळी कोणता उपाय करावा हे तिला ठाऊक होते. परंतु, हा उपायाचा मार्ग श्रीरामांपर्यंत पोहोचवणार कोण ?

चंद्रसेना याच गोष्टीचा विचार करीत खिन्न मुद्रेने बसून होती.

तोच हनुमंताची तेजस्वी मूर्ती तिच्यासमोर येऊन अचानक उभी राहिली.

।। महिरावणाचा वध ।।

रामभक्त हनुमंताने चंद्रसेनेला वंदन करून आपल्या येण्याचा हेतू तिला कथन केला.

रामदूताच्या दर्शनाने चंद्रसेनेला आनंद झाला. ती म्हणाली, 'हनुमंता, महिरावणाच्या रक्तबिंदूतून नवे महिरावण का तयार होतात याचे रहस्य मी तुला आनंदाने कथन करीन, कारण हे रामकार्य आहे. परंतु त्याचबरोबर श्रीरामांनी माझीही एक अट पूर्ण केली पाहिजे.'

'कोणती अट ?' हनुमंताने कुतूहलाने विचारले.

चंद्रसेना म्हणाली, 'हे वायुपुत्रा, माझा विवाह महिरावणाबरोबर झालेला असला; तरी तो विवाह माझ्या संमतीवाचून झालेला आहे व त्यामुळेच तो मला मान्य नाही. मी मनाने श्रीरामांनाच वरले आहे. तरी हे हनुमंता, श्रीराम जर माझ्या शयनमंदिरात येऊन माझ्या मंचकावर निद्रा घेतील तर मी स्वतःला भाग्यवान समजेन. बोल ! श्रीराम या गोष्टीस कबूल होतील का ?'

हनुमंत विचारात पडला.

एवढा विलक्षण पेच यापूर्वी त्याला केव्हाच पडला नव्हता. चंद्रसेनेकडून रहस्य समजावून घेणे तर आवश्यक होते. कारण युद्धभूमीवर श्रीरामांच्या जिवाला धोका निर्माण झाला होता. बरे, ते रहस्य जाणून घेण्यासाठी चंद्रसेनेला हवे असलेले आश्वासन द्यावे, तर श्रीरामांच्या एकपत्नीव्रताचा भंग होणार !

हनुमंतासारख्या बुद्धिवंताची मतीही क्षणभर कुंठित झाली !

परंतु थोड्याच वेळात त्याला एक नामी युक्ती सुचली.

तो म्हणाला, 'चंद्रसेने, मी आपला निरोप श्रीरामांना सांगतो. आपल्या इच्छेप्रमाणे श्रीराम आपल्या मंचकावर निद्रा घेतील. परंतु, त्या वेळी जर तो मंचक मोडला तर तो अपशकुन समजून ते निघून जातील. आहे कबूल ?'

चंद्रसेनेने हनुमंताचे म्हणणे आनंदाने मान्य केले.

'हं! आता ते रहस्य मला लवकर कथन कर. श्रीरामांवर तिकडे कोणता प्रसंग ओढवला असेल कुणास ठाऊक!' हनुमंत चिंतेच्या स्वरात म्हणाला.

त्या कल्पनेने चंद्रसेनेचे अंगही शहारले.

ती म्हणाली, 'फार वर्षांपूर्वी महिरावणाने शिवांना उग्र तपाने प्रसन्न करून घेतले. शिवाने वर मागण्यास सांगताच युद्धाच्यावेळी अमृताचा वर्षाव व्हावा, असा वर त्याने मागून घेतला. त्याप्रमाणे शिवाच्या कंठातील भ्रमरमालेतील भ्रमर पाताळात जाऊन तोंडातून अमृत घेऊन येतात व त्याची महिरावणाच्या रक्त बिंदूवर वृष्टी करतात. त्यामुळे त्या बिंदुतून नवे महिरावण उत्पन्न होतात. अमृत आणण्याचे भ्रमरांचे हे कार्य तुला बंद करता आले, तरच महिरावणाचा रामाकडून वध होऊ शकेल.'

चंद्रसेनेचे आभार मानून हनुमंत लागलीच पाताळात गेला. त्याने तिथले अमृतकुंड शोधून काढले. त्या कुंडातून हजारो भुंगे अमृत घेऊन युद्धभूमीकडे चाललेले हनुमंताच्या दृष्टीस पडले.

हनुमंताने त्या भुंग्यांना तसे न करण्याची आज्ञा केली. परंतु, भुंग्यांनी ती आज्ञा मानली नाही. तेव्हा चिडून जाऊन हनुमंताने कित्येक भ्रमरांना चिरडून ठार केले. तेव्हा बाकीचे भ्रमर हनुमंताला शरण आले. त्यांनी युद्धभूमीकडे अमृतबिंदू नेण्याचे काम बंद केले. हे काम थांबताच युद्ध भूमीवर नवे महिरावण उत्पन्न होण्याचेही बंद झाले. ते पाहून श्रीरामांनी ब्रह्मास्त्र सोडून महिरावणाचे शिर धडापासून वेगळे केले.

।। हनुमंताची भक्ती ।।

पाताळातील कामगिरी संपवून हनुमंत श्रीरामांकडे परत आला. श्रीरामांनी महिरावणाचा वध केल्याचे ऐकून त्यास अतिशय आनंद झाला.

त्याचवेळी, 'महिरावणाच्या रक्तबिंदूतून नवे महिरावण उत्पन्न होण्याचे कशामुळे थांबले?' असा प्रश्न श्रीरामांनी लक्ष्मणाला विचारला. तेव्हा लक्ष्मण म्हणाला, 'श्रीरामा, ही सारी हनुमंताची करामत आहे. आपण त्यालाच याबाबत विचारा.'

श्रीरामांनी हनुमंताकडे पाहिले. तो हात जोडून अदबीने उभा होता. मात्र, त्याच्या नेत्रांतून घळघळा अश्रू वहात होते!

हे दृश्य पाहून श्रीरामांनी जागचे उठून हनुमंताच्या पाठीवर प्रेमाने हात ठेवून म्हटले, 'हे प्राणसख्या, ह्या आनंदाच्या प्रसंगी तुझे डोळे ओले का? मघापासून तू एक शब्दही बोलत नाहीस. तुझे मुखही असे म्लान का बरे दिसते?'

श्रीरामांचे ते अत्यंत आपुलकीचे शब्द ऐकून हनुमंताला हुंदका आवरेना.

श्रीरामांचे चरण धरून तो खालच्या मानेने म्हणाला, 'प्रभो ! या सेवकाच्या हातून आज फार मोठा अपराध घडला आहे.'

'अपराध ? तो कोणता ?' श्रीरामांनी त्याला वर उठवीत विचारले. त्यांच्या प्रत्येक शब्दातून जणू प्रेमाचे अमृत झिरपत होते.

हनुमंताने चंद्रसेनेच्या महालात घडलेली सारी हकिकत श्रीरामांना निवेदन केली.

शेवटी तो म्हणाला, 'प्रभो ! आपण एकपत्नीव्रत धारण केल्याचे ठाऊक असूनही मी वेड्याने चंद्रसेनेला नको ते वचन देऊन ठेवले. माझा अपराध अक्षम्य आहे असे मला वाटते.'

हनुमंताचे हे विलक्षण नम्र भाषण ऐकून श्रीराम हसून म्हणाले, 'हे प्राणसख्या, तू जी गोष्ट केलीस ती त्या वेळी करणे आवश्यकच होते. तू दिलेले वचन मी अवश्य पाळीन. तथापि, माझ्या एकपत्नीव्रताला कलंक न लागता ही गोष्ट कशी करता येईल याची एखादी युक्ती शोधून काढ.'

हनुमंत थोडा वेळ विचारात पडला. परंतु, श्रीरामांच्या कृपेने त्याला लवकरच एक नामी युक्ती सुचली.

त्यानंतर श्रीरामांची अनुमती घेऊन तो पुन्हा पाताळात गेला.

तेथील भुंग्यांनी त्याचे स्वागत केले.

हनुमान म्हणाला, 'हे भुंग्यांनो, आज मी तुम्हाला एक फार महत्त्वाची कामगिरी सांगणार आहे. हे रामकार्य आहे एवढे सांगितले की, त्या कामाचे महत्त्व निराळे वर्णन करायला नको.'

'बोला, श्रीरामांचे कोणतेही काम आम्ही आनंदाने करू. त्यांची सेवा करण्याची संधी मिळाल्याबद्दल आम्ही स्वतःला भाग्यवान समजतो.' भुंगे म्हणाले.

हनुमंताने पुढे म्हटले, 'तुम्ही माझ्याबरोबर आत्ताच्या आत्ता चंद्रसेनेच्या महालात चलायचे.'

'ठीक. हे आम्ही निघालो.' भुंगे उत्साहाने म्हणाले.

'थांबा. तेथे गेल्यावर काय करायचे ते ऐका.' हनुमंताने त्यांना हाताने थांबण्याचा इशारा देत म्हटले.

'काय करायचे ?'

'तेथे चंद्रसेनेचा शृंगारलेला मंचक तुम्हाला दिसेल. तो मंचक आतून पोखरून केळीच्या पानाप्रमाणे पातळ करून ठेवायचा. समजलं ?'

'ठीक आहे.' सर्वांनी रुकार दिला.

हनुमंत सर्व भुंग्यांना घेऊन गुप्तरूपाने चंद्रसेनेच्या महालात गेला. तेथे चंद्रसेनेने आपला मंचक उत्तम प्रकारे शृंगारून ठेवला होता. त्यावर मोगऱ्याच्या फुलांची शेज तयार केली होती नि ती एखाद्या विरहिणीप्रमाणे प्रभू रामचंद्राची वाट पहात आपल्या महालाच्या खिडकीशी बसली होती. मोगऱ्याचा धुंद सुवास सर्व महालभर दरवळत होता.

हनुमंत भुंग्यांना घेऊन गुप्तरूपाने त्या महालात आला. त्याने चंद्रसेनेचा मंचक भुंग्यांना दाखवून त्यांची कामगिरी त्यांना पुन्हा एकदा नीट समजावून दिली.

त्यानंतर तो आकाशातून उड्डाण करीत थेट प्रभुपाशी आला. श्रीराम त्याचीच वाट पहात होते.

'प्रभो !' हनुमंत श्रीरामांना वंदन करीत म्हणाला, 'चलावं, चंद्रसेना आपली उत्कंठेने वाट पहात आहे.'

'पण तुला सांगितलेली कामगिरी तू बजावलीस का ?' श्रीरामांनी हसून विचारलं.

'होय महाराज, आपल्या एकपत्नीव्रताला कलंक न लागता चंद्रसेनेला मी दिलेलं वचन आपण पूर्ण करू शकाल.'

'काय युक्ती केलीस ?'

'चंद्रसेनेचा मंचक मी भुंग्यांकरवी व्यवस्थित पोखरून ठेवला आहे. प्रभू रामचंद्र तुझ्या मंचकावर निद्रा घेतील, परंतु, जर का तो मंचक मोडला तर मात्र तो अपशकुन समजून ते निघून जातील, असं मी चंद्रसेनेला सांगितलं आहे. प्रभो, आता चलावं, उशीर नको.' हनुमंताने श्रीरामांना वंदन करून म्हटलं.

प्रभू रामचंद्र निघाले.

चंद्रसेना कितीतरी वेळ त्यांच्या आगमनाकडे डोळे लावून होती.

आकाशात पूर्णचंद्र उदयास आला. निळ्या नभात चांदण्या हसू लागल्या. सारी नगरी चंद्रप्रकाशात न्हाहून निघाली.

चंद्रसेनेच्या विलासमंदिराचे रंगीत दार अलगद उघडलं गेलं.

चंद्रसेनेची तंद्री भंगली. स्वप्नातली मूर्ती प्रत्यक्षात अवतरली ! ...श्रीरामांची त्रिभुवनसुंदर श्यामल मूर्ती दारात उभी होती. चंद्रसेना देहभान हरपून एखाद्या पुतळ्यासारखी जागच्या जागी खिळून राहिली.

श्रीरामांचं स्वागत करण्याचं भानही तिला राहिलं नाही. श्रीरामांच्या नजरेला नजर देणं तर तिला शक्यच नव्हतं. तिची नजर त्यांच्या पवित्र चरणांवर खिळून राहिली.

आणि प्रभू रामचंद्र मनातल्या मनात कौसल्यामातेचं, सद्गुरू वसिष्ठांचं स्मरण करीत हळूहळू त्या शृंगारित मंचकाजवळ गेले.

चंद्रसेनेचं हृदय धडधडू लागलं.

श्रीरामांनी त्या मंचकावर आपला डावा पाय ठेवला.

चंद्रसेनेच्या हृदयातील ठोक्यांची गती आणखीनच वाढली.

परंतु तेवढ्यात... 'काड् काड् काड्' असा आवाज होऊन तो प्रणय-मंचक भुईसपाट झाला.

चंद्रसेनेची तंद्री भंगली. तिच्या स्वप्नांचा चोळामोळा झाला.

श्रीरामांनी स्वतःशीच स्मित केलं नि ते त्याच पावली परत निघाले.

चंद्रसेनेच्या कमलनयनांतून घळघळा अश्रूपात सुरू झाला.

बाहेर उभ्या असलेल्या हनुमंताकडे पाहून तिने दातओठ चावले. हे कपटकारस्थान या कपीचंच आहे, याबद्दल तिला संशय उरला नाही.

ती हनुमंताला म्हणाली, 'हे सर्व तुझेच कपट आहे. माझ्या आशेचा तू भंग केलास...

माझ्या स्वप्नाचा तू चोळामोळा केलास.'

असे म्हणून ती हनुमंताला शाप देण्यास उद्युक्त झाली.

ते पाहून श्रीराम मागे फिरले. त्यांनी चंद्रसेनेच्या मस्तकावर आपला वरदहस्त ठेवला. ते म्हणाले, 'चंद्रसेने, माझी ध्यानमूर्ती तुझ्या हृदयात निरंतर वास करील. पुढील कृष्णावतारात तू सत्यभामा नामक माझी राणी होशील आणि तुझी या जन्माची इच्छा पूर्ण होईल.'

श्रीरामांनी असा आशीर्वाद देताच चंद्रसेनेची समाधी लागली. श्रीरामांच्या स्मरणात तिला देहवृत्तींचा विसर पडला.

|| लक्ष्मण मूर्च्छित पडला! ||

श्रीरामांनी अहि व महि या बलाढ्य वीरांचा संहार केल्याचे वर्तमान ऐकून दशानन रावण अतिशय क्रोधाविष्ट झाला. इंद्रजित, कुंभकर्ण, प्रहस्त इत्यादी सर्व मोठमोठे वीर नाहीसे झाले. आता जगून तरी काय उपयोग, असे निराशेचे विचारही त्याच्या मनात उद्भवू लागले.

शेवटी या प्रकरणाचा एकदा कायमचा सोक्षमोक्ष करावा या उद्देशाने रावणाने स्वत: रणभूमीवर जाऊन श्रीरामांचा समाचार घेण्याचे ठरविले.

त्याप्रमाणे त्याने हजारो राक्षसवीरांचे सैन्य जमा करून रणवाद्यांच्या गजरात युद्धभूमीकडे प्रयाण केले.

त्या वेळी रावणाच्या रूपाने साक्षात क्रोधच युद्धभूमीवर अवतरला आहे किंवा काय, असेच सर्वांना वाटले.

रावणाचे सैन्य युद्धभूमीवर येताच वानरसैन्यही अतिशय त्वेषाने रणभूमीवर धावून आले. त्या कपिवीरांच्या हातात मोठमोठे वृक्ष व पाषाण होते. वानरसैन्याने वृक्ष व पाषाण यांची वृष्टी सुरू करताच राक्षससैन्यही चवताळून प्रतिकार करू लागले.

स्वत: रावण श्रीरामांचा शोध घेत आपल्या चमकदार रथातून फिरत होता.

श्रीराम व लक्ष्मण वानरसैन्याच्या मध्यभागी जे केशरी रंगाचे निशाण उभारले होते, त्या ठिकाणी धनुष्यबाण घेऊन उभे होते.

रावणाला रथातून येताना पाहून बिभीषण श्रीरामांजवळ येऊन म्हणाला, 'प्रभो, आपल्याजवळ रथ नाही, पादत्राणे देखील नाहीत. अशा परिस्थितीत आपण त्या परम बलशाली रावणाशी युद्ध कसे करणार ?'

त्यावर श्रीराम तेजस्वी शब्दांत म्हणाले, 'मित्रा बिभीषणा, माझा रथ फार वेगळ्या प्रकारचा आहे. शौर्य आणि धैर्य ही त्या रथाची चाके आहेत. त्याच्या सत्याच्या ध्वजावर सदाचाराचे चिन्ह कोरलेले आहे. बल, विवेक, संयम आणि परोपकार हे चार घोडे त्याला जुंपलेले आहेत. त्यांना

क्षमा, दया आणि समता यांचे लगाम लावलेले आहेत. या रथाला एक चतुर सारथी आहे, त्याचे नाव भक्तिभाव. दानाचा परशु, संतोषाची तलवार, वैराग्याची ढाल, बुद्धीची शक्ती, विज्ञानाचे धनुष्य, निश्चयी मनाचा भाता आणि त्यात शम, दमाचे बाण अशी सर्व साधनसामग्री माझ्याजवळ सज्ज असताना मला वेगळ्या रथाची काय बरे आवश्यकता ?'

श्रीरामांचे ते भाषण ऐकून बिभीषणाने अत्यंत नम्रभावाने त्यांच्या पायावर डोके ठेवले.

तेवढ्यात रणवाद्यांच्या गजरात दशानन रावणाची स्वारी त्या ठिकाणी येऊन पोहोचली.

रावणाला पाहताच वानरवीरांनी त्याच्या रथावर लहानमोठ्या पाषाणांची सतत वृष्टी केली. परंतु रावणाच्या मजबूत रथावर त्याचा काहीदेखील परिणाम झाला नाही.

रावण संतापाने लाल होऊन त्या वानरवीरांवर सर्पबाण सोडू लागला. ते बाण सर्पांप्रमाणे वळवळत कपिसैन्यावर आघात करू लागले. त्यांची दिशा कुणाच्याच लक्षात येत नव्हती. त्यामुळे सारे वीर कमालीचे गोंधळून गेले. वानरसैन्यात भयंकर हाहाकार होऊन पळापळ सुरू झाली. 'श्रीरामाऽ धावा, मारुतीराया वाचवाऽ' असे ओरडत ते वीर सैन्याच्या पिछाडीकडे धावू लागले.

त्यांचा तो आक्रोश ऐकून श्रीरामांनी आपले तेजस्वी धनुष्य सज्ज केले. लक्ष्मणाने भात्यातून अणकुचीदार बाण काढला. हनुमंताने गदा सावरली. अंगदाने एक प्रचंड पाषाण हातात उचलला.

तेवढ्यात क्षणिक विजयाने उन्मत्त झालेला तो रावण भेसूर हास्य करीत त्या सर्वांसमोर आला.

त्याच्याकडे दृष्टी जाताच लक्ष्मणाचे डोळे संतापाने नि त्वेषाने विस्तवासारखे लालभडक दिसू लागले. त्याचे बाहू स्फुरण पावू लागले.

लक्ष्मणाकडे पाहून रावण संतापाने ओरडला, 'थांब माझ्या पुत्राच्या मारेकऱ्या, मी तुलाच शोधत होतो. आता बरा सापडलास. तुला ठार करून तुझ्या रक्ताचा सडा रणभूमीवर पाडल्याशिवाय माझं अंत:करण शांत होणार नाही.'

असे म्हणून रावणाने लक्ष्मणावर बाणांचा जणू पाऊसच पाडला. परंतु, धनुर्धर लक्ष्मणाने त्याच वेगाने बाण सोडून रावणाचे सर्व बाण वाटेतच मोडून टाकले ! त्याने अत्यंत शक्तिशाली बाण सोडून रावणाचा रथ भुईसपाट केला. वीज पडल्यावर एखादा मोठा वृक्ष ज्याप्रमाणे दुभंगून भुईसपाट होतो, त्याप्रमाणे रावणाचा अतिशय मजबूत रथ मोडून पडला. दुसऱ्याच क्षणी लक्ष्मणाने त्याचा सारथी ठार केला. त्याचा मुकुट हवेत उडवून दिला.

लक्ष्मणाने रावणाची केलेली ती फटफजिती पाहून वानरवीरांनी लक्ष्मणाचा प्रचंड जयजयकार केला. रावणाकडे पाहून ते त्याला वाकुल्या दाखवू लागले.

ते पाहून रावणाची सहनशक्ती संपुष्टात आली. त्याने नवा रथ मागविला आणि पुढचा मागचा कसलाही विचार न करता ब्रह्मदेवाने दिलेला शक्तिबाण बाहेर काढला.

त्या बाणाच्या विलक्षण तेजाने रणभूमी क्षणकाल प्रकाशाने उजळून निघाली. वानरवीरांचे डोळे दिपून जाऊन त्यांना किंचित ककाळ डोळ्यांसमोर काहीएक दिसेनासे झाले !

हा काय प्रकार आहे, हे लक्षात येण्यापूर्वीच रावणाने तो बाण अभिमंत्रून लक्ष्मणावर फेकला.

त्यासरशी सहस्र विजांचा कडकडाट झाला. त्या बाणाने लक्ष्मणाच्या हृदयावर जबरदस्त आघात होऊन लक्ष्मण मूर्च्छित पडला.

ते पाहून त्याला उचलून रथात टाकण्यासाठी रावण भेसूर हास्य करीत पुढे धावला.

परंतु, हनुमंताने त्याच्या छातीत गदेचा एक प्रचंड प्रहार केला. त्या जबरदस्त प्रहारामुळे रावणाच्या डोळ्यांपुढे क्षणभर काजवे चमकले. किंचितकाळ त्याला ग्लानी आली. परंतु, लवकरच सावध होऊन त्याने हनुमंताला ठोसा लगावला. परंतु, वज्रदेही हनुमंताला त्यामुळे फारशी इजा झाली नाही. आपला तोल सावरीत तो रावणावर पुन्हा धावून गेला. त्याने सरळ त्याच्या छाताडात लाथ मारली.

त्या प्रहारामुळे रावण उताणा पडला. त्याच्या नाकातोंडातून रक्त वाहू लागले. तरीपण स्वत:ला सावरीत तो कसाबसा पुन्हा उभा राहिला. परंतु, त्याचे सर्वांग आता इतके ठणकत होते की, युद्ध चालू ठेवणे त्याला शक्य झाले नाही. त्यामुळे रथात बसून तो लंकेकडे निघून गेला.

इकडे मूर्च्छित पडलेल्या लक्ष्मणाकडे पाहून सर्वांच्याच तोंडचे पाणी पळाले. सारेजण शोकार्णवात बुडून गेले.

श्रीराम धैर्याचे सागर. परंतु, त्यांचाही तोल क्षणकाल सुटला. त्यांनी आपले अश्रू पुशीत निश्चेष्ट पडलेल्या लक्ष्मणाकडे पहात म्हटले, 'सौमित्रा, प्राणसख्या, एकदा डोळे उघडून माझ्याकडे पहा. बाळा लक्ष्मणा, तू माझ्याकरिता वनात आलास. तुझ्या प्रतापाने त्रिभुवनाला कापरे भरले. लाडक्या, आता जर तू मला सोडून गेलास, तर मीदेखील प्राणत्याग करीन. लक्ष्मणाऽऽ लक्ष्मणाऽऽ'

।। संजीवनीची प्राप्ती ।।

श्रीरामांना अशा प्रकारे शोक करताना पाहून सारे वानरवीर खिन्न झाले. त्यांच्या डोळ्यांतून अश्रूंचे पूर वाहू लागले. कित्येकांना तर हुंदका आवरेनासा झाला !

तेवढ्यात वृद्ध जांबुवंत पुढे आला. त्या वयोवृद्ध व ज्ञानवृद्ध जांबुवंताला पाहून श्रीरामांनाही धीर आला.

जांबुवंत श्रीरामांना हात जोडून म्हणाला, 'प्रभो, सुषेणला औषधांची फार उत्तम माहिती असून त्याला जर या वेळी येथे आणले, तर तो निश्चितपणे लक्ष्मणाला शुद्धीवर आणेल.'

श्रीरामांना ही कल्पना पटली. परंतु, हे काम कोण करणार ? त्यांनी वायुनंदनाकडे पाहिले.

हनुमंताने श्रीरामांचे मनोगत जाणले. तो हात जोडून म्हणाला, 'प्रभो, या कामगिरीवर मला पाठवा. मी जाऊन सुषेणाला आत्ता घेऊन येतो.'

श्रीरामांनी मानेनेच अनुमती दर्शविली.

लागलीच हनुमंत वेष बदलून लंकेत शिरला. त्याने सुषेणाचे घर शोधून काढले. त्याला सारी

हकिकत सांगितली आणि सुषेणाला घेऊन तो मोठ्या त्वरेने परत आला.

सुषेणाने श्रीरामांना वंदन केले.

त्याने लक्ष्मणाच्या म्लान मुखाकडे पहात त्याची नाडी तपासली आणि क्षणभर विचार करून तो म्हणाला, 'श्रीरामा, द्रोण पर्वतावर संजीवनी नावाची एक वल्ली आहे. ती जर या वेळी कुणी आणील तर लक्ष्मण खात्रीने शुद्धीवर येईल. परंतु, हे सारे सूर्य उगवण्यापूर्वी व्हायला पाहिजे.'

श्रीरामांनी हनुमंताकडे पाहिले. हनुमंताने श्रीरामांच्या मनातील भाव ओळखला. तो हात जोडून म्हणाला, 'प्रभो, ही कामगिरी आपण माझ्यावर सोपवा.'

सुषेणाने हनुमंताला त्या वल्लीची माहिती दिली.

श्रीरामांना वंदन करून तो वायुपुत्र हनुमान नील नभातून द्रोणागिरी पर्वताकडे निघाला.

रावणाचे गुप्तहेर वानरसैन्यात फिरत होते. त्यांनी ही महत्त्वाची बातमी त्वरित रावणाला कळविली.

रावणाने ताबडतोब कालनेमी नावाच्या राक्षसाला बोलावून घेतले.आपला अजस्त्र देह सावरीत कालनेमी रावणासमोर हजर झाला. त्याने दशानन रावणाला वंदन केले.

रावण म्हणाला, 'कालनेमी, तुला एक फार महत्त्वाच्या कामगिरीवर मी पाठवणार आहे. तिकडे मी लक्ष्मणाला मूर्च्छित केले असून रामाने सुषेण वैद्याला बोलावून घेतले आहे आणि सुषेणाच्या सांगण्याप्रमाणे संजीवनी वल्ली घेऊन येण्यासाठी रामदूत हनुमान द्रोणागिरीकडे निघाला आहे. तेव्हा तू त्याला अडथळा करून ती वल्ली सुषेणापर्यंत पोहोचणार नाही, अशी व्यवस्था कर.'

हनुमंताचे नाव ऐकताच कालनेमीच्या छातीत धडकीच भरली. त्याच्या पर्वतप्राय देहातून घामाच्या उष्ण धारा वाहू लागल्या.

तो हात जोडून रावणाला म्हणाला, 'महाराज, हे काम माझ्याच्याने होणार नाही. त्या रामदूताशी टक्कर देणे माझ्या शक्तीबाहेरचे आहे.'

कालनेमीचे हे उद्गार ऐकताच रावण खवळून म्हणाला, 'कालनेमी, माझ्या आज्ञेचे पालन झालेच पाहिजे ! तू एकतर या कामगिरीवर ताबडतोब रवाना हो किंवा आत्ताच मृत्यूला तयार हो.'

कालनेमीचा नाइलाज झाला. तो मोठ्या अनिच्छेने त्या कामगिरीवर निघाला.

त्याने हनुमंताच्या वाटेवर आपल्या मायाबलाने एक रम्य आश्रम तयार केला. त्या आश्रमासमोर कमलपुष्पांनी बहरलेला एक सुंदर तलाव निर्माण केला. नानाविध सुवासिक फुलांची सजलेली एक शोभिवंत बागही निर्माण केली व त्या आश्रमात तो कपट वेषाने राहून तप करू लागला.

नीलनभातून वायुवेगाने निघालेल्या हनुमंताचे लक्ष त्या आश्रमाकडे गेले. तिथल्या निळ्या तलावाने अन् शोभिवंत फुलबागेने त्याचे लक्ष वेधून घेतले. क्षणभर खाली उतरून त्या तलावातील थंडगार पाणी पिऊन पुढे जावे असा मोह त्याला झाला आणि तो झपाट्याने खाली आला.

त्याने आश्रमात तप करणाऱ्या कपटवेषधारी कालनेमीला ओळखले नाही.

त्याला वंदन करून तो म्हणाला, 'गुरुदेव, मला किंचितकाल या पवित्र आश्रमात विश्रांती घेण्याची इच्छा आहे.'

कालनेमी एक डोळा उघडून हनुमंताकडे पहात व पुन्हा डोळा बंद करीत म्हणाला, 'वत्सा, तू ज्या कार्यासाठी द्रोणागिरी पर्वताकडे निघाला आहेस, ते तुझे कार्य पूर्ण होवो.'

आपल्या मनातील विचार त्या मुनीने ओळखलेला पाहून हनुमंताला आश्चर्य वाटले.

तो म्हणाला, 'गुरूदेव ! माझ्या कार्यासाठी मला तातडीने निघाले पाहिजे; कारण सारेजण माझ्या वाटेकडे डोळे लावून बसले असतील. जाता जाता येथील थंडगार पाणी पिण्यासाठी मी इथे उतरलो.'

त्यावर कालनेमीने आपला कमंडलू हनुमंतापुढे ठेवला. त्यात थंडगार पाणी होते.

हनुमान म्हणाला, 'गुरूदेव, एवढ्या पाण्याने माझी तहान भागणार नाही.'

तेव्हा कालनेमी हसून म्हणाला, 'ठीक आहे. मग तू समोरच्या निळ्या तलावावर जाऊन पोटभर पाणी पिऊन ये.'

हनुमंत त्वरेने तलावावर गेला. त्याने आपला एक पाय पाण्यात ठेवला. त्याबरोबर मगरीचे रूप घेतलेल्या एका मायावी राक्षसीने त्याचा पाय घट्ट धरून ठेवला. परंतु, हनुमंताने प्रसंगावधान राखून आपला पाय झटकन् वर ओढून घेतला. त्याबरोबर ती मगरही बाहेर आली. हनुमंताने आपल्या वज्रमुष्टीने त्या प्रचंड मगरीला ताबडतोब ठार केले.

ती राक्षसी एक शापभ्रष्ट अप्सरा होती. हनुमंताच्या स्पर्शाने तिचा उद्धार झाला आणि तिला पुन्हा पूर्वरूप प्राप्त झाले.

ती आपल्या मंजूळ आवाजात म्हणाली, 'हे रामभक्ता, तुझ्या कृपेने मी आज शापमुक्त झाले. तुला ज्याने इकडे पाठविले तो कालनेमी नावाचा एक कपटी राक्षस आहे व तो तुझा नाश करण्यासाठी मायावी रूप घेऊन त्या आश्रमात बसला आहे. तरी तू सावधगिरीने रहा.'

एवढे सांगून ती लावण्यवती अप्सरा आकाशमार्गाने निघून गेली.

नंतर पोटभर पाणी पिऊन तो रामभक्त हनुमान परत त्या आश्रमात आला. त्याने त्या मायावी कालनेमीचे शरीर आपल्या शेपटीत गुंडाळले आणि जमिनीवर आपटून त्याचा वध केला.

नंतर प्रभू रामचंद्राचे स्मरण करीत तो बलशाली वानरश्रेष्ठ आकाशमार्गाने द्रोणागिरी पर्वतावर येऊन ठेपला.

त्याने त्या पर्वतावरील सर्व वनस्पती नजरेखालून घातल्या; परंतु सुषेणाने सांगितलेली वनस्पती त्याला ओळखता आली नाही.

तेव्हा क्षणाचाही विचार न करता त्या वायुपुत्राने तो संपूर्ण पर्वतच तळापासून उचलला आणि तो आकाशमार्गाने रणभूमीकडे निघाला.

रामदूत हनुमंत हा एक आदर्श सेवक होता. श्रीरामांच्या आज्ञेचे पालन करण्यासाठी त्याने केवढे साहस केले ! केवढे कष्ट उचलले ! किती संकटांना झेलले ! 'माघार' हा शब्दच त्या रामभक्ताला ठाऊक नव्हता ! एखादे राज्य ऊर्जितावस्थेला येते, ते अशा स्वामिनिष्ठ कर्तबगार वीरांच्या निःस्वार्थी प्रयत्नांमुळेच.

असो. वायुवेगाने निघालेला हनुमंत थोड्याच वेळात रणभूमीवर येऊन पोहोचला. त्याने तो

पर्वत अलगद खाली ठेवला. अजून सूर्योदय झाला नव्हता. सुषेणाने पर्वतावरून संजीवनी वल्ली शोधून काढली. त्या वल्लीचा सुवास सर्वत्र पसरला.

त्या सुवासाने लक्ष्मणाची मूर्च्छा उतरली. तो सावध होऊन चौफेर पाहू लागला.

वानरसैन्याने टाळ्या पिटल्या. आपली पुच्छे उभारून ते वीर आनंदाने नाचू लागले.

श्रीरामांनी हनुमंताला प्रेमाने घट्ट आलिंगन दिले. ते म्हणाले, 'हनुमंता, तुला जन्म देऊन अंजनीमातेची कूस धन्य झाली! एक आदर्श सेवक म्हणून तुझी कीर्ती यावच्चंद्रदिवाकरौ या पृथ्वीवर राहील.'

हनुमंताने श्रीरामांच्या चरणांना स्पर्श केला. तो म्हणाला, 'प्रभो, मी निमित्तमात्र आहे. हे सारे आपल्या कृपेने घडले!'

त्यानंतर हनुमंताने तो विशाल पर्वत उचलला व होता त्या ठिकाणी परत नेऊन ठेवला.

रामभक्त हनुमंताचा हा पराक्रम रामायणात अमर होऊन राहिला आहे.

।। यज्ञकुंडाचा विध्वंस ।।

लक्ष्मण सावध झाल्यामुळे वानरसैन्याच्या अंगात नवा उत्साह संचारला. आता श्रीराम लवकरच रावणाचा वध करून सीतादेवींची सुटका करतील, याबद्दल सर्वांनाच खात्री वाटू लागली.

एक दिवस श्रीराम लक्ष्मणासह याच गोष्टीचा विचार करीत आपल्या सभेत बसले असता बिभीषण तेथे येऊन म्हणाला, 'प्रभो, इंद्रजिताप्रमाणेच रावणही गुप्त ठिकाणी हवन करीत बसला आहे. त्या अग्नीत पूर्णाहुती पडल्यावर एक तेज:पुंज रथ अग्निकुंडातून बाहेर येईल. तसे झाल्यास रावणाचा पराभव करणे अशक्य होऊन बसेल. तेव्हा पूर्णाहुती पडण्यापूर्वीच रावणाच्या यज्ञाचा आपण विध्वंस केला पाहिजे.'

श्रीरामांनी क्षणभर विचार करून शेजारीच अदबीने उभ्या असलेल्या हनुमंताला म्हटले, 'हनुमंता, ही बिकट कामगिरी तुझ्यावर सोपवितो. तुला हवे असतील ते वीर घेऊन तू याच क्षणी या कामगिरीवर निघ.'

हनुमंताने श्रीरामांना वंदन केले. तो म्हणाला, 'प्रभो, आपल्या आशीर्वादाने याही कामगिरीत यश मिळेल.'

श्रीरामांनी आपला वरदहस्त हनुमंताच्या शिरावर ठेवला.

त्यानंतर हनुमंताने नल, नील, जांबुवंत, अंगद, शरभ, केसरी व गंधमादन इत्यादी पराक्रमी वीरांना बरोबर घेतले व प्रभू रामचंद्रांचा जयजयकार करीत ते सारेजण लंकेच्या दिशेने निघाले.

लंकेत पोहोचताच त्यांनी रावणाचा शोध सुरू केला. परंतु, त्यांना त्याचा काही केल्या सुगावा लागेना.

त्यामुळे सारेचजण अस्वस्थ झाले.

हनुमंताने डोळे मिटून श्रीरामांचे स्मरण केले.

इतक्यात बिभीषणाची पत्नी सरमा लपत छपत तिथे आली.

तिने हनुमंताला म्हटले, 'तुम्ही सर्वजण रावणाचा शोध करीत आहात, असे समजल्यावर मी तुमचा तपास करीत इथे आले. रावण सहजासहजी कुणालाच सापडायचा नाही; कारण तो नगरदुर्गाच्या खाली प्रचंड विवर खणून त्यात हवन करीत आहे. विवराच्या तोंडाशी खूप मोठी शिळा ठेवलेली आहे.'

सरमेने पुरविलेली ही माहिती ऐकून सारे वानर गुप्तवेषाने नगरदुर्गाकडे निघाले.

तेथे पोहोचताच त्यांनी गदेच्या प्रचंड तडाख्यांनी विवराच्या तोंडाशी ठेवलेल्या शिळेचे चूर्ण करून टाकले. त्या आवाजाने यज्ञकुंडाच्या रक्षणार्थ ठेवलेले असंख्य राक्षसवीर त्या ठिकाणी धावून आले.

परंतु, आपल्या गदांच्या तडाख्यांनी त्यांचा संहार करून ते वानरवीर त्वेषाने पुढे निघाले.

थोड्याच वेळात ते एका प्रचंड शिवमंदिरात येऊन पोहोचले. त्या ठिकाणी एक होमकुंड प्रज्वलित करून विशालकाय रावण आपले वीसही नेत्र झाकून होमकुंडात आहुती टाकीत होता. त्याच्या दोन्ही बाजूंना रक्त, मांस नि मानवी मस्तके यांचे प्रचंड ढीग साठलेले होते. त्या ठिकाणी रावण रक्ताने स्नान करून वज्रासन घालून होमकुंडासमोर बसलेला होता.

त्या प्रसंगी त्याचा चेहरा अतिशय उग्र व भयानक दिसत होता.

हनुमंताने सर्व वानरवीरांना हाताने खूण करताच सारेजण रावणाच्या अंगावर तुटून पडले. त्यांनी रावणाला लाथाबुक्क्यांनी यथेच्छ बुकलून काढले. परंतु, तरीही रावण आपले आसन सोडीना! तेव्हा वानरवीरांनी त्याच्या यज्ञकुंडावर प्रचंड शिळांचा वर्षाव केला व त्याची यज्ञपात्रे फोडून टाकली. त्या आवाजाने रावण सावध झाला. वानरवीरांचा तो पराक्रम पाहून त्याचा क्रोध अनावर झाला. वानरवीरांना ठार करण्यासाठी तो मोठ्या आवेशाने उठला. परंतु, दुसऱ्याच क्षणी वानरवीरांनी प्रभू रामचंद्रांचा जयजयकार करीत आकाशात उंच उड्डाण केले नि थोड्याच वेळात ते दिसेनासे झाले.

।। रावण-वध ।।

या प्रकाराने क्रोधाविष्ट झालेला रावण श्रीरामाशी युद्ध करण्याकरिता रणांगणाकडे निघाला. त्याची असुर सेना भयानक गर्जना करीत त्याच्या पाठोपाठ बाहेर पडली.

श्रीरामांच्या गुप्तहेरांनी ही वार्ता श्रीरामांना लागलीच येऊन सांगितली. ती ऐकून महाप्रतापी श्रीरामांनी रावणाचा समाचार घेण्याचे ठरविले. त्यांनी आपले सारंग धनुष्य उचलले. आपल्या

अमोघ बाणांचा भाता पाठीवर बांधला.

श्रीतुलसीदासजी लिहितात– 'श्रीरामांनी ज्या वेळी आपले धनुष्य उचलले त्या वेळी सर्व ब्रह्मांड हादरले. अष्ट दिक्पाल, त्याचप्रमाणे शेष, पृथ्वी, सागर आणि हिमालय यांना कापरे भरले.'

थोड्याच वेळात ते दोघे असामान्य वीर एकमेकांच्या समोर येऊन उभे ठाकले.

रावणाला पाहून श्रीराम म्हणाले, 'हे पापी रावणा, सीतेसारख्या पतिव्रतेचे हरण करून तू स्वत:च्या हातांनीच मृत्यूला जवळ केले आहेस. परस्त्रीचा अभिलाष शेवटी मनुष्याला अधोगतीलाच नेतो. आज समरांगणावर मी तुझा नाश करून तुझ्या पापांचे फळ तुला भोगावयास लावीन. माझे बाण सहन करण्यास आता तयार हो.

एवढे बोलून श्रीरामांनी आपल्या गुरूंचे स्मरण करून भात्यातील तेजस्वी बाण रावणावर सोडण्यास सुरुवात केली. रावणही काही कमी शूर नव्हता. त्यानेही श्रीरामांच्या दिशेने बाणांचा वर्षाव सुरू केला.

अशा प्रकारे थोड्याच वेळात त्या दोघा महाप्रतापी वीरांचे घनघोर युद्ध जुंपले.

मध्येच रावणाने श्रीरामांच्या सैन्यावर भुजंगास्त्र सोडले. त्याबरोबर जिकडे तिकडे सर्पच सर्प उत्पन्न होऊन ते वानरसेनेवर धावून आले. ते पाहून श्रीरामांनी सुपर्णास्त्र सोडून रावणाच्या भुजंगास्त्राचे निवारण केले.

नंतर श्रीरामांनी रावणावर जलदास्त्र सोडले. त्यामुळे राक्षस सैन्यावर पाणीच पाणी पडू लागले. परंतु रावणाने लागलीच वातास्त्र सोडून त्याचा परिहार केला.

श्रीरामांनी सोडलेल्या अमोघ बाणांमुळे राक्षस सैन्याची दाणादाण उडाली होती. सारी युद्धभूमी रक्तवर्ण होऊन अतिशय भयाण दिसत होती.

तो प्रकार पाहून रावणाने मायेच्या योगे एक चमत्कार केला. त्यामुळे वानरसेनेला सर्व राक्षसवीर श्रीरामांसारखे दिसू लागले! त्यामुळे ते गोंधळून गेले. त्यांनी भयचकित होऊन आपली शस्त्रे खाली ठेवली.

ते प्रकार पाहून रावणाने आसुरी हास्य करीत त्यांचा संहार सुरू केला.

परंतु लक्ष्मणाने ही गोष्ट श्रीरामांच्या लक्षात आणून देताच श्रीरामांनी आकाशात एक अभिमंत्रित बाण सोडून रावणाची सर्व माया नष्ट केली.

त्या वेळी रावण आपल्या मजबूत रथात बसून युद्ध करीत होता; तर श्रीराम रथाअभावी जमिनीवरूनच युद्ध करीत होते.

ही गोष्ट इंद्राने आकाशातून पाहिली. त्याला वाईट वाटले. त्याने ताबडतोब आपला सारथी मातली यास बोलावून स्वत:चा रथ श्रीरामांकडे पोहोचविण्याची त्यास आज्ञा केली.

त्याप्रमाणे मातली दिव्य शस्त्रास्त्रांनी भरलेला एक सुंदर रथ घेऊन रणभूमीवर आला. त्याने श्रीरामांना वंदन करून इंद्राचा निरोप त्यांना सांगितला व रथाचा स्वीकार करण्याची विनंती केली.

तो दिव्य रथ पाहून श्रीरामांना अतिशय संतोष वाटला. त्यांनी इंद्राला मनापासून धन्यवाद दिले.

त्यानंतर रथाला नमस्कार करून श्रीरामांनी त्याला तीन प्रदक्षिणा घातल्या व ते त्या रथात येऊन बसले.

त्यानंतर पुन्हा एकदा युद्धाला रंग चढू लागला. सात दिवसांपर्यंत हे भयानक युद्ध एकसारखे चालले होते. या काळात श्रीराम किंवा रावण या दोघांनाही एका क्षणाचीही विश्रांती मिळाली नाही.

या युद्धात रावणाने आपली सर्व धनुर्विद्या पणाला लावली. त्याने नाना प्रकारची अमोघ अस्त्रे श्रीरामांवर फेकली. शेकडो त्रिशूल व चक्र यांचा वर्षाव केला.

परंतु श्रीरामांनी त्यापैकी कशालाच दाद दिली नाही.

शेवटी चिडून गेलेल्या रावणाने युद्धनीतीला सोडून मातली सारथ्याला घायाळ केले.

रावणाचे हे अनीतिकारक युद्ध पाहून श्रीरामांचा संताप अनावर झाला. त्यांनी आपल्या धनुष्याचा इतक्या जोराने टणत्कार केला की, त्या आवाजाने मंदोदरीच्या हृदयाला कंप सुटला.

नंतर आपल्या दिव्यबाणांनी श्रीरामांनी रावणाच्या भुजा तोडून टाकल्या. परंतु, चमत्कार असा की, थोड्याच वेळात त्या ठिकाणी नव्या भुजा उत्पन्न झाल्या.

तो प्रकार पाहून श्रीराम क्षणकाल गोंधळून गेले. त्यांनी अतिशय त्वेषाने रावणाच्या मानेवर बाण सोडून त्याची दहाही मस्तके हवेत उडवून दिली. परंतु, काही क्षणातच त्या ठिकाणी नवी मस्तके उगवली.

असा प्रकार अनेक वेळा झाल्यामुळे श्रीराम विलक्षण पेचात सापडले !

त्यांनी उडविलेली रावणाची मस्तके हास्य करीत आकाशात संचार करीत होती. त्या भयानक हास्याने वानरवीर भयभीत होऊन श्रीरामांच्या पाठीशी येऊन उभे राहिले.

श्रीरामांनी त्या वानरवीरांना धीर देऊन पुन्हा रावणाशी युद्ध सुरू केले. त्यांनी शेकडो वेळा रावणाची मस्तके हवेत उडविली. परंतु, त्याठिकाणी पुन्हा नवी मस्तके तयार होऊ लागली. उडविलेली मस्तके अंतरिक्षात अतिशय वेगाने गिरक्या घेत होती.

हे विलक्षण दृश्य पाहून वानरसैन्य गर्भगळीत होऊन गेले.

तेवढ्यात रावणाने संधी साधून एक अमोघ शक्ती बिभीषणावर सोडली. त्या शक्तीने बिभीषणाचा क्षणात नाश झाला असता. परंतु, श्रीरामांनी प्रसंगावधान राखून बिभीषणाला चटकन् आपल्या पाठीशी घातले व त्या शक्तीचा प्रहार स्वतःवर ओढून घेतला. त्यामुळे श्रीरामांना काही काळ ग्लानी आली.

ते दृश्य पाहून वानरवीर कमालीचे अस्वस्थ झाले. त्यांनी श्रीरामांच्या देहावर आपल्या पुच्छांचा मंडप उभारला.

या घटनेमुळे बिभीषणाचा संयम सुटला आणि तो आपली प्रचंड गदा घेऊन रावणावर चाल करून गेला. त्या दोघांचे बराच वेळ घनघोर युद्ध झाले.

परंतु रावणापुढे बिभीषणाचा टिकाव लागेना. तो थकून मागे फिरला. त्याची जागा वज्रदेही हनुमंताने घेतली.

हनुमंताला पाहताच रावणाचा संताप अधिकच वाढला. त्याने हनुमंतावर जबरदस्त प्रहार

करण्यासाठी आपली प्रचंड गदा वर उचलली... तो प्रहार चुकविण्यासाठी हनुमंताने चटकन् आकाशात उड्डाण केले. परंतु, रावणाने त्याची शेपटी पकडून धरली. त्यामुळे तोही हनुमंतापाठोपाठ आकाशात गेला.

आकाशात त्या दोघा प्रतापशाली वीरांचे तुंबळ युद्ध जुंपले. दोन प्रचंड पर्वत एकमेकांवर आपटावेत, त्याप्रमाणे ते दोघे बलदंड वीर एकमेकांशी झोंबत होते.

त्या दोघांचे हे युद्ध जमिनीवरून सारे वीर तटस्थपणे पहात होते.

शेवटी हनुमंताच्या गदेचे प्रहार असह्य होऊन रावण क्षणात अदृश्य झाला.

एव्हाना श्रीराम शुद्धीवर आले होते. त्यांना पाहून रावण भेसूर हास्य करीत रणभूमीवर प्रकट झाला.

ते पाहून श्रीरामांनी एक अर्धचंद्राकृती बाण त्याच्यावर नेम धरून सोडला. त्या बाणाने रावणाची दहाही मस्तके तुटून हवेत उडाली.

परंतु दुसऱ्याच क्षणी त्या जागी पुन्हा नवी मस्तके उत्पन्न होऊन भेसूर हास्य करू लागली.

हा प्रकार एकसारखा घडू लागल्यामुळे श्रीराम चिंताक्रांत झाले.

तेवढ्यात बिभीषण त्यांच्याजवळ येऊन म्हणाला, 'प्रभो, रावणाच्या नाभीत अमृतकुंभ आहे. त्याच्या बळावर तो पुन्हा पुन्हा जिवंत होतो. तरी त्याच्या नाभीतला अमृतकुंभ अगोदर फोडा.'

बिभीषणाने हे रहस्य श्रीरामांना सांगताच मंदोदरीला आपल्या महालात अनेक अपशकुन होऊ लागले. तिच्या महालातील पाषाणमूर्तींच्या डोळ्यांतून अश्रू पाझरू लागले.

बिभीषणाचा सल्ला ऐकून श्रीरामांनी अगस्तीऋषींनी दिलेला अद्‌भुत बाण भात्यातून बाहेर काढला. त्यावर ब्रह्मास्त्राची स्थापना केली आणि धनुष्याची प्रत्यंचा आकर्ण ओढून तो तेजस्वी बाण रावणाच्या नाभीवर सोडला.

त्याबरोबर नाभीचा भेद होऊन तेथला अमृतकुंभ रिता झाला व रावणाचा पर्वतप्राय देह जमिनीवर आदळला.

श्रीरामांचा तो अभूतपूर्व पराक्रम पाहून आकाशातून देवतांनी त्यांच्यावर पुष्पवृष्टी केली. सर्वत्र मंगल वाद्यांचा गजर होऊन श्रीरामचंद्रांच्या जयजयकाराने सारे भूमंडळ दणाणून गेले!

राम आणि रावण यांच्या युद्धाचे वर्णन करताना शब्द थिटे पडतात. ज्याप्रमाणे सागराचे किंवा आकाशाचे वर्णन करताना उपमान सापडत नाही, त्याचप्रमाणे या युद्धाचे वर्णन करण्यास उपमान सापडणार नाही. त्यामुळे श्रीराम-रावणाचे युद्ध राम-रावणाच्या युद्धाप्रमाणेच होते असे म्हणावे लागते!

यासंदर्भात पुढील संस्कृत श्लोक प्रसिद्ध आहे -

गगनं गगनाकारं सागरः सागरोपमः।
रामरावणयोर्युद्धं रामरावणयोरिव ।।

।। मंदोदरीचा शोक ।।

रावणाच्या मृत्यूनंतर श्रीरामांनी आपले आवडते सारंग धनुष्य लक्ष्मणाच्या स्वाधीन केले. ते म्हणाले, 'सौमित्रा, रावणाचा वध झाला. आमचे अवतारकृत्य आज संपले.'

एवढे बोलून ते साऱ्यांना घेऊन रावणाच्या शवाजवळ गेले. तेथे रावणाचा भाऊ बिभीषण ओक्साबोक्शी रडत होता.

कितीही झाले तरी त्याचे व रावणाचे रक्ताचे नाते होते.

श्रीरामांनी त्याचे अश्रू पुसले. त्याला चार विवेकाच्या गोष्टी सांगून त्याचे सांत्वन केले.

तेवढ्यात मंदोदरी आपल्या सखींसह त्या ठिकाणी येऊन पोहोचली. आपल्या प्राणप्रिय पतीचे छिन्नविच्छिन्न कलेवर पाहून तिने हंबरडा फोडला.

तिचा तो दारुण शोक पाहून श्रीरामांसह सर्वांच्याच नेत्रांतून अश्रू ओघळले.

मंदोदरीविषयी साऱ्यांनाच आदर होता. त्या आदरातूनच ही अनुकंपा निर्माण झाली होती.

श्रीराम बिभीषणाला म्हणाले, 'बिभीषणा, ही मंदोदरी महान पतिव्रता आहे. भारतातल्या आदर्श पंचकन्यांत हिचे नाव अमर होऊन राहील. शांत:काली जो कुणी हिचे स्मरण करील त्याचे पाप धुऊन जाईल.'

असे म्हणून श्रीरामांनी त्या महान पतिव्रतेला वंदन केले. साऱ्यांनीच श्रीरामांचे अनुकरण केले.

बिभीषण मंदोदरीजवळ गेला. त्याने तिचा हात हातात धरला. तो म्हणाला, 'माते, आता शोक आवर. जन्मास आलेला प्रत्येक जीव अखेर एक ना एक दिवस काळाच्या उदरात गडप होणार ! मृत्यू ही अटळ घटना आहे. आता व्यर्थ शोक करून काय बरे उपयोग ?'

श्रीराम म्हणाले, 'माते, तू सर्वांना सर्वकाळ वंद्य आहेस. हा शोक करणे आता थांबव, जरा अंतर्मुख हो. तुझ्या आत्मस्वरूपाचा शोध घे.'

श्रीरामांच्या प्रेमळ, ज्ञानगय उपदेशाने मंदोदरी स्तब्ध झाली. तिने शोक आवरला. तिने श्रीरामांना वंदन केले आणि ती आपल्या मंदिराकडे निघून गेली.

मंदोदरी व इतर चार अशा पंचकन्यांचे जो प्रात:काळी अनन्य भावाने स्मरण करतो त्याचे महापाप नष्ट होते.

या संदर्भात पुढील संस्कृत श्लोक प्रसिद्ध आहे–

अहल्या, द्रौपदी, सीता, तारा, मंदोदरी तथा ।
पंचकन्या: स्मरेन्नित्यम् महापातकनाशनम् ।।

।। बिभीषणास अभिषेक ।।

पुढे रावणाच्या प्रेताचे यथाशास्त्र दहन केल्यानंतर बिभीषण श्रीरामांना हात जोडून म्हणाला, 'प्रभो, आता एखादा सुमुहूर्त पाहून आपण लंकानगरीत यावे. ही नगरी स्वत: ब्रह्मदेवांनी आपल्या हातांनी निर्माण केली आहे. तेथे काही दिवस राहून आनंदाने कालक्रमणा करावी व सीतादेवींची भेट घ्यावी.'

त्यावर श्रीराम हसून म्हणाले, 'बिभीषणा, आम्ही वनवासी. आम्हाला नगरप्रवेश वर्ज्य आहे. शिवाय, माझा लाडका भरत मला भेटल्याशिवाय कोणतेही सुखोपभोग मी घेऊ शकत नाही.'

नंतर ते लक्ष्मण आणि सुग्रीव यांच्याकडे वळून म्हणाले, 'तुम्ही सर्व वानरवीरांना घेऊन असेच लंकेत जा. तेथे चांगलासा मुहूर्त पाहून बिभीषणाला राज्याभिषेक करा. त्याच्यावर छत्र धरा. त्याचप्रमाणे रावणाने बंदीत टाकलेल्या देवांना व राजांना मुक्त करा. सर्वत्र सुखाचे, आनंदाचे साम्राज्य निर्माण करा.'

श्रीरामांची आज्ञा होताच लक्ष्मण व सुग्रीव बिभीषणाला घेऊन लंकेस निघाले. बिभीषणाचे डोळे पाणावले होते. श्रीरामांचे थोर मन पाहून तो गहिवरून गेला होता. त्याने श्रीरामांच्या त्रिकालवंद्य चरणांवर नम्रभावाने मस्तक ठेवले.

त्याच्या मस्तकावर अभयहस्त ठेवून श्रीराम म्हणाले, 'प्राणसख्या बिभीषणा, तू सत्याचा थोर उपासक आहेस. या योगे तू ध्रूव, परशुराम, बली व यांच्याप्रमाणेच चिरंजीव होशील. तुझे नाव भारतीय संस्कृतीच्या देदीप्यमान इतिहासात अमर होऊन राहील.'

श्रीरामांचा निरोप घेऊन सारे वीर लंकानगरीत गेले.

नंतर लक्ष्मणाने सुमुहूर्त पाहून बिभीषणास यथाशास्त्र राज्याभिषेक केला. त्याच्या डोक्यावर छत्र धरले. त्याचा जयजयकार केला.

तो सोहळा खरोखरच अनुपम होता.

आज सारी लंकानगरी आनंदसागरात बुडून गेली होती. रावणाचे जुलमी राज्य आता संपले होते. मांगल्याची, शांतीची नि प्रेमाची पहाट आता उगवली होती....

।। सीतेचे अग्निदिव्य ।।

बिभीषणाला राज्याभिषेक झाल्याची वार्ता ऐकून श्रीरामांना आनंद झाला. त्यांना राज्याची हाव नव्हती. ते न्यायाचे उपासक होते. त्यांनी अन्यायी वालीचा विध्वंस करून किष्किंधेच्या

राज्यावर न्यायी सुग्रीवाची स्थापना केली. त्याचप्रमाणे जुलमी रावणाचा वध करून त्यांनी सत्याचा महान उपासक – बिभीषण याला लंकेचे राज्य बहाल केले.

श्रीरामांचा थोरपणा पाहून सर्वांनाच मोठा आनंद झाला !

आता सर्वांचे लक्ष सीतादेवींकडे लागून राहिले होते. विशेषत: रामसखा हनुमान सीतादेवींना श्रीरामांकडे घेऊन येण्यास अतिशय उत्सुक होता.

त्याची ही अधीरता जाणून श्रीराम त्याला हाक मारून म्हणाले, 'अंजनीसुता, आता सत्वर लंकेत जाऊन माझ्या प्रिय जानकीला घेऊन ये. बिभीषणाला सांगून तू मंगलस्नान केलेल्या, उटी लावलेल्या नि दिव्य वस्त्रालंकारांनी नटलेल्या सीतेला पालखीत बसवून माझ्या भेटीस आण.'

श्रीरामांची ही आज्ञा ऐकून आनंदित झालेल्या त्या वायुनंदनाने क्षणात आकाशात उड्डाण केले आणि तो थेट अशोकवनात येऊन उतरला.

त्याठिकाणी डोळे मिटून रामचिंतनात मग्न झालेल्या सीतादेवीला पाहून हनुमंताने तिला साष्टांग प्रणिपात केला.

तो म्हणाला, 'हे जगन्माते, श्रीराम विजयी झाले. त्यांनी दुष्ट रावणाचा वध केला.'

हनुमंताचे हे भाषण ऐकून सीतेने क्षणभर डोळे मिटून घेतले. तिचे सारे शरीर आनंदाने रोमांचपुलकित झाले.

नंतर ती जागची उठून हनुमंताला म्हणाली, 'हनुमंता, माझ्यासाठी तू पुष्कळ त्रास सहन केलास. परंतु तुला देण्यास योग्य असे बक्षीस माझ्याजवळ नाही. तुझी कामगिरी पाहता तुला त्रैलोक्याचे राज्य बहाल केले तरी ते कमीच पडेल.'

त्यावर हनुमंत म्हणाला, 'माते, मी माझे कर्तव्य केले. मला त्रैलोक्याचे राज्य नको. फक्त तुझा आशीर्वाद हवा.'

सीता म्हणाली, 'हे रामभक्ता, तू चिरंजीव हो !'

हनुमंताने सीतादेवीला पुन्हा एकदा विनम्रभावाने वंदन केले.

तो म्हणाला, 'देवी, श्रीरामांनी आपल्याला घेऊन येण्याची आज्ञा केली आहे. तेव्हा मंगलस्नान करून, उटी लावून नि दिव्य वस्त्रालंकार धारण करून आपण प्रभूंच्या दर्शनास चलावे.'

सीता म्हणाली, 'श्रीरामांनी मंगलस्नान करण्यापूर्वी मी तसे करणे उचित नव्हे.'

त्यावर हनुमंत हसून म्हणाला, 'देवी, आपण थोर पतिव्रता आहात. परंतु, श्रीरामांनीच तशी आज्ञा केलेली आहे.'

हा खुलासा ऐकताच सीतामाई त्या गोष्टीस तयार झाल्या.

नंतर बिभीषणाची राणी सरमा सर्व साहित्य घेऊन तेथे आली. तिने रंगीत चौरंगावर बसवून सीतामाईला उष्णोदकाने स्नान घातले. त्रिजटेने तिची वेणी घातली आणि तीत सुगंधी फुले माळली. तिचा मळवट भरला, मध्यभागी कस्तुरीचा तिलक लावला. सर्वांगाला सुगंधी द्रव्यं चर्चिली. सरमेने तिची ओटी भरली.

त्यानंतर बिभीषणाने एक सुवर्णशिबिका आणविली.

परंतु सीतादेवी म्हणाल्या, 'बिभीषणा, प्रभूंच्या दर्शनाला पायीच जावे, असे शास्त्रवचन आहे. मी आज माझ्या पतिदेवांच्या दर्शनास चालले आहे. तेव्हा...'

'देवी,' हनुमंत मध्येच म्हणाला, 'आपणास शिबिकेतून आणण्याबद्दल प्रभूंचीच आज्ञा आहे.'

'मग त्या आज्ञेचे मी आनंदाने पालन करीन.' असे म्हणून सीतादेवी त्या सुवर्णाच्या लखलखीत शिबिकेत बसल्या.

सेवकांनी ती शिबिका उचलली. हनुमंत आणि बिभीषण त्या शिबिकेच्या दोन्ही बाजूंनी चालत होते. मागे-पुढे शेकडो वानर आणि राक्षस चालले होते.

वाटेत हजारो वानर सीतादेवींच्या दर्शनासाठी ताटकळत उभे होते. परंतु, सीतादेवी शिबिकेत असल्यामुळे त्यांचा हिरमोड झाला. ते ओरडू लागले. गोंधळ करू लागले.

ते पाहून वेत्रधाऱ्यांनी त्यांना काठ्यांनी मागे हटविण्यास सुरुवात केली.

श्रीरामांना ही हकिकत समजताच ते क्रुद्ध झाले. त्यांनी बिभीषणाला बोलावून म्हटले, 'बिभीषणा, शिबिकेचे आवरण काढ. सर्वांनाच सीतादेवीचे दर्शन घेण्याची उत्सुकता आहे.'

श्रीरामांची ही आज्ञा ऐकताच स्वत: सीतेनेच शिबिकेचे आवरण बाजूला सारले आणि ती शिबिकेच्या बाहेर उभी राहिली. तिने प्रभू रामचंद्रांना डोळे भरून पाहिले. त्यांना मनोभावे वंदन केले. तिचे हृदय रामदर्शनाने उचंबळून आले. नेत्रातून घळघळा अश्रूधारा वाहू लागल्या.

प्राणप्रिय जानकीच्या दर्शनाने श्रीरामांच्याही आनंदाला भरते आले. ते दोन पावले पुढे सरकले.

सीतेचे अप्रतिम लावण्य पाहून राक्षस, वानर आणि आकाशस्थ देव या सर्वांनाच मोठे आश्चर्य वाटले. काहींनी ते लावण्य पाहून सृष्टिकर्त्याच्या कौशल्याचे कौतुक केले. काहींनी श्रीरामांच्या अतुल भाग्याचा हेवा केला, तर काहींच्या मनात एक वेगळाच विकल्प आला. 'श्रीरामांची ही परमसुंदर भार्या सहा महिन्यांपर्यंत त्या पापी व दुराचारी रावणाच्या बंदिवासात होती. अशा परिस्थितीत ती शुद्ध असणे कसे शक्य आहे ?'

त्या मंडळींच्या मनात उद्‌भवलेली ही वेडी शंका श्रीरामांनी ताबडतोब ओळखली. हा विकल्प फारच भयंकर होता; त्याचे निराकरण त्याच क्षणी होणे आवश्यक होते.

श्रीरामांनी क्रुद्ध नजरेने सीतेकडे पाहिले. त्यांची संतप्त मुद्रा पाहून सीतादेवीचे हृदय कंपित झाले. तिचा श्वास जड झाला.

श्रीराम सीतेकडे जळजळीत कटाक्ष टाकून म्हणाले, 'सीते, संग्रामामध्ये राक्षसांचा पराभव करून मी तुला सोडवून आणले आहे. हा संग्राम मी तुझ्यासाठी नव्हे तर रघुकुलाची प्रतिष्ठा टिकविण्यासाठी केला. आता माझे कार्य संपले आहे, तरी यापुढे तुझ्या मनाला येईल तिकडे जा. तुला त्यासाठी दहाही दिशा मोकळ्या आहेत. जिच्या शीलासंबंधी जनापवाद निर्माण झाला आहे; अशा तुला माझ्याकडे यापुढे आश्रय मिळू शकणार नाही. जा. माझ्या डोळ्यांसमोर एक क्षणभरही उभी राहू नकोस...'

श्रीरामांचे अनपेक्षित शब्द सीतेच्या हृदयाला तीक्ष्ण शस्त्राप्रमाणे भिडले ! डोक्यावर अकस्मात विद्युल्लता कडाडून पडावी त्याप्रमाणे तिच्या डोक्यावर हे नवेच संकट कोसळले. तिचे परमसुंदर मुखकमल त्या दाहक शब्दांच्या आघाताने पार करपून गेले.

तरीही अत्यंत धैर्य धरून ती श्रीरामचंद्रांना वंदन करून म्हणाली, 'हे करुणासागरा, आपण इतके कसे कठोर होऊ शकलात ? अग्नीप्रमाणे दाहक असे आपले शब्द माझ्या हृदयाला जाळून टाकीत आहेत. हे दयानिधे, माझ्यावर विश्वास ठेवा. दुराचारी रावणाच्या राज्यात षण्मास राहूनही मी अग्नीप्रमाणे पवित्र आहे. हे प्रभो, माझ्या या बोलण्यावर कदाचित आपला विश्वास बसत नसेल; तर मी सर्वांसमक्ष अग्निदिव्य करते; कारण खऱ्या सुवर्णाची परीक्षा केवळ अग्नीतच होऊ शकते.'

एवढे बोलून त्या जनकनंदिनीने वानरांकरवी अग्निकुंड प्रज्वलित केले. त्या कुंडातून लालभडक ज्वाला वर येऊ लागल्या.

त्या ज्वालांकडे पहात ती जानकी गंभीर स्वरात म्हणाली, 'मी जर अग्नीप्रमाणे संपूर्ण शुद्ध असेन; विवाहानंतर ध्यानी, मनी स्वप्नी जर मी एकट्या श्रीरामांच्याच पवित्र मूर्तीचे चिंतन केले असेल, तर अग्नीत उडी घेऊनही मी सुरक्षित राहीन. अन्यथा, माझ्या शरीराचे तत्काळ भस्म होऊन जाईल.'

अग्निज्वालांच्या तांबूस प्रकाशात जानकीचा चेहरा क्षणकाल उजळून निघाला नि दुसऱ्याच क्षणी तिने अग्निकुंडाला प्रदक्षिणा घालून श्रीरामांना एकवार वंदन केले आणि त्या कुंडात उडी घेतली.

ते तिचे विलक्षण कृत्य पाहून श्रीरामांशिवाय सर्वांनीच दुःखाने हंबरडा फोडला. पशु-पक्षीही रुदन करू लागले. झाडे हलायची थांबली, वारा वहायचा थांबला.

परंतु तेवढ्यात... त्या अग्निकुंडातून साक्षात अग्निदेवच प्रगटले. त्यांची विलक्षण देदीप्यमान मूर्ती पाहून सर्वांचेच डोळे दिपले.

अग्निदेव म्हणाले, 'श्रीरामा, तुझी भार्या सीता वाणीने, मनाने नि शरीराने गंगाजलाइतकी पवित्र आहे. अशा थोर पतिव्रतेच्या चारित्र्याबद्दल व्यर्थ संशय न घेता तू तिचा स्वीकार कर.'

श्रीराम अग्निदेवांना वंदन करून म्हणाले, 'अग्निदेवा, तुमची आज्ञा मला प्रमाण आहे. सीतेच्या निष्कलंक चारित्र्याबद्दल मला केव्हाही शंका आली नाही. परंतु, केवळ लोकापवाद राहू नये, यासाठी मला इतके कठोर व्हावे लागले.'

श्रीरामांचे ते शब्द ऐकताच अग्निदेव अंतर्धान पावले आणि त्या कुंडातून सीतादेवींची तेजस्वी मूर्ती बाहेर आली. त्या देवतातुल्य सीतेकडे पाहून सर्वांनीच अनन्यभावाने तिला वंदन केले.

सीतारामाच्या जयजयकाराने नभोमंडळ दणाणून गेले !

।। अयोध्येच्या वाटेवर ।।

त्या रात्री सर्वांनाच सुखाची निद्रा आली.

दुसऱ्या दिवशी श्रीराम बिभीषणास बोलावून म्हणाले, 'बिभीषणा, आता आम्हाला अयोध्येस जाऊ द्यावे.'

श्रीरामांचा आता विरह होणार या कल्पनेने बिभीषणास रडू कोसळले. तो म्हणाला, 'प्रभो, आपला विरह मला सहन होणार नाही. तेव्हा आपण मलाही आपल्याबरोबर येण्याची परवानगी द्यावी.'

श्रीराम हसून म्हणाले, 'बिभीषणा, अरे मग लंकेचे राज्य कोण करणार ?'

बिभीषण गहिवरून म्हणाला, 'श्रीरामचंद्रा, अशी कोट्यवधी राज्ये आपल्या चरणांवरून ओवाळून टाकावीत इतकी आपल्या चरणांची योग्यता आहे. तेव्हा निदान काही दिवस तरी मला आपल्या सेवेत अयोध्येस राहण्याची परवानगी असावी.'

श्रीराम प्रसन्न हास्य करीत म्हणाले, 'ठीक आहे. तुझी इच्छा पूर्ण होईल.'

त्यानंतर बिभीषणाने रामाज्ञेप्रमाणे वानरवीरांना अनेक मौल्यवान रत्ने वाटली. ते वानरवीर आनंदून गेले.

नंतर बिभीषणाने पुष्पक विमान सज्ज केले. त्यात श्रीराम उच्चासनावर बसले. शेजारी लक्ष्मण नि सीतादेवी ही दोघे बसली. सुग्रीव, अंगद, हनुमान, जांबुवंत, नल, नील इत्यादी प्रमुख वानरवीर बिभीषणासह त्यांच्या चरणांशी बसले.

नि थोड्याच क्षणांत ते शृंगारलेले विमान गरुडाप्रमाणे आकाशात उंच झेपावले.

ते विमान लंकेच्या प्रदेशावरून जात असता श्रीरामांनी सीतेला लंकेतील महत्त्वाची स्थळे दाखविली. रावण-वध कुठे झाला ती जागा दाखविली. नलाने बांधलेला प्रचंड सेतू दाखवला. मलयाचल, विंध्याद्री, किष्किंधा, पंपासरोवर या स्थळांवरून मजेत विहार करीत ते सारेजण पुढे निघाले. श्रीरामांनी वाटेत शबरी कुठे भेटली, खर, दूषण यांचा वध कुठे झाला इत्यादी स्थळे दाखवून त्या संदर्भात अनेक मनोरंजक कथा सीतेला सांगितल्या.

तेवढ्यात त्यांचे विमान अगस्तीऋषींच्या आश्रमाजवळ आले.

श्रीरामांनी विमान थांबविण्याची आज्ञा केली.

त्याबरोबर विमानाचा वेग कमी होऊन ते अगस्तींच्या आश्रमासमोर अलगद येऊन उतरले.

विमानातून बाहेर येताच त्यांनी समोरच उभ्या असलेल्या अगस्ती मुनींना वंदन केले.

श्रीरामांनी रावणाचा वध केल्याची हकिकत मुनींना समजलीच होती. त्यांनी श्रीरामांना अनेक आशीर्वाद देऊन आपल्या आश्रमात नेले.

सीतेला पाहून लोपामुद्रेचा चेहरा आनंदाने उजळला. तिने सीतेची मनोभावे पूजा केली.

त्यानंतर रात्रभर सुखदु:खाच्या गोष्टी होऊन दुसऱ्या दिवशी अगस्तींचा निरोप घेऊन श्रीराम

पुन्हा पुष्पक विमानात बसले.

त्यांच्या विमानाने पुन्हा निळ्या आकाशात झेप घेतली.

वाटेत त्यांचे विमान किष्किंधा नगरीवरून प्रवास करू लागले.

ते पाहून सीता म्हणाली, 'हे प्रभो, मला वाटते सुग्रीवाच्या भार्येलाही आपण अयोध्येस घेऊन जावे.'

'ठीक आहे.' श्रीरामांनी हसून संमती दिली आणि विमान खाली उतरले.

सीतामाई सुग्रीवाच्या पत्नीला जाऊन भेटली. दोघींना अत्यानंद झाला.

तेवढ्या वेळात श्रीराम, लक्ष्मण व हनुमंत यांना घेऊन ऋष्यमूक पर्वतावर गेले. तेथे हनुमंताची आई अंजनी रहात होती.

श्रीरामांनी तिच्या पुत्राची – हनुमंताची तिच्याजवळ फार स्तुती केली. त्याच्या पराक्रमाचे त्यांनी रसभरीत वर्णन तिला ऐकविले. ते म्हणाले, 'माते, हनुमंत नसता तर रामायणच घडले नसते.'

श्रीरामांनी एकाच वाक्यात हनुमंताच्या थोरवीचे किती सुंदर वर्णन केले! त्या रामभक्ताने आपल्या धन्यासाठी खरोखरच केवढी साहसे केली, किती प्रसंगी आपला जीव संकटात टाकला! त्या अंजनीची कूस खरोखरच धन्य झाली!

त्यानंतर अंजनीचा निरोप घेऊन तारा आणि रूमा यांना घेऊन सारेजण पुढील प्रवासास निघाले. त्यांचे विमान निळ्या आकाशातून भ्रमण करू लागले.

विमानातून पृथ्वीवरचा प्रदेश न्याहाळताना श्रीरामांच्या जुन्या स्मृती चाळवल्या जात होत्या.

ते सीतेला म्हणाले, 'सीते, ते पहा पंपासरोवर. तुझा वियोग झाल्यावर याच सरोवराला मी माझी दु:खपूर्ण कथा सांगितली. इथल्या झाडांना, पत्थरांना, पक्ष्यांना, फुलांना मी वेड्यासारखा विचारीत सुटलो, माझी प्राणप्रिय जानकी कुणी पाहिली का ? माझी सीता, माझी वैदेही कुणी हो हिरावून नेली ? सांगा सांगा, कुणी दुष्टानं तिचा नि माझा वियोग केला... सांगा.'

श्रीराम भावनावश होऊन एकेक आठवणी लाडक्या जानकीला सांगत होते.

तेवढ्यात मातंग ऋषींचा पवित्र आश्रम त्या सर्वांच्या दृष्टिपथात आला.

श्रीराम त्याकडे बोट दाखवून म्हणाले, 'सीते, तो पाहिलास मातंग ऋषींचा आश्रम ? याच ठिकाणी मला ती वृद्ध शबरी भेटली. माझ्या ठिकाणी तिचा केवढा भाव, केवढं प्रेम! तिनं भोळ्या भावानं दिलेल्या बोरांची चव अजून माझ्या जिभेवर आहे... तो वृक्ष पहा... याच ठिकाणी माझ्या परमभक्त जटायूनं रावणाशी युद्ध केलं... त्या युद्धात त्यानं सर्वस्वाचं बलिदान केलं... आणि सीते, ती पहा आपली मनोहर पर्णकुटी. रावणानं याच ठिकाणाहून तुझं हरण केलं. तो पहा चित्रकूट पर्वत. माझ्या आणि भरताच्या भेटीची हृदयस्पर्शी आठवण त्यानं अजूनही आपल्या हृदयसंपुटात साठवून ठेवली असेल. सीते, आता आपण शृंगवेरपुरावरून उड्डाण करीत आहो. माझा परममित्र गुह याच पुण्यनगरीत राहतो...'

त्यांचे विमान आता अयोध्येच्या अगदी जवळ येऊन ठेपले होते.

वाटेत भारद्वाज ऋषींचा रम्य आश्रम होता. श्रीरामांच्या आज्ञेवरून विमान त्या आश्रमाजवळ उतरले. भारद्वाजांनी श्रीरामांचे सुस्वागत केले.

वनवासाची चौदा वर्षे त्याच दिवशी संपत होती.

श्रीराम हनुमंताला म्हणाले, 'हनुमंता, आम्ही आजची रात्र याच आश्रमात राहतो. तू पुढे जाऊन आम्ही आल्याचे वर्तमान भरताला नि गुहाला कळव. तो भरत माझ्या वाटेकडे डोळे लावून बसला असेल. मी आल्याचं त्याला जर कुणी सांगितलं नाही तर तो अग्निकाष्ठ भक्षण करील. जा. लवकर जा...'

हनुमंताने श्रीरामांना वंदन केले आणि तो रामभक्त मोठ्या त्वरेने आपल्या कामगिरीवर निघाला.

।। भरताने अग्निकुंड पेटविले ।।

हनुमंत प्रथम गुहाच्या घरी गेला. त्याने श्रीराम वनवासाहून परत आल्याचे आनंददायक वर्तमान गुहाला सांगितले.

ती अमृतवार्ता ऐकताच तो रामभक्त गुह आनंदातिशयाने नाचू लागला. त्याने हनुमंताला प्रेमाने गाढ आलिंगन दिले. त्याची पूजा करून त्यास फळे व पुष्पे अर्पण केली.

गुहाची रामभक्ती पाहून हनुमंताला परमानंद झाला. तो गुहाच्या पाठीवर हात ठेवून म्हणाला, 'गुहा, चल. आपण आता त्वरेने नंदीग्रामी जाऊ. श्रीरामांच्या आगमनाची सुवार्ता आपण भरताला सांगू.'

हे ऐकताच गुह उठला आणि ते दोघे रामभक्त मोठ्या त्वरेने नंदीग्रामाकडे निघाले.

इकडे नंदीग्रामी भरत आपल्या पर्णकुटीत बसून श्रीरामांचे चिंतन करीत होता. त्याचा चेहरा आज म्लान दिसत होता. श्रीरामांना वनवासात जाऊन चौदा वर्षे पूर्ण झाली होती. परंतु, ते अजून परत आले नव्हते. त्यांनी चौदा वर्षे पूर्ण होताच परत येण्याचं अभिवचन दिलं होतं. मग अजून ते का बरं येत नाहीत ? श्रीरामा, तुम्ही तुमचं वचन विसरलात तर नाही ना ? भरत स्वत:शीच विचार करीत होता.

शेवटी तो उठला. त्याने काष्ठे जमा करून एक कुंड तयार केले. श्रीरामांची आणखी थोडावेळ वाट पाहून तो थोर रामभक्त त्या अग्नित उडी टाकण्यास सिद्ध झाला.

त्याने बराच वेळ श्रीरामांची मार्गप्रतीक्षा केली. अखेर तो निराश झाला.

त्याने अग्निकुंडातला अग्नी चेतविला. श्रीरामांच्या मनोहर नि परममंगल मूर्तीचे ध्यान करीत त्याने त्या कुंडाला तीन प्रदक्षिणा घातल्या आणि आता तो अग्नीत उडी घेणार, इतक्यात... हनुमंताने पाठीमागून श्रीरामचंद्र आल्याची परमआनंददायक वार्ता त्यास ओरडून सांगितली.

ते अमृतमय शब्द कानी पडताच भरताच्या डोळ्यांतून घळघळा अश्रू वाहू लागले.

एवढी आनंददायक वार्ता त्याने अद्याप ऐकलीच नव्हती ! एवढा दिव्य क्षण त्याने अजून अनुभवलाच नव्हता ! त्या प्रसंगाचे काय वर्णन करावे ?

त्याने डोळे उघडले. ती परमसुखद वार्ता आणणाऱ्या हनुमंताला त्याने कडकडून मिठी मारली. परंतु तेवढ्यानेही त्याचे समाधान होईना.

नंतर तो हनुमंताला म्हणाला, 'हनुमंता, या आनंदाच्या वार्तेबद्दल मी तुला काय बक्षीस देऊ ? सांग, सारे त्रैलोक्य तुला बक्षीस दिले तरी ते कमीच पडेल...'

हनुमंत म्हणाला, 'भरता, श्रीरामांचे प्रेम ज्याला लाभले त्याला त्रैलोक्यातील कोणत्याच गोष्टीचा मोह वाटणार नाही. श्रीरामांच्या कृपाकटाक्षाची सर कशालाही येणार नाही.'

हनुमंताची रामभक्ती पाहून भरताचा कंठ दाटून आला. तो म्हणाला, 'हनुमंता, तुझ्या रामभक्तीला तोड नाही. तुझी कीर्ती यावश्चंद्रदिवाकरौ या पृथ्वीवर राहील.'

त्यानंतर भरताने शत्रुघ्नास अयोध्येस पाठवून श्रीरामचंद्राच्या स्वागताची तयारी करण्यास सांगितली.

शत्रुघ्न अत्यंत हर्षयुक्त अंतःकरणाने धावतच अयोध्येस गेला. त्याने ती शुभवार्ता सुमंताला सांगितली. सुमंताने ती वार्ता साऱ्या अयोध्येस सांगितली. ती वार्ता ऐकताच नगरजनांच्या उत्साहाला उधाण आले. श्रीरामांच्या दर्शनासाठी सारेजण विलक्षण आतुर झाले. रस्त्यावरून माणसांच्या झुंडीच्या झुंडी राजवाड्याकडे जाताना दिसू लागल्या.

थोड्याच वेळात सारी सेनाही सज्ज झाली. हजारो शृंगारलेले हत्ती अयोध्येच्या वेशीकडे निघाले. सर्वत्र मंगल वाद्यांचा गजर ऐकू येऊ लागला.

ती वार्ता ऐकून कौसल्येच्या आनंदाला तर सीमाच राहिली नाही. तिचा लाडका राम आज चौदा वर्षांच्या दीर्घ विरहानंतर तिला भेटणार होता.

इकडे नंदिग्रामी सूर्योदय होताच भरत नि हनुमंत यांनी आपली नित्यकर्मे उरकली.

थोड्याच वेळात शृंगारलेले पुष्पक विमान नंदिग्रामाच्या दिशेने भरवेगात येऊ लागले. ते विमान हनुमंताने भरताला दाखविताच भरताने त्या विमानाला पुन्हा पुन्हा साष्टांग नमस्कार घातले.

तेवढ्यात एक सोईस्कर जागा पाहून ते अद्भुत विमान जमिनीवर उतरले.

श्रीराम आणि सीतादेवी विमानातून खाली उतरली. त्यांनी अयोध्येकडे पाहून साष्टांग नमस्कार घातला.

तेवढ्यात भरत आणि हनुमंत तेथे धावत आले.

श्रीरामांची परमसुखद मूर्ती पाहताच भरताने त्यांच्या पायांवर लोटांगण घातले.

भरताची भस्मचर्चित कृश मूर्ती पाहून श्रीरामांना गहिवर आला. त्यांनी भरताला उठवून मोठ्या प्रेमाने गाढ आलिंगन दिले.

त्यानंतर श्रीरामांनी भरताला कुशल प्रश्न विचारले. परंतु, त्याच्या तोंडून आज शब्द फुटत नव्हता.

नंतर भरताने सीतेच्या पायावर मस्तक ठेवले. लक्ष्मणास परमप्रीतीने गाढ आलिंगन दिले.

थोड्याच वेळात अयोध्येहून निघालेली शत्रुघ्न – सुमंत आदी मंडळी त्या ठिकाणी येऊन पोहोचली. त्या सर्वांनी श्रीरामांपुढे लोटांगणे घातली. श्रीरामांनी त्या सर्वांना उठवून गाढ आलिंगने दिली.

नंतर श्रीराम, सीता व लक्ष्मण यांनी वसिष्ठांना साष्टांग नमस्कार घातला. कौसल्या, सुमित्रा व कैकयी यांना वंदन केले.

त्यानंतर चौदा वर्षे जिवापाड जतन करून ठेवलेल्या श्रीरामांच्या पादुका भरताने श्रीरामांच्या पायात घातल्या आणि तो हात जोडून म्हणाला, 'प्रभो, आपल्याकडून ठेव म्हणून स्वीकारलेले अयोध्येचे राज्य आज मी आपल्या स्वाधीन करीत आहे. आपल्या कृपेनेच या राज्याची चौदा वर्षांत भरभराट झाली. हे मर्यादा पुरुषोत्तमा, आता अयोध्येच्या सिंहासनावर बसून आपण आदर्श अशा रामराज्याची स्थापना करा !'

|| अयोध्येस आगमन ||

श्रीराम नंदिग्रामी आल्याचे वर्तमान समजताच मिथिलापती जनक राजा आपल्या लवाजम्यासह त्यांना भेटण्यास आला. त्याचप्रमाणे इतरही छप्पन्न देशांचे राजे आपल्या चतुरंग दळांसह त्या ठिकाणी धावून आले. अरण्यातील थोर ऋषीही श्रीरामचंद्रांना येऊन भेटले.

राजे महाराजांनी खूपच मोठा मौल्यवान नजराणा श्रीरामांना अर्पण केला. कौसल्येने आपली नवरत्नांची देदीप्यमान अंगठी सीतेच्या बोटात घातली, तर सुमित्रेने आपला हिऱ्यांचा कंठहार सीतेस दिला.

नंतर स्नाने उरकल्यावर श्रीराम व लक्ष्मण या उभयतांनी आपले जटाभार सोडले. सुमंताने त्या दोघांना बहुमोल वस्त्रे दिली.

एवढे झाल्यावर भोजने होऊन श्रीरामांनी त्रयोदशगुणी तांबूल सेवन केला.

अशा प्रकारे नंदिग्रामी तीन दिवस मुक्काम केल्यावर वसिष्ठ ऋषींनी काढून दिलेल्या शुभमुहूर्तावर श्रीरामचंद्र, सीता, भरत व लक्ष्मण एका शृंगारलेल्या दिव्य रथात बसले. त्या वेळी चौदा सहस्र भेरींचा प्रचंड निनाद झाला आणि श्रीरामचंद्रांचा तो दिव्य रथ अयोध्येच्या रस्त्याने निघाला. वाटेत ठिकठिकाणी त्यांच्या रथावर सुगंधी पुष्पांची सतत वृष्टी होत होती.

थोड्याच वेळात तो दिव्य रथ अयोध्येच्या वेशीनजीक येऊन पोहोचला.

महाद्वाराजवळ येताच श्रीरामांनी प्रथम श्रीगणपती व सरस्वती यांचे भक्तिभावाने पूजन केले. त्यानंतर अयोध्येतील सुवासिनींनी श्रीरामांना रत्नदीपांनी ओवाळले.

अशा प्रकारे देवांनाही दुर्लभ अशा थाटात श्रीरामचंद्रांनी आपल्या प्रिय अयोध्या नगरीत प्रवेश

केला. त्या वेळी त्यांच्या जयघोषाने सारा आसमंत पवित्र झाला.

नागरिकांनी आज घराघरांवर गुढ्या तोरणे उभारली होती. रस्त्यावर चंदनाचे सडे शिंपले होते. चौकाचौकांत भव्य कमानी शोभत होत्या. रंगीबेरंगी पताकांमुळे सारीच नगरी आज विलक्षण सुंदर दिसत होती. जणू इंद्राची अमरावती !

श्रीरामांचा शुभ्र घोड्यांचा रथ हळूहळू राजवाड्याच्या मार्गाने चालत होता. श्रीरामांच्या दर्शनासाठी मार्गामार्गावर लोक फुले घेऊन उभे होते. राम आणि सीता यांचा जोडा लक्ष्मी-नारायणाप्रमाणे शोभत होता.

थोड्याच वेळात श्रीरामांचा चकचकीत रथ राजवाड्यासमोर येऊन उभा राहिला. श्रीराम सीतेसह रथातून खाली उतरले. त्यांनी राजप्रासादाच्या पायरीला वंदन केले. सुवासिनींनी सीता आणि राम यांना रत्नदीपांनी ओवाळले.

श्रीराम सीतेसह राजप्रासादाची एक एक पायरी चढून आत गेले.

त्याबरोबर 'श्रीसीता रामचंद्र की जय' असा एकच निनाद झाला. सारी अयोध्या आज आनंदसागरात डुंबत होती.

परंतु श्रीरामांच्या कमलनेत्रांतून मात्र दु:खाश्रू ओघळत होते.

'का बरे ?'

आपल्या पित्याची आठवण तर त्यांना अस्वस्थ करीत नसेल ?

।। श्रीरामांना राज्याभिषेक ।।

लवकरच कुलगुरू वसिष्ठांनी श्रीरामांच्या राज्याभिषेकाचा मुहूर्त काढला.

राजप्रासादात त्या दिव्य सोहळ्याची तयारी विलक्षण वेगात सुरू झाली. वसिष्ठांनी श्वेतचामर, श्वेत छत्र, श्वेत गज, श्वेत अश्व, चतु:सागरांचे उदक, पंच पल्लव, सप्तमृत्तिका इत्यादी पवित्र आणि शुभगोष्टींची जमवाजमव केली.

या समारंभाला उपस्थित राहण्यासाठी देव, गंधर्व, यक्ष आणि सिद्ध इत्यादींना अगत्याची आमंत्रणे गेली. देशविदेशच्या नृपतींना बोलविण्यासाठी खास दूत निघाले.

राज्याभिषेकाचा मुहूर्त प्रभातकाली गुरुपुष्ययुक्त अमृत सिद्धी योगावर निश्चित करण्यात आला होता.

तो अनुपम सोहळा पाहण्यासाठी देशविदेशाचे छप्पन्न राजे आपापल्या दळभारासह उपस्थित झाले. विदेही जनक आपल्या चतुरंग दळासह तेथे येऊन पोहोचला. तर देव, गंधर्व आणि यक्ष आकाशमार्गे येऊन प्रकटले.

त्यानंतर कुलगुरू वसिष्ठांनी श्रीरामांना सीतेसह एका रत्नमय सिंहासनावर बसविले आणि

अष्टवसूंनी ज्याप्रमाणे सहस्रनयन इंद्राला अभिषेक केला त्याप्रमाणे वसिष्ठ, विजय, जाबाली, कश्यप, कात्यायन, गौतम आणि वामदेव या सप्तर्षींनी निर्मल आणि सुगंधी उदकाने पुरुश्रेष्ठ श्रीरामांना अभिषेक केला. यानंतर ऋत्विज, ब्राह्मण, मंत्री, कन्या आणि योद्धे यांनीही रघुकुलभूषण श्रीरामांना अभिषेक केला.

एवढे झाल्यावर मनूपासून चालत आलेला आणि ब्रह्मदेवांनी निर्माण केलेला रत्नमय किरीट वसिष्ठांनी श्रीरामांच्या मस्तकावर ठेविला. ऋत्विजांनी त्यांना अलंकार घातले. शत्रुघ्नाने श्रीरामांच्या मस्तकावर श्वेत छत्र धरले. वानराधिपती सुग्रीव श्वेत चवरी वारू लागला. वायूने इंद्राच्या आज्ञेवरून शंभर कमलांची सुवर्णमय माला श्रीरामांच्या गळ्यात घातली.

त्याप्रसंगी गंधर्व गायन करू लागले. अप्सरांचे समुदाय नृत्य सुरू झाले. सनईच्या मंजूळ स्वरांनी सारे वातावरण मंगलमय बनले.

या राज्याभिषेक समयी दानशूर श्रीरामांनी द्विजांना शेकडो गाई दिल्या. ब्राह्मणांना तीस कोटी मोहरा व अनेक मूल्यवान रत्ने व भूषणे दिली. वानराधिपती सुग्रीवाला एक दिव्य माला अर्पण केली. युवराज अंगदाला वैदुर्यमय, मनोहर आणि चंद्रकिरणांप्रमाणे आल्हाददायक अशी भूषणे दिली. सीतेला त्यांनी नवरत्नांचा एक देदीप्यमान हार दिला. त्याचप्रमाणे बिभीषण, नल, नील, जांबुवंत इत्यादी वीरांना श्रीरामांनी अनेक मौल्यवान वस्तू भेट दिल्या. त्यानंतर श्रीरामांची आज्ञा घेऊन लंकाधिपती बिभीषण, किष्किंधापती सुग्रीव व इतर राजे आपापल्या नगरांकडे निघून गेले.

अशा प्रकारे तो अभूतपूर्व सोहळा मोठ्या आनंदात पार पडला.

।। हनुमंताने हार फोडला ! ।।

राज्याभिषेक प्रसंगी श्रीरामांनी प्रत्येकास काही ना काही वस्तू भेट दिली. परंतु, आपल्या परमसखा जो हनुमंत याला मात्र त्यांनी काहीच दिले नाही !

या गोष्टीचे सीतेला परम आश्चर्य वाटले. ती श्रीरामांना म्हणाली, 'प्रभो, आपण प्रत्येकाला काही ना काही वस्तू नजर केली. परंतु, हनुमंतासारख्या आपल्या सर्वात प्रिय भक्ताला आपण काहीच दिले नाहीत हे कसे ?'

त्यावर श्रीराम हसून म्हणाले, 'प्रिये, तुझा हा प्रश्न अगदी वाजवी आहे ! परंतु, माझ्या प्राणप्रिय हनुमंताची कामगिरीच एवढी थोर आहे की त्याला कोणती वस्तू भेट द्यावी हेच मला समजेनासे झाले आहे ! अगं, सारे रामायण घडले ते या परमप्रतापी हनुमंतामुळेच ! तुझा शोध लंकेत जाऊन त्यानेच लावला, युद्धात मूर्च्छित पडलेला लक्ष्मण याच्याच प्रयत्नाने सावध झाला. एवढेच काय, अहि-महिच्या बंदिवासातून माझी सुटका झाली तीही याच्यामुळेच ! सीते ! अशा या महद्उपकारी हनुमंताला देण्यास उचित अशी वस्तूच माझ्याजवळ नाही.'

'पण फूल ना फुलाची पाकळी म्हणून मी हा नवरत्नांचा हार त्याला दिला तर ?' सीतेने आपला तेजस्वी हार श्रीरामांपुढे धरीत म्हटले.

'ठीक आहे. तो हार तू त्याला अवश्य दे.' श्रीराम म्हणाले.

सीतेने लागलीच हनुमंताला बोलावून तो नवरत्नांचा हार त्याला भेट दिला.

हनुमंताने राम आणि सीता या दोघांना वंदन केले आणि तो हार घेऊन तो एका उंच वृक्षावर निघून गेला.

तेथे गेल्यावर त्याने क्षणभर त्या पृथ्वीमोलाच्या लखलखीत हाराकडे कौतुकाने पाहिले. परंतु, दुसऱ्याच क्षणी त्याच्या मनात त्या हाराच्या मौलिकतेविषयी शंका उत्पन्न झाली. त्याने त्या हारातला एक एक मणी दाढेखाली धरून फोडला. परंतु, कुठल्याच मण्यात श्रीरामांची मूर्ती त्याला दिसली नाही. त्यामुळे त्याने तो हार दूर भिरकावून दिला. त्याचे हे कृत्य पाहून वानर त्याला म्हणाले, 'हनुमंता, अरे हा हार केवढ्या मोलाचा आणि तू हे काय करीत आहेस ?'

त्यावर हनुमंत म्हणाला, 'ज्यात राम नाही, त्या वस्तूला तुम्ही मोलाची कशी म्हणता ?'

ते ऐकून वानर म्हणाले, 'अरे तुझ्या हृदयात तरी राम आहे का ?'

वानरांचे बोलणे हनुमंताला अपमानकारक वाटले आणि त्याने त्याच क्षणी आपले हृदय विदारून सर्वांना श्रीरामांचे दर्शन घडवून दिले.

तो अद्‌भुत चमत्कार पाहून सर्व वानरांनी भक्तिभावाने त्या रामभक्तापुढे लोटांगण घातले आणि त्याची वारंवार क्षमा मागितली.

धन्य तो हनुमंत आणि धन्य त्याची रामभक्ती !

।। रजकाचा संशय ।।

अशा प्रकारे बराच काळ आनंदात लोटल्यावर सीता गर्भवती झाली. सातव्या महिन्यात तिची ओटी भरण्याचा समारंभ अतिशय थाटात पार पडला.

एक दिवस सीतेला घेऊन श्रीराम एका सुंदर उपवनात गेले. ते उपवन विविध फुलांनी बहरलेले होते. फुले हसत होती, झाडे डुलत होती. मयुरांचे नृत्य ऐन रंगात आले होते.

एका घनसान्द्र आम्र वृक्षाच्या खाली बसून श्रीराम सीतेसह त्या रम्य उपवनाची शोभा पहात होते.

त्यांनी बोलता बोलता सीतेला विचारले, 'जानकी, तुला कसले डोहाळे होतात एवढं सांग. कौसल्या मातेने तुझे सर्व डोहाळे पुरविण्याची मला आज्ञा केली आहे.'

त्यावर सीता दूरवरच्या हिरव्यागार वनश्रीकडे पहात म्हणाली, 'आर्यपुत्रा, मला असे वाटते की, या अयोध्यानगरीतून दूर निघून जावे. मुनिकन्यांप्रमाणे वल्कले नेसावीत. भागिरथीच्या पवित्र

उदकात स्नान करावे. कंदमुळांचा आहार घ्यावा नि दर्भशय्येवर शयन करावे.'

तिचे ते डोहाळे ऐकून श्रीरामांनी स्मित केले नि प्रासादात परत आल्यावर सौमित्राला बोलावून म्हटले, 'लक्ष्मणा, माझ्या प्राणप्रिय सीतेचे डोहाळे पुरविण्यासाठी तिला भगवती भागिरथी तीरावर घेऊन जा. तेथे जाण्यासाठी एक शृंगारलेला रथ तयार कर. तिचा प्रवास सुखाचा होईल अशी व्यवस्था कर.'

लक्ष्मण हात जोडून म्हणाला, 'आज्ञा प्रमाण.'

एवढे बोलून रथाची व्यवस्था करण्याकरिता तो निघून गेला.

परंतु त्याच सुमारास एक विचित्र घटना घडली! अगदी अकल्पित...

एक दिवस श्रीरामांनी आपल्या दुर्मुख नामक एका हेराला गुप्तभेटीसाठी बोलावून घेतले.

श्रीरामांची आज्ञा होताच दुर्मुख तातडीने श्रीरामांकडे आला त्याने श्रीरामांना वंदन केले.

'दुर्मुखा, रामराज्यात काय हालहवाल आहे ? सारी प्रजा सुखात आहे ना ? साऱ्यांना रोज पोटभर अन्न मिळते ना ? कुणावर अन्याय होत नाही ना ?' श्रीरामांनी नेहमीप्रमाणे विचारले.

दुर्मुख हात जोडून म्हणाला, 'महाराज, सारी प्रजा सुखात आहे. साऱ्यांना पोटभर अन्न मिळते. कुणावरही अन्याय होत नाही... परंतु...'

श्रीरामांच्या भिवया विस्फारल्या गेल्या. 'बोल, बोल दुर्मुखा काय असेल ते स्पष्ट बोल, माझ्या राज्यात कुणालाही दुःख झालेलं मला सहन होणार नाही. बोल, काय हकिकत आहे ?'

दुर्मुख खालच्या मानेने म्हणाला, 'महाराज...'

'बोल दुर्मुखा, मी तुला अभय देतो. काय असेल ते स्पष्ट सांग. प्रजेची इच्छा समजावून घेणे हे राजाचे कर्तव्यच आहे!'

दुर्मुखाला काहीसा धीर आला. तो म्हणाला, 'महाराज आपली सारी प्रजा सुखात आहे. लोक अहोरात्र आपल्या राज्यकारभाराची स्तुती करतात. परंतु, याला फक्त एकच मनुष्य मला अपवाद आढळला.'

'काय म्हणतोस ?'

'होय महाराज. त्या दिवशीचीच गोष्ट. एका रजकाने आपल्या बायकोला खूप मारले. त्यामुळे ती रागावून आपल्या पित्याकडे निघून गेली. तेथे पाच दिवस राहिल्यावर तिच्या पित्याने तिला हाताला धरून नवऱ्याच्या घरी पोहोचती केली. परंतु, तिला पाहताच त्या रजकाचा चेहरा क्रोधातिरेकाने गुंजेसारखा लाल झाला. तो सासऱ्यास म्हणाला, 'सहा दिवस घराबाहेर राहिलेल्या तुमच्या या लेकीला मी मुळीसुद्धा घरात घेणार नाही. तुम्ही म्हणाल, 'विषयांध रावणाच्या घरात राहिलेल्या सीतेला नाही का रामाने परत घेतले ?' परंतु, मी काही रामराजासारखा स्त्रीलंपट नाही, हे लक्षात ठेवा. माझा धंदा दुसऱ्याच्या कपड्यावरचे डाग काढण्याचा आहे. अशा परिस्थितीत स्वतःच्या कीर्तीला लागलेला डाग मला मुळीच खपणार नाही.'

दुर्मुखाच्या तोंडून बाहेर पडणारा शब्द श्रीरामांच्या हृदयावर वज्राप्रमाणे आघात करीत होता!

'सीता अग्निशिखेप्रमाणे पवित्र आहे, याबद्दल त्यांच्या मनात तिळमात्र शंका नव्हती. तिच्या

अग्निदिव्यामुळे शंका घ्यायला जागाच नव्हती मुळी ! परंतु... लोकापवाद कसा दूर होणार !'

श्रीरामांनी दोन्ही हातांनी आपला चेहरा झाकून घेतला. परंतु क्षणभरच.

दुसऱ्याच क्षणी त्यांनी दुर्मुखाला आज्ञा केली, 'दुर्मुखा जा. लक्ष्मणाला भेटून माझा निरोप त्याला सांग की, राजा ह्या नात्याने श्रीराम तुला आज्ञा करीत आहे. तू सीतेला घेऊन वनात जा व तेथे सोडून एकटाच निघून ये... एकटाच निघून ये...!'

दुर्मुखाचे हृदय धडधडू लागले... एवढा कर्तव्यकठोर राजा त्याने आजवर पाहिला नव्हता.

।। सीतात्याग ।।

दुर्मुखाचा निरोप ऐकून लक्ष्मण धावतच श्रीरामांकडे आला. श्रीरामांना वंदन करून तो म्हणाला, 'श्रीरामा, आपण पाठविलेला निरोप समजला. परंतु, आपला हा निर्णय मला चमत्कारिक वाटतो. दादा, त्या आदिमायेच्या पावित्र्याविषयी आपल्या मनात अजून का संशय आहे ? प्रभो, सारे पावित्र्य सीतादेवींच्या ठायीच उगम पावते. अशा परिस्थितीत तिच्या पावित्र्याबद्दल आपल्याही मनात शंका यावी ना ?'

'लक्ष्मणा, तू म्हणतोस ते खरे आहे. सीतेच्या पावित्र्याबद्दल माझ्या मनात यत्किंचितही शंका नाही. ती गंगोदकाप्रमाणे त्रिकाल पवित्र आहे. परंतु...'

'परंतु काय ?'

'...परंतु त्या रजकाने माझ्या जानकीच्या पावित्र्याबद्दल नाहक संशय घेतला. ते लांछन आम्हाला सहन होत नाही. जानकीने अग्निदिव्य केले नाही का, असे तू विचारशील. परंतु सौमित्रा, सीतेचे अग्निदिव्य लंकेत घडून आले. त्यावर येथल्या लोकांचा विश्वास कसा बरे बसावा ?'

'दादा, असा नाहक संशय घेणाऱ्या त्या नीच आणि मूर्ख रजकाची मी जीभच छाटून टाकतो, म्हणजे त्याची ती नाहक बडबड क्षणात थांबेल...'

असे म्हणून लक्ष्मणाने संतापाच्या भरात तलवारीला हात घातला,

परंतु, श्रीरामांनी त्याच्या बेफाम क्रोधाला आवर घालीत म्हटले, 'लक्ष्मणा, शांत हो. तुला राग येणे साहजिक आहे. परंतु, असे केल्यास लोक असे नाही का म्हणणार की, आपला दोष झाकून टाकण्यासाठी श्रीरामाने त्या गरीब परटाची जीभ छाटून टाकली ! सौमित्रा, प्रजेवर कोणतीही गोष्ट जबरदस्तीने लादता येत नाही.'

श्रीरामांचे हे निर्वाणीचे भाषण ऐकून लक्ष्मणाने डाव्या हाताने आपला चेहरा झाकून घेतला.

श्रीराम तसेच उठून सीतेच्या महालात गेले. तेथे चंदनाच्या मंचकावर सीतादेवी शांतपणे निद्रा घेत होती.

श्रीरामांच्या नेत्रात अश्रू दाटले.

सीतेला वंदन करून ते म्हणाले, 'देवी जानकी, मला क्षमा कर.'

श्रीरामांचा कंठ दाटून आला होता. त्या गर्भवती सीतेकडे त्यांनी क्षणभर डोळे भरून पाहिले नि जड अंत:करणाने ते मागे फिरले.

… दुसऱ्या दिवशी सकाळी सीतेच्या महालासमोर एक रथ उभा राहिला. लक्ष्मण रथातून उतरून देवी जानकीच्या महालात गेला.

सीतादेवी रामचिंतनात रंगून गेली होती.

सीतेला वंदन करून लक्ष्मण म्हणाला, 'देवी, काल आपण वनात जाण्याची इच्छा प्रकट केलीत. त्याप्रमाणे श्रीरामांच्या आज्ञेवरून मी रथ घेऊन आलो आहे. श्रीरामांना राजसभेत महत्त्वाचं काम असल्यामुळे ते आपल्या भेटीला येऊ शकले नाहीत.'

लक्ष्मणाचे भाषण तुटक होते. परंतु, आनंदाच्या भरात सीतेने त्याबद्दल फारसा विचार केला नाही.

आपल्या दासींना सांगून तिने वनात जाण्याची सारी तयारी केली अन् रामचिंतन करीत ती सौमित्राच्या पाठोपाठ रथात येऊन बसली.

सारथ्याने चाबकाचा फटकारा मारून अश्वांना पळण्याची खूण केली. परंतु, ते जागचे हलेनात !

लक्ष्मणाने सीतेच्या नकळत आपले अश्रू पुसले.

सारथ्याने बरीच खटपट केल्यावर अश्वांनी पाऊल उचलले. परंतु, ते अपेक्षित गती घेईनात !

रथ कसाबसा अयोध्येच्या वेशीबाहेर आला. वाटेत अनेक अपशकुन झाले.

सीतेला कसली तरी हुरहुर वाटू लागली !

अबोल बनलेल्या लक्ष्मणाकडे पाहून तिची हुरहुर आणखीन वाढली.

बराच काळ प्रवास केल्यावर भगवती भागिरथीचे विशाल, चकचकीत पात्र दिसू लागले. ती जीवनदायिनी भागिरथी पाहून लक्ष्मणाला मुळीच आनंद झाला नाही. त्याच्या नेत्रांतून नकळत अश्रू ओघळले. इतका वेळ महत्प्रयासाने आवरून धरलेला शोक अश्रूंच्या रूपाने ओघळला !

ते पाहून सीता म्हणाली, 'भाऊजी, तुमच्या डोळ्यांत अश्रू कशासाठी ?'

परंतु, लक्ष्मण काही बोलला नाही. त्याने निमूट आपले अश्रू पुसले आणि चेहऱ्यावर कृत्रिम हास्य आणून तो म्हणाला, 'कुठे आहेत अश्रू ? देवी, आपल्याला नुसता भास झाला !'

भागिरथीच्या धो धो वाहणाऱ्या पाण्याकडे पहात लक्ष्मणाने रथ थांबविण्याची सारथ्याला आज्ञा केली.

रथ कुरकुरत थांबला.

लक्ष्मण आणि सीता नावेत बसून पैलतीरावर गेली.

तेथे पोहोचताच सीता एका घनसान्द्र वटवृक्षाच्या खाली विसावली. गर्भारपणामुळे तिला थोडेही श्रम सहन होत नव्हते.

सीता म्हणाली, 'लक्ष्मणा, आता या भागिरथीच्या सुरम्य तीरावर मी दोन दिवस मजेत

राहीन. इथल्या ऋषीपत्नी माझी ओटी भरतील. त्यांच्या दर्शनाने मी पावन होईन. बरोबर आणलेली ही आभूषणे मी त्या तपस्विनींना देईन... लक्ष्मणा, श्रीरामांना माझी केवढी काळजी...!'

आता मात्र लक्ष्मणाला अश्रूंचा वेग आवरता येईना.

तो देवी जानकीच्या पायांना स्पर्श करीत म्हणाला, 'देवी, मला क्षमा करा. श्रीरामांनी एक महा-भयंकर काम आज माझ्यावर सोपविले आहे... देवी, आपण अग्नीप्रमाणे पवित्र आहात. पावित्र्य आणि सीता हे दोन्ही शब्द आता समानार्थी झाले आहेत. परंतु... परंतु, लोकापवादामुळे श्रीरामांनी आपला त्याग केला आहे... आपला त्याग केला आहे... देवी आपला त्याग केला आहे...!'

ते शब्द ऐकून सीतेचे ह्रदय शतश: विदीर्ण झाले.

तरी पण आपला शोक आवरून ती म्हणाली, 'लक्ष्मणा, तुझे कल्याण असो. श्रीरामांशिवाय हे जीवन जगणे मला कधीही शक्य नाही. परंतु, श्रीरामांना सांगा की, माझ्या गर्भात वाढत असलेल्या तुमच्या बाळांसाठी मला जगलेच पाहिजे. श्रीराम, मला या संकटातून पार पाडण्यासाठी योग्य तेवढे धैर्य द्या!'

लक्ष्मणाने एक दीर्घ नि:श्वास सोडला.

त्याने देवी जानकीला वंदन केले. त्याने वृक्षलता, पर्वत आणि देवी भागिरथी यांना वंदन केले. तो म्हणाला, 'हे वृक्षलतांनो, हे पर्वतांनो, हे पंचमहाभूतांनो, या सुकुमार सीतेचे रक्षण करा.' एवढे बोलून लक्ष्मण जड पावलाने तेथून परतला.

।। वाल्मीकिंच्या आश्रमात ।।

हळूहळू सूर्य अस्ताला गेला. पाखरे घरट्याकडे परतली. हिंस्र पशू गुहेबाहेर पडले. त्यांच्या डरकाळ्यांनी सारे रान हादरले.

सीता श्रीरामांचे चिंतन करीत मार्गक्रमण करीत होती. तिच्या नेत्रांतून घळघळा अश्रू वाहत होते.

कोण देईल सीतेला आश्रय ? कोण धरील तिच्यावर मायेची सावली ?

सुकुमार सीता वाट फुटेल तिकडे चालली होती.

तेवढ्यात...

तेवढ्यात तिला कुणाची तरी चाहूल लागली. ती दचकली.

'कोण आहे ?' तिने कंपित स्वरात विचारले.

'मुली, घाबरू नकोस. मी वाल्मीकमुनी. श्रीरामांनी लोकापवादामुळे तुझा त्याग केला असं मला समजलं. परंतु, तू निरपराधी आहेस. चल माझ्या आश्रमात. माझा आश्रम अगदी जवळ आहे येथून. तो पहा, त्या वृक्षराजीत...'

सीतेने वाल्मीक ऋषींना वंदन केले. ती म्हणाली, 'मुनिवर, आपण मला पित्याप्रमाणे आहात. आपल्या आश्रयाखाली माझं जीवन निर्भय होईल. आपल्या मायेच्या पंखाखाली मी पक्ष्याच्या पिलाप्रमाणे सुरक्षित राहीन.'

वाल्मीकमुनी सीतेला घेऊन आपल्या आश्रमात आले.

म्हणाले, 'सीते, या आश्रमात तुझे नाव वनदेवी असे राहील. मी लिहीत असलेले रामायण मी तुझ्या वीर पुत्रांना शिकवीन आणि त्यातूनच तुला पुढचा मार्ग सापडेल. तुझी आणि श्रीरामांची भेट होईल.'

।। मृगाचा वध ।।

... कालचक्र वेगाने फिरत होते.

नऊ महिन्यांचा काळ लोटल्यावर सीतादेवी एका शुभ दिवशी प्रसूत होऊन तिने दोन तेजस्वी पुत्ररत्नांना जन्म दिला. वाल्मीकींनी त्या दोघा पुत्रांची नावे अनुक्रमे लव आणि कुश अशी ठेवली.

लव-कुशांच्या बाललीला पहात सीतेचा काल मोठ्या आनंदाने चालला होता. ती सुकुमार बालके आपल्या बोबड्या बोलांनी सर्वांची करमणूक करीत होती. वाल्मीकऋषी या दोघांचे प्रेमाने पालन करीत होते. त्यांच्या कृपाछत्राखाली ती बालके शुक्लेन्दूवत् वाढत होती.

पाहता पाहता सात वर्षांचा काळ केव्हाच उलटून गेला. वाल्मीकींनी कामधेनूला आणवून त्या दोघांचे मोठ्या थाटात मौजीबंधन उरकले.

त्यानंतर वाल्मीकींनी त्यांना वेदविद्या शिकविली. त्यांना षट्शास्त्रात प्रवीण केले. त्याचप्रमाणे शतकोटी रामायण त्यांच्याकडून पाठ करून घेतले.

वाल्मीकमुनींच्या मनोहर आश्रमात ही मुले मृगशावकांच्या सुखद संगतीत वाढत होती. त्यांची विद्येतील प्रगती पाहून मुनींना आश्चर्य वाटत होते, तर सीतेला आनंदाचे भरते येत होते.

ही दोन्ही मुले रोज अरण्यात जाऊन मृगया करीत. ती धनुर्विद्येत अतिशय प्रवीण असल्यामुळे वनातील अनेक क्रूर श्वापदे त्यांनी ठार केली. त्यामुळे त्या अरण्यात तपस्व्यांनी त्या दोघांना धन्यवाद दिले.

एक दिवस ही मुले अशीच मृगयेसाठी हिंडत असता पर्वतशिखरावर बसलेला एक सुंदर मृग त्यांच्या दृष्टीस पडला.

त्याबरोबर कुशाने तत्काळ अचूक बाण मारून त्याचा वध केला आणि त्याचे कलेवर आणून आश्रमाजवळ टाकले.

संध्याकाळी वाल्मीकमुनी समिधा घेऊन परत आले, तेव्हा लव-कुशांनी आपला पराक्रम त्यांना सांगितला.

वाल्मीकमुनींना प्रथम आनंद वाटला. परंतु, त्या मृगाजवळ जाऊन पाहताच त्यांच्या हृदयात धस्स झाले ! ते सीतेला हाक मारून म्हणाले, 'वनदेवी, आज या मुलांनी फार वाईट गोष्ट केली.'

'काय झालं ?' सीतेने कंपित स्वरात विचारले.

'माझा भाऊ मृगाचे रूप धारण करून तपश्चर्या करीत होता. आज या मुलांनी त्यालाच ठार केलं !'

'बाई बाई ! म्हणजे ब्रह्महत्याच केली की त्यांनी !' सीता घाबरून म्हणाली.

'होय देवी. यांच्या हातून आज नकळत का होईना परंतु ब्रह्महत्या झाली खरी !' वाल्मीक डोळ्यातले अश्रू आवरीत म्हणाले.

'मुनिवर, आता या पापाचा परिहार कसा करणार ?' सीतेनं आपल्या दोन्ही मुलांना पोटाशी धरीत विचारलं.

वाल्मिकमुनी क्षणभर विचारमग्न झाले. म्हणाले, 'देवी या दोषाचा परिहार फक्त एकाच मार्गाने होईल. जर या मुलांनी सहस्र सुवर्णकमळे आणून भगवान शंकराची पूजा केली तर ह्या दोषापासून ती खात्रीने मुक्त होतील.'

'गुरुदेव, ही कमळे कोठे मिळतात ?' लव-कुशांनी एकदमच विचारले.

'बाळांनो, अयोध्येजवळ ब्रह्म नावाचे एक सरोवर आहे. तेथे ही कमळे फुलतात. स्वत: श्रीराम या कमळांनी रोज त्या उमानाथाची पूजा करतात. त्यामुळे त्या कमळांच्या रक्षणासाठी श्रीरामांनी अनेक पराक्रमी वीर ठेवलेले आहेत.'

हे ऐकून सीता काळजीत पडली. वाल्मीक विचारमग्न झाले. परंतु, लव-कुश हसून म्हणाले, 'हात्तीच्या ! त्या वीरांची आम्हाला काय भीती ! आम्ही असेच जातो आणि रामाच्या सैनिकांना ठार करून ती कमळे घेऊन येतो. प्रत्यक्ष राम जरी धावून आला, तरी आम्ही त्याला घाबरणार नाही !'

एवढे बोलून त्या दोघा पराक्रमी वीरांनी सीता आणि वाल्मीकी यांना वंदन केले आणि ते आपले धनुष्यबाण घेऊन ब्रह्म सरोवराकडे धावले,

बराच प्रवास केल्यानंतर ते दोघे ब्रह्म सरोवराजवळ येऊन पोहोचले. कुशाने लागलीच सरोवरात उतरून असंख्य कमळे तोडून त्यांचा ढीग लावला !

ते पाहून त्या सरोवराचे रक्षक रागाने त्या बालकांवर धावून आले. परंतु, लवाने त्यांच्या अंगावर तीक्ष्ण बाण सोडून त्यांना पळवून लावले.

ते पळालेले वीर थेट श्रीरामांकडे आले व त्यांनी त्या बालवीरांचा पराक्रम श्रीरामांना निवेदन केला. ती हकिकत ऐकून श्रीरामांना अतिशय आश्चर्य वाटले !

इकडे लव-कुशांनी ती सहस्र कमळे वाल्मीक ऋषींपुढे आणून ठेवली. त्या बालकांचा हा विलक्षण पराक्रम पाहून वाल्मीकी आणि सीता या दोघांनाही कमालीचे आश्चर्य वाटले.

नंतर त्या दोघांनी वाल्मीकींच्या सांगण्याप्रमाणे शिवलिंगाची त्या कमलपुष्पांनी पूजा केली आणि अशाप्रकारे त्यांच्या ब्रह्महत्येच्या पातकाचे निरसन झाले.

एक दिवस लव-कुश आपल्या आईचे पाय चुरीत होते. एकीकडे त्यांची बडबड सुरूच होती.

बोलता बोलता मध्येच कुशाने आईला विचारले, 'आई, आमचा जन्म कोणत्या वंशात झाला गं ? आमचे वडील कोण ? ते सध्या कुठे असतात ?'

कुशाच्या या अनपेक्षित प्रश्नाने सीता चमकली. परंतु, स्वतःच्या मनाला सावरून घेत म्हणाली, 'बाळांनो, महाप्रतापी अशा रघुवंशात महाराज दशरथांचा जन्म झाला. त्या दशरथाला श्रीराम, लक्ष्मण, भरत आणि शत्रुघ्न असे चार पराक्रमी पुत्र झाले. त्यापैकी सर्वात ज्येष्ठ अशा श्रीरामचंद्राचे तुम्ही पुत्र आहात. एकदा एका रजकाने माझ्या पावित्र्याबद्दल वृथा संशय घेतला. मी पवित्र आहे, याबद्दल स्वतः श्रीरामांची पूर्ण खात्री होती. परंतु.. बाळांनो, लोकापवाद राहू नये म्हणून तुमच्या पित्याने माझा त्याग केला.'

आपल्या मातेचा हा पूर्ववृत्तांत ऐकून लव आणि कुश या दोघांचे नेत्र संतापाने आरक्त झाले. त्यांचे चेहरे जास्वंदाच्या फुलासारखे लाल दिसू लागले.

परंतु सीतेने त्या दोघांची कशीबशी समजूत काढली. ती म्हणाली, 'बाळांनो, श्रीरामांनी माझा त्याग केला खरा, परंतु यात त्यांचाही दोष नाही. एक आदर्श राजा या नात्याने त्यांनी योग्य तीच गोष्ट केली.'

।। रामराज्य ।।

इकडे श्रीराम राजा या नात्याने आपले कर्तव्य पार पाडीत होते. त्यांच्या राज्यात प्रजेला नाना प्रकारचे सुख लाभत होते. कुणावर अन्याय होत नव्हता. अयोध्येचे कोशागार समृद्ध होते. वेदवेत्त्या ऋषींना रामराज्यात देवासारखा मान होता. विद्वानांची योग्य प्रकारे संभावना होत होती. परचक्रापासून संरक्षण करण्यासाठी जय्यत सैन्य होते. चोरी करणे महापाप आहे अशी सर्वांची भावना होती. त्यामुळे रामराज्यात चोरांचा उपद्रव नव्हता. सारे लोक 'आदर्श नागरिक' बनण्याचा प्रयत्न करीत होते. लहान मुले आदर्श अशा गुरुकुलात रहात. तेथे वसिष्ठ, वामदेव यांसारखे त्यागी, निःस्पृह आणि विद्वान आचार्य या मुलांवर संस्कार करीत. रामराज्यातील गोधन समृद्ध होते. राज्यात हजारो गोशाला होत्या. अशा प्रकारे रामराज्य सर्व बाजूंनी वैभवशाली आणि समृद्ध होते. ' राजा कालस्य कारणम्' या न्यायाने रामराज्यातले लोक आदर्श अशा प्रभुरामचंद्रांच्या श्रेष्ठ चारित्र्याचे अनुकरण करीत असल्यामुळे सुखी होते. 'श्रीरामांचे चारित्र्य' हा जणू त्या राष्ट्ररूप नौकेचा दीपस्तंभच होता.

अशा या रामराज्यात फक्त एक व्यक्ती अतिशय दुःखात होती व ती म्हणजे स्वतः श्रीराम ! त्रैलोक्यातलं सारं वैभव त्यांच्या पायाशी लोळण घेत होतं. परंतु त्यांचं मन मात्र वैभवाला विटलं होतं... ते दूर, भागिरथीच्या पैलतीरावर वाल्मीक मुनींच्या आश्रमात रेंगाळत होतं...

प्रकाशाशिवाय सूर्य, गतीशिवाय वायू आणि जलाशिवाय सागर ही कल्पना जशी अशक्य त्याचप्रमाणे सीतेशिवाय राम, जानकीशिवाय रघुनंदन, वैदेहीशिवाय रघुनाथ ही कल्पना तरी करता येईल का ? वरकरणी शांत, आनंदी दिसणाऱ्या श्रीरामांचं मन दुसरीकडे 'सीताऽ सीताऽ' असा टाहो फोडीत होतं ! तो टाहो पत्थरालाही पाझर फोडणारा होता, आकाशाला भेदून टाकणारा होता.

सीता कशी रहात असेल ? तिला कुणाचा आश्रय मिळाला असेल ? असे एक दोन नव्हे तर हजारो प्रश्न त्यांना भेडसावीत होते.

सीता त्यागाच्या दिवसापासून श्रीरामांनी सर्व सुखोपभोगांचा त्याग केला. मिष्टान्न वर्ज्य केले, रत्नखचित मंचकाचा त्याग करून ते पवित्र दर्भासनावर शयन करू लागले.

परंतु, अशा परिस्थितीतही राज्यकारभाराकडे त्यांचे दुर्लक्ष झाले नाही.

|| शत्रुघ्नाचा पराक्रम ||

एक दिवस च्यवन, भार्गव प्रभृती शंभर तपस्वी श्रीरामांची भेट घेण्यासाठी आले. त्यांनी सर्व तीर्थांनी भरलेला कलश व फळे श्रीरामांना अर्पण केली.

श्रीरामांनी त्या सर्वांना मोठ्या सन्मानाने दर्भासनावर बसवून त्यांना येण्याचे कारण विचारले.

तेव्हा च्यवनऋषी म्हणाले, 'हे प्रजाधिपती, पूर्वी कृतयुगामध्ये मधु नावाचा एक महादैत्य होऊन गेला. तो ब्राह्मणभक्त, दयाळू व बुद्धिमान होता. त्याने मोठमोठ्या देवांची मैत्री संपादन केली.'

मधु हा भगवान शंकरांचा निस्सीम भक्त होता. त्याच्या अनुपम भक्तीवर प्रसन्न होऊन शंकरांनी आपल्या शूलापासून एक प्रचंड शक्तिमान व महातेजस्वी शूल बाहेर काढून मधुला अर्पण केला व म्हटले, 'महासुरा, तुझ्या भक्तिवर प्रसन्न होऊन हा अत्यंत प्रभावी शूल मी तुला अर्पण करीत आहे. मात्र, तू जोपर्यंत देव व ब्राह्मणांशी विरोध धरणार नाहीस, तोपर्यंतच हा शूल तुझ्याजवळ राहील.'

त्यावर मधुदैत्य हात जोडून शंकरांना म्हणाला, 'हे पार्वतीपते, हा शूल माझ्या पश्चातही माझ्या वंशात राहील, असा मला वर द्या.'

भोळ्या शंकरांनी मधुच्या भक्तीवर प्रसन्न होऊन त्यास तसाही वर दिला.

पुढे कालांतराने मधुदैत्य वृद्ध झाला व एक दिवस त्याने इहलोकीचा निरोप घेतला. मरणापूर्वी त्याने तो प्रभावी शूल आपला पुत्र लवण याच्या स्वाधीन केला.

'लवण हा अतिशय दुष्ट स्वभावाचा होता. त्यात तो प्रभावी शूल त्यास प्राप्त झाल्यामुळे त्याच्या पापकृत्यांना मर्यादाच राहिली नाही. त्याने आमच्यासारख्या तपस्व्यांना ताप देण्यास सुरुवात केली. हे ककुत्स्यकुलोत्पन्न रामा, आता तूच आमचा आश्रयदाता आहेस. या दुष्ट लवणासुराचा

वध करण्याचे सामर्थ्य तुझ्याशिवाय अन्य कुणातच संभवत नाही.'

त्यावर श्रीराम त्या ऋषींना अभय देत म्हणाले, 'तुम्ही निश्चिंत रहा. मी त्या लवणासुराचा वध करीन.'

श्रीरामांच्या तोंडचे हे वाक्य ऐकताच महापराक्रमी शत्रुघ्न हात जोडून म्हणाला, 'हे रघुनंदन रामा, हे कार्य आपण माझ्यावर सोपवा.'

श्रीरामांनी त्या महातेजस्वी शत्रुघ्नाची विनंती आनंदाने मान्य केली. ते म्हणाले, 'ठीक आहे. शत्रुघ्ना, तू हे कार्य शेवटास ने. त्यानंतरच मधुच्या शुभनगरामध्ये मी तुला राज्याभिषेक करीन.' एवढे बोलून श्रीरामांनी शत्रुघ्नाला एक अमोघ बाण दिला.

श्रीरामांना वंदन करून शत्रुघ्न हजारो वीर बरोबर घेऊन थोड्याच दिवसांत मधुपुरास येऊन पोहोचला. त्या वेळी तो महाबलाढ्य लवण आपले भक्ष्य आणण्यासाठी बाहेर पडला होता.

वाटेत शत्रुघ्नाशी भेट होताच लवणासुराला आयतेच भक्ष्य सापडल्याबद्दल आसुरी आनंद झाला आणि तो शत्रुघ्नाला पकडण्यासाठी पुढे पुढे येऊ लागला.

त्याला पाहून शत्रुघ्न म्हणाला, 'हे नीच राक्षसा, मला तू ओळखले नाहीस. ज्याने रावणासारख्या महाबलाढ्य राक्षस राजाला ठार केले, त्या महाप्रतापी श्रीरामांचा मी कनिष्ठ बंधू. मी नावाप्रमाणेच शत्रुघ्न असून आज तुझाच वध करण्यासाठी या नगरीत प्रविष्ट झालो आहे.'

शत्रुघ्नाचे ते भाषण ऐकताच लवणासुराचा क्रोध अनावर झाला व त्याने एक प्रचंड वृक्ष उपटून तो शत्रुघ्नाच्या दिशेने फेकला. परंतु, शत्रुघ्नाने लागलीच तीक्ष्ण बाण सोडून त्या वृक्षाचे तुकडे केले. ते पाहून लवणाने भराभर असे वृक्ष तोडून ते शत्रुघ्नावर फेकले. त्यामुळे शत्रुघ्न मूर्च्छित होऊन पडला. ते पाहून हा मरण पावला असे समजून लवणासूर विकट हास्य करीत आपल्या शिकारीसाठी निघाला.

परंतु, शत्रुघ्न थोड्याच वेळात सावध झाला आणि त्याने लवणासुराला पुन्हा युद्धाचे आव्हान दिले. शत्रुघ्नाला जिवंत पाहून लवणासुराचा क्रोध अनावर झाला आणि तो युद्धभूमीवर आला. शत्रुघ्नाला आपण हा हा म्हणता ठार करू, असे वाटून त्याने आपला दिव्य शूल मात्र बरोबर आणला नाही.

त्या प्रसंगी शत्रुघ्नाने श्रीरामांनी दिलेला अमोघ बाण हातात घेतला आणि धनुष्याचा प्रत्यंचा आकर्ण ओढून तो बाण लवणासुराच्या विशाल वक्षस्थलावर नेम धरून सोडला. त्याबरोबर लवणाच्या हृदयाचा भेद होऊन वज्राचा तडाखा बसलेल्या पर्वताप्रमाणे तो एकाएकी जमिनीवर कोसळला.

ती वार्ता ऐकताच श्रीरामांना आनंद झाला. च्यवनऋषींनी श्रीराम, शत्रुघ्न यांना अनेक शुभाशीर्वाद दिले. श्रीरामांनी शत्रुघ्नाला मधुपुराचे राज्य देऊन त्यास राज्याभिषेक केला.

।। शंबूक-वध ।।

एक दिवस एक गरीब ब्राह्मण श्रीरामांच्या भेटीसाठी राजवाड्यात आला. त्याचा चेहरा दु:खीकष्टी दिसत होता.

श्रीरामांनी त्यास येण्याचे कारण विचारताच तो ब्राह्मण डोळ्यांतील अश्रू पुशीत म्हणाला, 'महाराज, माझा तेरा वर्षांचा मुलगा मरण पावला. साऱ्या आयुष्यात मी पाप कसे ते केले नाही; तेव्हा हा अनर्थ राजाच्या दोषामुळेच घडून आला असला पाहिजे.'

श्रीराम विचारात पडले.

त्यांनी कुलगुरू वसिष्ठांना म्हटले, 'गुरुदेव ! या प्रसंगी मी कोणता निर्णय घेऊ ?'

कुलगुरू वसिष्ठ म्हणाले, 'राज्यात कोणीतरी शूद्र तपाचरण करीत आहे. शास्त्रवचनाप्रमाणे शूद्रांना तपाचा अधिकार नाही. त्या शूद्राचे पारिपत्य केल्यास हा अनर्थ दूर होईल.'

हे ऐकताच श्रीरामांनी लक्ष्मणाला बोलावून म्हटले, 'हे सौम्या, हे महाव्रतस्थ लक्ष्मणा, मी परत येईपर्यंत या द्विजश्रेष्ठाला धीर दे. तसेच यांच्या बालकाचे शरीर तेलाच्या कुंडात ठेव. सुगंधित द्रव्य व औषधी या योगे त्या बालकाच्या शरीराचा नाश न होईल अशी तू व्यवस्था कर.'

असे म्हणून श्रीरामांनी पुष्पक विमानाचे स्मरण केले. त्याबरोबर ते रत्नखचित विमान एका क्षणात नील नभातून उड्डाण करीत श्रीरामांच्या समीप आले.

त्या विमानात बसून श्रीरामांनी चारी दिशांना शोध घेतला. अखेर दक्षिणेकडे आल्यावर शैवल पर्वताच्या उत्तरेस असलेल्या सरोवराच्या तीरावर अधोमुख होऊन लोंबकळत बसलेला एक तपस्वी त्यांच्या दृष्टीस पडला.

त्याबरोबर श्रीरामांनी पुष्पक विमान त्या ठिकाणी उतरवून त्या तपस्व्याला म्हटले, 'हे महानिश्चयी तपोवृद्धा, तू कोणत्या हेतूने हे तप करीत आहेस ? तू कोणत्या योनीमध्ये उत्पन्न झाला आहेस ?'

त्यावर तो तपस्वी श्रीरामांना म्हणाला, 'हे महाकीर्तिमान श्रीरामा, माझे नाव शंबूक. मी शूद्र योनीमध्ये जन्मास आलो असून या शरीरासह देवत्व प्राप्त होण्यासाठी ही उग्र साधना करीत आहे.'

शंबूकाचे भाषण ऐकताच श्रीरामांनी आपल्या लखलखीत खड्गाने त्याचा वध केला आणि शंबुकाच्या इच्छेप्रमाणे त्याला दिव्य देह प्राप्त होऊन तो स्वर्गलोकी गेला. त्याचवेळी इकडे त्या ब्राह्मणाचा अल्पवयीन मुलगाही जिवंत झाला.

|| अश्वमेध यज्ञ ||

अशा प्रकारे श्रीराम कुलगुरू वसिष्ठ व आपले अष्टप्रधान यांच्या सल्ल्याने राज्यकारभार करीत होते. परंतु, ते शरीराने अयोध्येत असले तरी मनाने वनातच रहात होते. सीतेच्या आठवणी त्यांना व्यथित करीत होत्या. तिच्या विरहाने ते व्याकूळले होते.

सीतादेवीचा हा विरह अयोध्या नगरीलाही सहन होत नव्हता. सीतेच्या आठवणीत ती झुरू लागली. बारा वर्षांपर्यंत निसर्गही अयोध्येवर रुष्ट झाला.

बारा वर्षे राज्यात पावसाचा एक थेंबही पडला नाही. त्यामुळे सारी जमीन करपली. हिरवी पानं दृष्टीस पडेनाशी झाली. लोक हवालदिल झाले. गुरे पटापट मरू लागली. पशुपक्षी अन्नावाचून तडफडू लागले.

श्रीरामांनी कुलगुरू वसिष्ठांकडे धाव घेतली. 'गुरुदेव ! माझ्या राज्यात हा अनर्थ कशामुळे ? कुणाच्या पापांची ही फळे ? हा अनर्थ कसा थांबवू ? सांगा गुरुदेव !' श्रीराम वसिष्ठांना काकुळतीने विनवीत होते.

शांतिब्रह्म वसिष्ठांनी क्षणभर डोळे मिटून म्हटले, 'श्रीरामा, निरपराध अशा सीतेला आपण दूर लोटलंत या गोष्टीचा हा परिणाम आहे. त्या भूमिकन्येच्या विरहामुळे ही भूमी रुष्ट झाली आहे आर्यपुत्रा.'

'मग यावर उपाय ?'

'उपाय एकच. तो म्हणजे अश्वमेध यज्ञ !' वसिष्ठ उत्तरले.

वसिष्ठांच्या सल्ल्याप्रमाणे श्रीरामांनी शरयू नदीच्या तीरावर अश्वमेध यज्ञाची तयारी केली. मोठमोठे तपस्वी ऋषी आणि सिंधू, कोसल, मगध, मत्स्य आदी देशांचे नृपती यांना अगत्याची आमंत्रणे गेली. बिभीषण व सुग्रीव यांना बोलावण्यासाठी खास दूत रवाना झाले. त्याप्रमाणे सर्वजण आपल्या दळभारासह अयोध्येस हजर झाले. वेदमंत्रांच्या मंगलघोषाने यज्ञभूमी पावन झाली.

त्यानंतर कुलगुरू वसिष्ठांनी अश्वयज्ञ म्हणून एका शामकर्णी अश्वाची निवड केली. त्याच्या मस्तकावर एक सुवर्णपत्र लिहून त्यावर पुढील लेख लिहिला- 'रघुवंशात जन्मलेला अयोध्येचा महाप्रतापी आणि सकल नृपातश्रेष्ठ अशा श्रीरामचंद्राने हा सुलक्षणी श्यामकर्ण सोडला आहे. याच्या रक्षणासाठी चंद्रकेतू सोळा पद्म सैन्य घेऊन पाठोपाठ निघाला आहे. ज्याच्या बाहूत सामर्थ्य असेल त्यानेच अश्व धरावा.'

एवढे झाल्यावर श्रीरामांनी त्या शुभलक्षणी अश्वाची विधियुक्त पूजा केली आणि तो अश्व ससैन्य सोडून दिला.

त्यानंतर श्रीराम यज्ञासाठी बसले.

त्यावेळी वामदेव म्हणाले, 'श्रीरामा, पत्नीशिवाय हा यज्ञ करता येत नाही. परंतु, आपली पत्नी तर येथे नाही.'

'मग श्रीरामांनी काय करावं ?' लक्ष्मणाने विचारलं.

'त्यांनी दुसरा विवाह करावा.' वामदेव उत्तरले.

'ते मुळीच शक्य नाही. माझं एकपत्नीव्रत मी कालत्रयी मोडणार नाही.'

'मग यातून मार्ग ?' कुणीतरी प्रश्न केला.

'सीतादेवींची सुवर्णप्रतिमा करा. ती प्रतिमा श्रीरामांच्या शेजारी ठेवून त्यांना यज्ञदीक्षा द्या.' वामदेवांनी शास्त्रार्थ सांगितला.

सुवर्णकारांनी लागलीच सीतादेवींची सुवर्णप्रतिमा तयार केली. श्रीरामांना यज्ञदीक्षा देण्यात आली.

ऋषी म्हणाले, 'श्रीरामांचे आचरण, त्यांचा निश्चय यामुळे भारतीय संस्कृतीचा दीप अधिक तेजस्वी होईल !'

|| लवाने यज्ञअश्व पकडला ||

श्रीरामांचा यज्ञअश्व अतिशय डौलात चालला होता. महातेजस्वी शत्रुघ्न आपल्या दहा हजार सैन्यासह त्याच्या पाठोपाठ निघाला होता. देशोदेशीचे राजे त्या घोड्याच्या मस्तकावर अडकविलेला सुवर्णलेख वाचीत व श्रीरामांचे आधिपत्य मान्य करीत. ते श्रीरामांना कराची रक्कम देत, मोठमोठे नजराणे बहाल करीत आणि शत्रुघ्नाला सीमेपर्यंत पोहोचवून परत येत.

अशा प्रकारे श्रीरामांची कीर्ती वाढत होती. शत्रुघ्नाचे सैन्य मोठ्या अभिमानाने चालले होते. त्या सैन्याशी सामना देण्याचे बळ एकाही राजात नव्हते.

एक दिवस तो यज्ञअश्व फिरता फिरता एका तपोवनात शिरला.

महर्षी वाल्मीकींचा आश्रम तेथून जवळच होता. लहानगा लव मोरपिसे जमवून ऋषिकुमारांबरोबर खेळत होता. कुश आपल्या सवंगड्यांसह रानात समिधा आणण्यासाठी गेला होता.

तो श्यामकर्ण घोडा प्रथम एका ऋषिकुमाराच्या दृष्टीस पडला. त्या घोड्याला पाहून त्या ऋषिकुमाराला मोठी गंमत वाटली. तो धावतच लवाकडे गेला आणि म्हणाला, 'अरे लवा, 'घोडा घोडा' असे ज्याला म्हणतात, तो मी आज प्रथमच पाहिला. चल, तुला बघायचाय का ?'

'तो कसा आहे रे ?' लवाने कुतूहलाने विचारले.

'अरे, फार मजेदार आहे. त्याला चार पाय आहेत नि झुपकेदार शेपूटही आहे. चल. तू प्रत्यक्षच पहा !'

तो ऋषिकुमार लवाला घेऊन धावतच त्या यज्ञअश्वाजवळ आला.

त्या घोड्याला पाहून लव म्हणाला, 'वा: काय थाट आहे या घोड्याचा ! हा घोडा अश्वमेध यज्ञासाठी सोडलेला दिसतो.'

‘कशावरून रे ?’ ऋषिकुमाराने काहीच न समजून विचारले.

‘अरे, गुरुजींनी आपल्याला यज्ञकांडात नाही का अश्वमेधाची माहिती सांगितली ?’

‘हो हो, आत्ता आठवलं !’ ऋषिकुमार डोके खाजवीत म्हणाला.

‘थांब. आपण त्या घोड्याच्या जवळ जाऊन त्याच्या मस्तकावरचा सुवर्णलेखच वाचू.’ लव म्हणाला.

ते दोघे त्या घोड्याजवळ गेले. लवाने त्याची आयाळ पकडली आणि त्याच्या मस्तकावरचा सुवर्णलेख तोडून वाचला.

तो लेख वाचून लवाला हसू फुटले. तो ऋषिकुमारांना बोलावून म्हणाला. ‘चला रे, या घोड्याला ढेकळांनी मारीत मारीत आश्रमाकडे घेऊन चला.’

ऋषिकुमार धावतच आले. त्यांनी त्या घोड्याला ढेकळांनी बडवीत बडवीत आश्रमाकडे नेले. लवाने हातातला सुवर्णलेख दूर भिरकावून दिला आणि त्याच्या गळ्यातला रत्नहार स्वतःच्या गळ्यात घालून त्या घोड्याला केळीच्या खांबाला बांधून ठेवले.

लवाचा हा ‘पराक्रम’ ऋषिकुमारांनी पळत जाऊन वनदेवीला (सीतेला) सांगितला.

सीतेचे डोळे विस्फारीत झाले.

तिने लवाला हाक मारून म्हटले, ‘बाळा लवा, तो अश्वमेधाचा घोडा पकडून तू स्वतःवर का बरे अनर्थ ओढवून घेत आहेस ?’

तेजस्वी लव निश्चयी स्वरात छाती पुढे काढून म्हणाला, ‘आई, त्या घोड्याच्या मस्तकावरचा सुवर्ण लेख वाचून माझे बाहू स्फुरण पावू लागले. म्हणे, ज्याच्या बाहूत सामर्थ्य असेल; त्यानेच हा यज्ञअश्व धरावा. ह्यॅ, श्रीराम एकटेच सामर्थ्यशाली आहेत की काय ?’

लवाचे ते तडफदार भाषण ऐकून सीतेला कौतुक वाटले. परंतु, लवाचे लहान वय पाहून तिच्या हृदयात धडधड सुरू झाली.

तेवढ्यात वाल्मीकीऋषी समिधा घेऊन आश्रमात आले. ऋषिकुमारांकडून त्यांना सर्व प्रकार समजलाच होता.

ते म्हणाले, ‘बाळ लवा, तू पराक्रमी आहेस. अस्त्रविद्येत पूर्ण पारंगत आहेस. गदायुद्धात तुझ्यासमोर कुणीही वीर टिकाव धरू शकणार नाही. हे सारं खरं असलं तरी त्या यज्ञअश्वाचं रक्षण करणारं सैन्य संख्येने फार प्रचंड आहे. शिवाय, तुझ्या मदतीला कुशही इथे नाही. तेव्हा या सर्व गोष्टींचा विचार करून तू हा घोडा सोडून दे.’

वाल्मीकींचे ते भाषण ऐकून लव म्हणाला, ‘गुरुदेव ! हा घोडा म्हणजे माझ्या पराक्रमाला आव्हान आहे. तुमच्या आणि आईच्या आशीर्वादाने मी त्या सर्व सैन्याचा हा हा म्हणता पराभव करीन.’

लवाचे हे तेजस्वी उद्गार ऐकून वाल्मीकी ऋषींना धन्य वाटले. त्यांनी लवाच्या डोक्यावरून प्रेमाने हात फिरविला.

|| लव-कुशांचा पराक्रम ||

एका कुमाराने यज्ञअश्व पकडून ठेवल्याची वार्ता दूतांनी शत्रुघ्नाला येऊन सांगितली. शत्रुघ्नाला प्रथम मोठी गंमत वाटली.

तो ताबडतोब आपले सैन्य घेऊन वाल्मीकींच्या आश्रमाशी आला. तेथे तो यज्ञअश्व एका केळीच्या झाडांला बांधून ठेवला होता व आश्रमातले ऋषिकुमार त्याच्याभोवती गोळा होऊन गंमत पहात होते.

त्या ऋषिकुमारांच्या कोंडाळ्यात धनुष्यबाण घेतलेला एक तेजस्वी कुमार उभा होता.

शत्रुघ्नाने पुढे होऊन म्हटले, 'ऋषिकुमारांनो, हा यज्ञअश्व झाडाला बांधून ठेवण्याची हिंमत कोणी केली ?'

ऋषिकुमारांनी लवाकडे बोट दाखविले. लवाने आपले तेजस्वी डोळे शत्रुघ्नावर रोखले.

लहानग्या लवाकडे पाहून शत्रुघ्नाचा असा समज झाला की, याने आपल्या वयाला अनुसरून केवळ गंमत म्हणून ही चेष्टा केली असावी, म्हणून तो पुढे होऊन त्या अश्वाची दोरी सोडू लागला.

तेव्हा लव त्वरेने पुढे येऊन म्हणाला, 'हं ! हा अश्व मी काही गंमत म्हणून इथे बांधला नाही ! तुमच्या बाहूत माझा पराभव करण्याचे सामर्थ्य असेल तरच तो तुम्हाला सोडून नेता येईल. समजलं ?'

त्या तेजस्वी कुमाराचे ते तडफदार शब्द ऐकून शत्रुघ्न सुमंताकडे वळून म्हणाला, 'सुमंत ! हा कुणाचा बरे पुत्र ? चेहऱ्याची ठेवण थेट श्रीरामांसारखी दिसते.'

'होय,' सुमंत किलकिल्या डोळ्यांनी लवाकडे पहात म्हणाला, 'श्रीरामांचे जणू बालरूपचं !'

'पण या बालकाशी आपण युद्ध तरी कसे करायचे ? याचे धनुष्य तर लुटपुटीचे दिसते !' शत्रुघ्न हसून म्हणाला.

'आणि शिवाय आपण याच्याशी युद्ध केले तर लोक आपल्याला हसतील नाही का ?' सुमंत म्हणाला; आणि दोघेही खदखदून हसले.

नंतर शत्रुघ्न क्षणभर विचार करून आपल्या सैनिकांना म्हणाला, 'पाहता काय, सोडा या अश्वाची दोरी नि चला त्याला घेऊन !'

शत्रुघ्नाचे सैनिक ताबडतोब त्या अश्वाकडे धावले.

परंतु लवाने तितक्यात धनुष्याला दोरी जोडून त्या सैनिकांवर पटापट बाण सोडले.

ते पाहून त्या घायाळ सैनिकांनीही धीर करून लवावर बाण सोडले. परंतु, लवाने उलट बाण सोडून ते सर्व बाण मोडून टाकले. एवढेच नव्हे तर, त्या सैनिकांची धनुष्येही मोडून टाकली.

लवाचे हे अद्‌भुत कौशल्य पाहून शत्रुघ्न आश्चर्याने थक्क झाला ! त्याला वाटले, 'ही मूर्ती लहान असली तरी कीर्ती मोठी दिसते. आता आपण मागे राहून चालणार नाही. आपलाही पराक्रम त्याला दाखवलाच पाहिजे.'

असा विचार करून तो आपले धनुष्य सावरीत पुढे आला. त्याने लवाच्या अंगावर अनेक बाण सोडले. परंतु, लवाने तेवढेच बाण सोडून त्याचे सर्व बाण मधल्यामधेच मोडून टाकले.

ते पाहून शत्रुघ्नाने लवावर अग्न्यस्त्र सोडले. त्याबरोबर अग्नीचे लोळ उत्पन्न होऊन सारा प्रदेश तांबडालाल दिसू लागला. ते अग्नीचे लोळ लवाच्या दिशेने येऊ लागले. परंतु, लवही काही कमी नव्हता. त्याने वाल्मीकींच्या चरणांचे स्मरण करून वरुणास्त्र सोडले. त्याबरोबर आकाशातून मुसळधार पाऊस कोसळू लागला. त्यामुळे शत्रुघ्नाचे अग्न्यस्त्र जागच्या जागी थंडावले.

तो प्रकार पाहून शत्रुघ्नाने निर्वाणीचा उपाय म्हणून लवावर एक रामनामांकित दिव्य बाण सोडला. लवाने धैर्य करून आपल्याही धनुष्यातून दुसरा बाण सोडला. त्या बाणाने त्या दिव्य बाणाचे दोन तुकडे झाले. परंतु, त्यातला एक तुकडा लवाच्या हृदयात घुसला. त्यामुळे लव मूर्च्छा येऊन भूमीवर कोसळला.

लव पडल्याचे पाहून शत्रुघ्नाच्या डोळ्यात टचकन् पाणी आले. त्याने त्या सुकुमार लवाला प्रेमाने उचलून रथात घातले आणि आपला यज्ञअश्व सोडून घेऊन तो परत जाण्यास निघाला.

ते दृश्य पाहून ऋषिकुमार भयभीत झाले व त्यांनी धावत जाऊन ते वर्तमान वनदेवीला सांगितले.

ते ऐकून सीता मूर्च्छित पडली.

तेवढ्यात कुश वनातून परत आला. त्याने आईला सावध केले.

सीतेने घडलेला सर्व वृत्तान्त कुशाला सांगितला.

तो ऐकून कुशाच्या भ्रुकुटी वक्र झाल्या. त्याचे बाहू स्फुरण पावू लागले. त्याने मातेला वंदन करून म्हटले, 'आई, तू मुळीच काळजी करू नकोस. प्रत्यक्ष इंद्र जरी आता शत्रुघ्नाच्या मदतीला आला तरी त्याचा पाड लागणार नाही. लवाला सोडवून मी आत्ताच परत येतो.'

असे म्हणून कुशाने गुरुनाम मंत्राने विभूती अभिमंत्रून ती सर्वांगाला फासली आणि तो धनुष्यबाण घेऊन लवाच्या शोधार्थ वेगाने बाहेर पडला.

थोड्याच वेळात त्याची आणि शत्रुघ्नाच्या सैन्याची गाठ पडली. कुशाने त्या सैन्यावर बाणांची वृष्टी सुरू करून प्रथम शत्रुघ्नाच्या सेनापतीला ठार केले आणि तो उसळत्या वीरश्रीने शत्रुघ्नावर धावून गेला.

त्याप्रसंगी त्या दोघा महातेजस्वी वीरांचे घनघोर युद्ध झाले. अखेर कुशाने एक दिव्य बाण शत्रुघ्नावर सोडला. तो बाण शत्रुघ्नाच्या हृदयावर बसला आणि तो मूर्च्छा येऊन धाडकन् जमिनीवर आदळला.

शत्रुघ्न मूर्च्छित पडलेला पाहून त्याचे सैन्य जीव वाचविण्यासाठी वाट फुटेल तिकडे पळत सुटले.

।। श्रीराम मूर्च्छित पडले ।।

त्यानंतर कुशाने रथात झोपलेल्या लवाला सावध केले व आपल्या हृदयाशी धरले.

इकडे श्रीरामांच्या दूतांनी घडलेली सर्व हकिकत अयोध्येत येऊन श्रीरामांना सांगितली. त्या दोघा कुमारांच्या शौर्याची हकिकत ऐकून श्रीरामांना मोठेच आश्चर्य वाटले. त्यांनी यज्ञ थांबवून लक्ष्मणाला म्हटले, 'लक्ष्मणा, या कुमारांनी ज्याअर्थी शत्रुघ्नासारख्या पराक्रमी वीराचा पराभव केला त्याअर्थी ते कुमार तसेच पराक्रमी दिसतात. तेव्हा आता तूच पुष्कळसे सैन्य घेऊन त्यांच्या समाचारास जा.'

श्रीरामांच्या आज्ञेप्रमाणे लक्ष्मण बरेचसे सैन्य घेऊन त्वरेने वाल्मीकींच्या आश्रमाकडे आला. परंतु लव-कुशांनी पराक्रमाची शर्थ करून लक्ष्मणासही घायाळ केले.

ती भयानक वार्ता ऐकून श्रीरामांनी भरताला पाठवून दिले; पण लव-कुशांनी भरताचीही तीच अवस्था केली.

ते वर्तमान ऐकून श्रीरामांना अत्यंत क्रोध आला आणि ते हातात बांधलेले यज्ञकंकण सोडून युद्धास जाण्यासाठी उठले. त्यांनी चतुरंगदळ सिद्ध केले. अनेक नामांकित वीर बरोबर घेतले. त्यांच्या रथावरचा केशरी ध्वज डौलाने फडफडत होता.

श्रीरामांचे प्रचंड सैन्य पाहून कुश म्हणाला, 'हे सैन्य पूर्वीपेक्षा संख्येने अधिक दिसते.'

'असू दे.' लव म्हणाला, 'कुशा, तू माझ्या पाठीशी असल्यावर मला कळिकाळाचेही भय नाही.'

अशा प्रकारे एकमेकांना धीर देऊन ते तेजस्वी कुमार युद्धासाठी सज्ज झाले.

त्या दोघा कुमारांना पाहून श्रीरामांच्या मनात वात्सल्यभाव जागृत झाला. ते हसून म्हणाले, 'बाळांनो, मी तुम्हाला गोड गोड खाऊ देईन. दुधासाठी सवत्स गाई देईन. तुम्ही उगाच हे युद्ध कशासाठी करीत आहात ?'

त्यावर कुश-लव म्हणाले, 'आम्हाला फक्त युद्धच हवे आहे आणि तेही तुमच्याचबरोबर करण्याची आमची इच्छा आहे. सीतेसारख्या निष्पाप आणि पवित्र सतीला ज्यांनी तिचा काहीही अपराध नसताना घोर वनात टाकून दिले, त्या कठोर हृदयाच्या श्रीरामांशी युद्ध करणेच योग्य ठरेल !'

त्या कुमारांचे हे शब्द श्रीरामांच्या हृदयात वज्राप्रमाणे घुसले. हे कुमार कोण असावेत, याचा त्यांना काहीच बोध होईना.

त्या कुमारांचे युद्धाशिवाय समाधान होणार नाही हे पाहून श्रीराम धनुष्य सज्ज करून लढाईस उभे राहिले. त्यांनी एका पाठोपाठ एक असे अनेक बाण त्या दोघांवर सोडले. परंतु, त्या सर्व बाणांची फुले होऊन ती लव-कुशांच्या अंगावर पडली.

तेव्हा श्रीरामांनी अस्त्रयुद्ध सुरू केले. त्यांनी प्रथम अग्न्यस्त्र सोडले. परंतु, लव-कुशांनी दुसऱ्याच क्षणी पर्जन्यास्त्र सोडून त्याचे निवारण केले. त्यानंतर श्रीरामांनी दुसरे अस्त्र सोडण्यासाठी बाण धनुष्याला लावला. परंतु, तेवढ्यात लव-कुशांनी श्रीरामांच्या सैन्यावर जृंभकास्त्र सोडले. त्या अस्त्राच्या योगे श्रीरामांचे सर्व सैनिक जांभया देत रणांगणावर झोपू लागले.

हा प्रकार पाहून श्रीरामांची मती गुंग झाली. इतकी पराक्रमी बालके कुणाची असावीत, याचा ते विचार करू लागले.

तेवढ्यात कुशाने एक दिव्य बाण श्रीरामांच्या अंगावर सोडला. त्यायोगे श्रीराम मूर्च्छित होऊन रथात पडले.

लवाने धावत जाऊन ती वार्ता वाल्मीकींना सांगितली. ते धावतच तेथे आले. त्यांनी दिव्य उदक शिंपडून प्रथम श्रीरामांना सावध केले आणि कुशाला जृंभकास्त्र परत घेण्यास सांगितले. कुशाने ते परत घेताच श्रीरामांचे सर्व सैनिक झोपेतून उठल्याप्रमाणे उठून बसले.

नंतर श्रीरामांनी वाल्मीकींना वंदन करून म्हटले, 'आचार्य, हे दोघे पराक्रमी वीर कोण ? त्यांचे माता-पिता कुठे असतात ? यांना ही अस्त्रविद्या कुणी शिकविली ?'

वाल्मीकी हसून म्हणाले, 'श्रीरामा, तुला लवकरच या सर्व गोष्टींचा उलगडा होईल. आधी माझ्या आश्रमात येऊन थोडी विश्रांती घे.'

त्याप्रमाणे श्रीराम आपल्या सैन्यासह वाल्मीकींच्या मनोहर आश्रमात आले, त्यांनी ऋषिकुमारांनी दिलेल्या कंदमुळांचे मोठ्या आनंदाने भक्षण केले आणि थोडी विश्रांती घेऊन ते अयोध्येकडे निघाले.

।। कुश-लव रामायण गाती ।।

अयोध्येस आल्यावर श्रीरामांचा अश्वमेध यज्ञ पुन्हा सुरू झाला. तो यज्ञ खरोखरच अपूर्व होता. तो पाहून काही तपस्वी म्हणाले, 'इंद्र, चंद्र, यम किंवा वरुण यांनी सुद्धा अशा प्रकारचा यज्ञ पूर्वी केल्याचे आमच्या पाहण्यात नाही.'

या यज्ञाच्या प्रसंगी भगवान वाल्मीकी कुश आणि लव या आपल्या आवडत्या शिष्यांना घेऊन यज्ञभूमीकडे आले.

त्यांनी कुश-लवांना म्हटले, 'बाळांनो, मी तुम्हाला शिकविलेले रामायण तुम्ही सर्वांना गाऊन दाखवा. रामायणातील वीस सर्ग तुम्ही प्रत्येक दिवशी मधुर वाणीने गात जा. परंतु, धनाची अभिलाषा मात्र मुळीच धरू नका, 'तुम्ही कोणाचे पुत्र' असा जर श्रीरामाने तुम्हाला प्रश्न केला, तर 'आम्ही वाल्मीकीचे शिष्य' एवढेच उत्तर तुम्ही द्या.'

वाल्मीकींच्या सांगण्याप्रमाणे दुसऱ्या दिवशी प्रभातकाळी त्या दोघा तेजस्वी कुमारांनी हातात वीणा घेऊन रामायणाचे श्लोक गाऊन दाखविण्यास सुरुवात केली. त्या कुमारांच्या तोंडून बाहेर पडणारे अपूर्व काव्य ऐकून सारेच महर्षी, राजे आणि वेदवेत्ते ब्राह्मण मंत्रमुग्ध झाले. त्या कुमारांच्या मधुर गायनाने ते सारेजण आनंदाने डोलू लागले.

ही वार्ता श्रीरामांना समजल्यावर त्यांनी त्या दोघा कुमारांना आपल्यासमीप बसवून घेतले आणि त्यांचे गायन ऐकण्यात तेही विलक्षण तल्लीन झाले. त्यांच्या पूर्वस्मृती चाळवल्या जाऊन शृंगार, करुण, वीर अशा अनेक रसांचा आस्वाद ते घेऊ लागले.

पहिल्या दिवशी वीस सर्ग गाऊन झाल्यावर त्या कुमारांनी आपले गायन थांबविले. श्रीरामांची समाधी भंग पावली.

श्रीराम त्या कुमारांकडे कौतुकाने पहात लक्ष्मणाला म्हणाले, 'लक्ष्मणा, ह्या गुणवान कुमारांना तू सत्वर अठरा हजार मोहरा दे, त्याशिवाय त्यांना जे जे हवे असेल ते तू अवश्य दे.'

लक्ष्मणाने त्याप्रमाणे कोशागारातून तेवढे द्रव्य आणून ते तो त्या कुमारांना देऊ लागला. परंतु, त्या कुमारांनी ते स्वीकारले नाही. ते म्हणाले, 'वनात राहून फलमुळांवर उपजीविका करणाऱ्या आम्हा तापसांना याचा काय उपयोग ?'

त्या दोघांचे हे भाषण ऐकताच श्रीरामांना त्यांच्याविषयी अधिकच आदर उत्पन्न झाला.

श्रीरामांनी त्या कुमारांना रोज येऊन काव्यगायन करण्यास सांगितले. त्याप्रमाणे त्या दोघांनी रोज प्रात:काली येऊन ते शुभ गीत गाण्यास सुरुवात केली.

हे एवढे गुणी पुत्र कुणाचे असावेत, या प्रश्नाचे उत्तर श्रीरामांना अजूनही मिळाले नव्हते. त्यांची उत्सुकता क्षणाक्षणाला वाढत होती.

शेवटी त्यांनी भगवान वाल्मीकींना याबाबत स्पष्टच विचारले.

तेव्हा वाल्मीकी म्हणाले, 'श्रीरामा, हे दोघेही तुझेच पुत्र आहेत. तू सीतेला वनात सोडल्यानंतर ती निष्पाप, निरपराधी आणि पवित्र सीता माझ्या आश्रमात येऊन राहिली. तेथे नवमास पूर्ण होताच तिने या दोन सुंदर पुत्रांना जन्म दिला. श्रीरामा, रघुकुलाला भूषणभूत ठरलेल्या या दोघा पुत्रांचा तू स्वीकार कर.'

वाल्मीकींच्या तोंडचा हा खुलासा ऐकून श्रीरामांनी आसनावरून उठून आपल्या दोघा पुत्रांना कडकडून मिठी मारली. त्यांच्या नेत्रांतून घळघळा अश्रू वाहू लागले.

तो हृदयस्पर्शी देखावा पाहून सभेतील सर्वांचेच नेत्र ओलावले.

त्याचवेळी वाल्मीकी सीतेला घेऊन आले.

सीतेला श्रीरामांपुढे उभी करून ते म्हणाले, 'श्रीरामा, ही पहा तुझी सीता. ही अग्निप्रमाणे शुद्ध व पवित्र आहे. माझ्या आज्ञेने तू हिचा स्वीकार कर.'

श्रीरामांनी त्या पवित्र जानकीकडे पाहिले. ती थरथर कापत होती. तिच्या डोळ्यांतून अश्रूंचा पूर वहात होता.

श्रीराम म्हणाले, 'गुरुदेव ! लंकेत असताना सीतेने अग्निदिव्य करून आपले पावित्र्य सिद्ध

केले म्हणून मी त्या वेळी तिचा स्वीकार केला. परंतु, अयोध्येस आल्यावर लोक हिच्याबद्दल पुन्हा शंका घेऊ लागले. त्यामुळे हिच्या पावित्र्याबद्दल पूर्ण खात्री असूनही मी हिचा त्याग केला. आता लोकांची खात्री पटविण्यासाठी हिने सर्वांसमक्ष पुन्हा दिव्य करावे, म्हणजे मी सर्व लोकांसमक्ष हिचा पुन्हा स्वीकार करीन.'

|| सीता जन्मभूमीकडे गेली ||

श्रीरामांचे हे भाषण ऐकताच ती जनककन्या सीता दिव्य करून दाखविण्यासाठी पुढे आली. त्यावेळी तिने भगवे वस्त्र धारण केले होते. तिने आपले केस पाठीवर मोकळे सोडले होते. तिच्या गोऱ्यापान भव्य कपाळावर पवित्र कुंकुम-तिलक शोभत होता.

तिने आपली दृष्टी प्रभू रामचंद्रांच्या चरणांवर स्थिर केली आणि ती थोर पतिव्रता हात जोडून म्हणाली, 'हे धरणीमाते, आजपर्यंत फक्त एका प्रभू रामचंद्रांशिवाय दुसऱ्या कोणत्याही पुरुषाचे चिंतन मी केले नसेल तर हे देवी वसुंधरे, तू दुभंग होऊन आपल्या विशाल उदरात मला आश्रय दे.'

सीतेच्या तोंडून हे शब्द बाहेर पडताच पृथ्वी दुभंगू लागली आणि थोड्याच वेळात आतून एक दिव्य सिंहासन बाहेर आले. त्या रत्नखचित सिंहासनावर प्रत्यक्ष भूदेवी विराजमान झालेली होती. ते सिंहासन पराक्रमी नागांनी आपल्या मस्तकावर धारण केलेले होते.

सर्व उपस्थित जन अतिशय आश्चर्याने तो अपूर्व देखावा पहात असताना भूदेवी सिंहासनावरून उठली आणि तिने सीतेचा हात धरून तिला त्या रत्नमय सिंहासनावर आपल्या शेजारी बसविले.

त्यावेळी स्वर्गस्थ देवतांनी सीतेवर पुष्पवृष्टी केली.

सीतेने प्रभुरामचंद्रांना अखेरचे वंदन केले आणि हळूहळू ते सिंहासन पृथ्वीच्या पोटात गडप झाले !

ते अपूर्व दृश्य पाहून सर्वांच्याच तोंडून 'धन्य सीतादेवी', 'धन्य सीतादेवी' असे उद्गार नकळत बाहेर पडले.

भंगलेली भूमी सांधली गेली. परंतु, श्रीरामांचे हृदय मात्र विदीर्ण झाले !

त्यांनी लव-कुशांना पोटाशी धरले.

त्या दिवसापासून त्यांचे मन कशातच रमेना. त्यांनी सर्व सुखोपभोगांचा त्याग केला आणि कर्तव्यबुद्धीने अनेक वर्षे प्रजेचे पालन केले. त्यांचा राज्यकारभार इतका आदर्श होता की, कोणत्याही आदर्श राज्याला लोक पुढे 'रामराज्य' म्हणू लागले !

।। लक्ष्मणाचा त्याग ।।

कालचक्र फिरत होते.

एक दिवस साक्षात काळच तपस्व्याचे रूप घेऊन श्रीरामांच्या भेटीसाठी राजद्वाराशी आला. सुमित्रापुत्र लक्ष्मणाने तो आल्याचे वर्तमान राजकार्यात गर्क असलेल्या श्रीरामांना सांगितले.

श्रीरामांनी त्या मुनींना आत घेऊन येण्यास सांगितले. तो महातेजस्वी मुनी आत येताच श्रीरामांनी त्याला वंदन करून सुवर्णसिंहासनावर बसण्याची विनंती केली.

श्रीरामांनी हात जोडून त्या मुनीला येण्याचे कारण विचारले.

मुनी म्हणाला, 'श्रीरामा, तुझ्या हिताकरिता मी एका महातेजस्वी महर्षीचा निरोप घेऊन आलो आहे. मात्र, हा निरोप तू आणि मी असे दोघेच असताना एकांतामध्ये तुला सांगावयाचा आहे. त्या वेळी जो कोणी आपले भाषण श्रवण करील अथवा आपल्याकडे पाहील, त्याचा तुझ्या हातून वध झाला पाहिजे हे जर तुला कबूल असेल तरच मी त्या श्रेष्ठ महर्षीचा निरोप तुला सांगतो.'

'ठीक आहे मुनिवर, आपण म्हणता त्याचप्रमाणेच होईल.' असे म्हणून श्रीरामांनी लक्ष्मणाला हाक मारून म्हटले, 'लक्ष्मणा, द्वारपालाला दूर सारून त्याच्या जागी तू उभा रहा. आम्ही दोघे बोलत असता जो कोणी आमचे भाषण श्रवण करील अथवा आम्हाला अवलोकन करील, त्याचा मी खरोखरच वध करीन.'

एवढे बोलून श्रीरामांनी महालाचे रत्नखचित द्वार लोटून घेतले.

त्यानंतर श्रीराम त्या मुनिसमीप सिंहासनावर स्थानापन्न झाल्यावर तो मुनी म्हणाला, 'श्रीरामचंद्रा, पितामह ब्रह्मदेवांचा निरोप घेऊन मी तुझ्याकडे आलो आहे. त्रैलोक्याधिपती प्रभू ब्रह्मदेवांचा तुला निरोप आहे तो असा... 'हे महाप्रतापी श्रीरामा, भूलोकी वास्तव्य करण्याची आपली कालमर्यादा आता समाप्त झाली आहे. दुष्ट रावणाचा वध करण्याच्या महत्त्वाच्या कार्यासाठीच आपण या भूतलावर अवतीर्ण झालात. ते कार्य प्रभुकृपेने तडीस गेल्यामुळे व संकल्पाप्रमाणे आपली आयुर्मर्यादाही पूर्ण झाल्यामुळे आपणास पुन्हा देवलोकी परत येण्याची विनंती आहे.'

कालाने सांगितलेला ब्रह्मदेवांचा हा निरोप ऐकून श्रीराम आपल्या मनाची शांती यत्किंचितही ढळू न देता म्हणाले, 'हे सर्वभक्षक काळा, देवाधिदेव ब्रह्मदेवांचा निरोप मला अपेक्षितच होता. माझे भूलोकावरील कार्य पूर्ण झाल्यामुळे मी लवकरच मोठ्या आनंदाने देवलोकी परत येईन.'

अशा प्रकारे त्या दोघांचा संवाद महालात चालू असता शीघ्रकोपी दुर्वासमुनी राजद्वाराशी आले व द्वारपालाच्या जागेवर उभ्या असलेल्या लक्ष्मणाला म्हणाले, 'लक्ष्मणा, एक क्षणही न दवडता माझी आणि श्रीरामाची भेट करवून दे.'

लक्ष्मणाने सूर्याप्रमाणे तेजस्वी असलेल्या दुर्वास मुनींना वंदन करून म्हटले, 'भगवान श्रीराम काही महत्त्वाच्या कार्यात व्यग्र आहेत. ह्यास्तव आपण एक मुहूर्तपर्यंत वाट पहावी.'

लक्ष्मणाचे हे भाषण ऐकून ऋषिश्रेष्ठ दुर्वास मुनींची मुद्रा क्रोधातिरेकाने लालबुंद झाली.

त्यांच्या नेत्रांतून जणू अग्नीच्या ठिणग्या बाहेर उडू लागल्या. ते डोळे वटारून लक्ष्मणाला म्हणाले, 'लक्ष्मणा, मला ह्याच क्षणी श्रीरामांची भेट करवून दे. अन्यथा मी तुम्हा सर्वांना शाप देऊन दग्ध करून टाकीन. माझा क्रोध दाबून ठेवण्यास मी मुळीच समर्थ नाही !'

दुर्वासांच्या क्रोधाची लक्ष्मणाला पूर्ण कल्पना होती. तो स्वतःशी म्हणाला, 'या शीघ्रकोपी आणि महासामर्थ्यशाली मुनींच्या शापाने श्रीरामांसकट सर्वांचाच नाश होण्यापेक्षा आपल्या एकट्याचाच झालेला काय वाईट ?'

असा विचार करून तो महाविचारी लक्ष्मण महालाचा नक्षीदार दरवाजा लोटून आत गेला आणि त्याने श्रीरामांना वंदन करून दुर्वासांचा निरोप त्यांना सांगितला.

श्रीरामांनी कालाला जाण्यासाठी अनुज्ञा देऊन ते त्वरेने बाहेर आले आणि त्यांनी दुर्वास ऋषींना भक्तिभावाने वंदन करून म्हटले, 'गुरुदेव, कोणती आज्ञा आहे ?'

दुर्वासांचा राग कुठच्याकुठे पळाला. ते म्हणाले, 'हे धर्मवत्सल राजा, हजार वर्षेपर्यंत मी स्वीकारलेल्या अनशनरूप व्रताची आजच समाप्ती झाली. ह्यास्तव, जे तयार असेल ते भोजन स्वीकारण्याची माझी इच्छा आहे.'

दुर्वासांचे हे भाषण ऐकून श्रीरामांना संतोष वाटला. त्यांनी त्या मुनिश्रेष्ठांना सिद्ध असलेले अन्न भोजनार्थ अर्पण केले. ते अमृततुल्य अन्न खाऊन दुर्वास तृप्त झाले आणि श्रीरामांना आशीर्वाद देऊन आपल्या आश्रमाकडे निघून गेले.

ते गेल्यावर लक्ष्मणाकडे पाहून श्रीरामांच्या नेत्रांतून घळघळा अश्रू वाहू लागले.

श्रीरामांचा दुःखीकष्टी चेहरा पाहून लक्ष्मण नम्रपणे म्हणाला, 'हे दीनवत्सल महाप्रतापी रामा, आपण माझ्याकरिता मुळीच खेद करू नये. अशा प्रकारची कालगती पूर्वसंचिताने ठरलेलीच आहे. सत्यप्रतिज्ञ रामा, आपण माझा निःशंकपणे वध करून आपल्या प्रतिज्ञेचे पालन करा !'

लक्ष्मणाचे हे शब्द ऐकून श्रीरामांनी लक्ष्मणाला घट्ट आलिंगन दिले. त्या वेळी एकमेकांच्या विरहकल्पनेने त्या दोघांचेही नेत्र भरून आले.

त्यानंतर श्रीरामांनी कुलगुरू वसिष्ठ आणि मंत्री यांना बोलवून घडलेली सर्व हकिकत त्यांना निवेदन केली.

ती हकिकत ऐकून सारेच मंत्री अवाक् झाले.

परंतु, महातेजस्वी वसिष्ठमुनी म्हणाले, 'श्रीरामा, हा कुलक्षय शरीरावर रोमांच उठविणारा आहे. परंतु, कालगतीपुढे इलाज नाही ! आता तू लक्ष्मणाचा त्याग करून आपली प्रतिज्ञा सत्य कर. कारण प्रतिज्ञाभ्रष्ट झाल्यास धर्माचा लय होईल.'

हे ऐकताच श्रीरामांचे हृदय व्यथित झाले. परंतु, मनाचा संयम करून त्यांनी लक्ष्मणाला बोलावून म्हटले, 'लक्ष्मणा, धर्महानी होऊ नये यास्तव मी तुझा त्याग करतो; कारण त्याग आणि वध दोन्हीही समानच होत.'

श्रीरामांचे ते शब्द ऐकताच त्यांच्या विरहाच्या कल्पनेने लक्ष्मणाच्या नेत्रांतून घळघळा अश्रू वाहू लागले.

परंतु, तो संयमी लक्ष्मण श्रीरामांची आज्ञा प्रमाण मानून त्वरेने शरयू नदीच्या तीरावर गेला. त्याने पुण्यसलिला शरयूत स्नान केले व सर्व इंद्रियांचे दमन करून त्याने आपले प्राण विसर्जित केले आणि तो महापुरुष स्वर्गलोकी निघून गेला.

|| राज्याभिषेक ||

लक्ष्मणाच्या विरहानंतर दु:ख आणि शोक यांनी व्याप्त झालेल्या श्रीरामांनी आपले पुरोहित, मंत्री आणि पौरजन यांना बोलावून म्हटले, 'धर्मवत्सल वीर भरताला मी आता राज्याभिषेक करीन आणि स्वत: वनात निघून जाईन. यास्तव, तुम्ही राज्याभिषेकाची सत्वर तयारी करा.'

श्रीरामांचे हे वैराग्यपूर्ण भाषण ऐकून सर्वांनाच हुंदका आला. काहीजण तर गतप्राण झाल्याप्रमाणे जमिनीवर निश्चेष्ट पडले !

ही सर्व वार्ता भरताला समजल्यावर तो त्वरेने श्रीरामांकडे येऊन म्हणाला, 'हे कृपासागर श्रीरामा, तुम्हाला सोडून राज्यवैभव भोगण्याची मला मुळीच इच्छा नाही. त्यापेक्षा आपण कुश आणि लव या दोघांना राज्याभिषेक करा.'

धर्मवत्सल भरताचे हे उद्‌गार ऐकून सर्वांच्याच नेत्रांत अश्रू उभे राहिले.

श्रीराम शांतिब्रह्म वसिष्ठांना म्हणाले, 'गुरुदेव ! या प्राप्त परिस्थितीत मी कोणता मार्ग स्वीकारू ? मला काही एक सुचेनासे झाले आहे.'

त्यावर वसिष्ठ म्हणाले, 'श्रीरामा, याप्रसंगी तू आपल्या प्रजाजनांचा सल्ला घे. तुझ्या विरहाच्या कल्पनेने जमिनीवर निश्चेष्ट पडलेल्या या प्रजाजनांना तू विचार.'

श्रीरामांनी त्या प्रजाजनांना उठवून तसा प्रश्न केला. तेव्हा ते म्हणाले, 'हे दयामय रामचंद्रा, तुझे जर आपल्या प्रजाजनांवर खरेखुरे प्रेम असेल तर तुझ्याबरोबर तू त्यांनाही वनात घेऊन चल. कारण, तुझ्या विरहाची कल्पनाही आमच्याच्याने करवत नाही. तेव्हा स्वर्ग, तपोवन, दुर्गम अरण्य, नदी, सागर यापैकी जिकडे तू जाशील तिकडे तुझ्याबरोबरच आम्ही येऊ.'

प्रजाजनांची ही दृढ भक्ती अवलोकन करून श्रीरामांच्या नेत्रांतून घळघळा अश्रू वाहू लागले.

मग त्यांनी भरताच्या म्हणण्याप्रमाणे कुश आणि लव यांच्या राज्याभिषेकाची तयारी केली. तो सोहळा अनेक दिवस चालू होता.

त्यांनी कोसल देशात कुशाला व उत्तर कोसलमध्ये लवाला अभिषेक केला. त्या प्रसंगी ते दोघेही तेजस्वी पुत्र श्रीरामांच्या मांडीवर बसले.

त्यानंतर हजारो रथ, दहा दहा हजार गज आणि तेवढेच अश्व प्रत्येकाला देऊन श्रीरामांनी त्यांना त्यांच्या नगरांकडे पाठवून दिले.

।। निरवानिरव ।।

त्यानंतर श्रीरामांनी शत्रुघ्नाला बोलविण्यासाठी मधुरानगरीकडे दूत रवाना केले. त्या दूतांकडून शत्रुघ्नाला कुलक्षयाची भयानक वार्ता समजली आणि तो मार्गात कोठेही मुक्काम न करता अतिशय त्वरेने अयोध्येस आला. त्या ठिकाणी अग्नीप्रमाणे उज्ज्वल असे श्रीराम ऋषींच्या समुदायात बसलेले होते. त्यांनी बारीक रेशमी वस्त्र परिधान केले होते.

शत्रुघ्नाने श्रीरामांना वंदन करून म्हटले, 'हे भ्रातृवत्सल श्रीरामा, माझ्या दोघा पुत्रांना राज्याभिषेक करून मलाही आपण आपल्याबरोबर येण्याची परवानगी द्या.'

जितेंद्रिय शत्रुघ्नाची ती कळकळीची विनंती ऐकून श्रीरामांनी त्यांची इच्छा पूर्ण करण्याचे वचन दिले आणि त्याप्रमाणे शत्रुघ्नाच्या सुबाहू व शत्रूघाती या दोघा पुत्रांना अनुक्रमे मधुरा आणि विदिशा या नगरीचे राज्य देऊन श्रीरामांनी त्यांना राज्याभिषेक केला.

एवढे झाल्यावर सुग्रीवाला पुढे करून सर्व वानर उड्या मारीत श्रीरामांकडे आले. रामचंद्रांचे भूतलावरील वास्तव्य समाप्त होणार, हे जाणून गंधर्व आणि देवपुत्रही श्रीरामांना भेटण्यासाठी अयोध्येस आले.

त्या वेळी वानराधिपती सुग्रीव श्रीरामांना वंदन करून म्हणाला, 'हे दीनवत्सल श्रीरामा, युवराज अंगदाला किष्किंधेच्या राज्यावर बसवून मी वानर समुदायासह आपल्याकडे आलो आहे आणि आपल्या बरोबरच येण्याची आम्हा सर्वांची इच्छा आहे.'

'ठीक आहे.' श्रीराम हसत म्हणाले, 'सुग्रीवा, तुझी इच्छा पूर्ण होईल!'

तेवढ्यात महाज्ञानी बिभीषण तेथे आला. त्याने श्रीरामांना वंदन केले. श्रीरामांचा वियोग होणार ही वार्ता समजल्यामुळे त्याच्या नेत्रांतून अश्रू वाहत होते.

श्रीराम त्याच्या खांद्यावर हात ठेवून म्हणाले, 'हे महाज्ञानी बिभीषणा, भूतलावर जोपर्यंत प्रजा आहे, तोपर्यंत तू लंकेत राहून आपला देह धारण कर. सूर्य, चंद्र आणि पृथ्वी ही जोपर्यंत आहेत आणि जगतामध्ये जोपर्यंत माझी कथा प्रचलित आहे तोपर्यंत तेथे तुझे राज्य असो.'

बिभीषणाच्या कंठातून शब्द फुटत नव्हता. तो महान वैष्णव, 'आज्ञा महाराज,' एवढेच शब्द कसेबसे म्हणाला.

त्यानंतर महारुद्र हनुमंताला आशीर्वाद देत श्रीराम म्हणाले, 'हे वानराधिपती, 'आदर्श सेवक' म्हणून तुझे नाव या भूतलावर अमर राहील. जोपर्यंत माझी कथा प्रचलित राहील तोपर्यंत तुझे अस्तित्व या भूतलावर राहील.'

एवढे म्हणून श्रीरामांनी परम सखा हनुमंताला अत्यंत प्रेमाने गाढ मिठी मारली. तो प्रसंग खरोखरच हृदयस्पर्शी होता! त्या वेळी एकमेकांच्या वियोगकल्पनेने त्या दोघांच्याही नेत्रांतून घळघळा अश्रू वहात होते.

नंतर वृद्ध जांबुवंत, मैंद, द्विविद यांच्याकडे वळून श्रीराम म्हणाले, 'जोपर्यंत कलियुग

अस्तित्वात असेल, तोपर्यंत तुम्ही जिवंत रहाल !'

अशा प्रकारे अखेरची निरवानिरव करून श्रीरामचंद्रांनी महाप्रस्थानाची तयारी केली.

|| महाप्रस्थान ||

दुसऱ्या दिवशी पंचपंच उष:काली श्रीरामांनी महाप्रस्थानसमयी आवश्यक असलेली धर्मकृत्ये उरकली. नंतर कुणाशीही भाषण न करता हातात दर्भ घेऊन परब्रह्माचे चिंतन करीत ते शरयू नदीकडे निघाले. त्या वेळी त्यांच्या उजव्या बाजूस पद्महस्त लक्ष्मी होती, डाव्या बाजूस भूदेवी होती. ब्राह्मणाच्या रूपाने वेद, तसेच गायत्री, प्रणव आणि षट्कार हेही त्यांच्यासमवेत चालले होते. त्यांच्या पाठोपाठ महात्मे, ऋषी आणि सामान्य नागरिक गंभीरपणे चालताना दिसत होते.

वाटेत भरत आणि शत्रुघ्न त्यांना येऊन मिळाले. त्या सर्वांचे सेवकवर्ग, मंत्री, दासदासी एवढेच काय, परंतु अयोध्येतील सर्व प्राणी व पक्षीही श्रीरामांच्या पाठोपाठ शरयूच्या दिव्य पात्राकडे निघाले. त्या वेळी सर्वत्र गंभीर शांतता पसरली होती.

अयोध्येपासून सुमारे दीड योजने अंतरावर गेल्यानंतर पवित्र उदकाने युक्त अशा शरयूचे विशाल पात्र श्रीरामांच्या दृष्टीस पडले.

त्या वेळी श्रीरामांना स्वर्गलोकी नेण्यासाठी साक्षात ब्रह्मदेवांनी विमान पाठवून दिले होते.

महातेजस्वी श्रीराम ज्या वेळी शरयूच्या विशाल पात्रात उतरू लागले, त्या वेळी अंतरिक्षातून ब्रह्मदेव म्हणाले, 'विष्णो, ये. हे राघवा तुझे कल्याण असो! तू स्वर्गलोकी येण्यास तयार झाला आहेस, ही फारच आनंदाची गोष्ट आहे. तुझ्या आगमनाने स्वर्गलोक पुष्ट आणि हर्षयुक्त होवो !'

ब्रह्मदेवाचे हे भाषण ऐकताच श्रीरामांनी आपल्या कनिष्ठ भ्रात्यांसह वैष्णवतेजात प्रवेश केला.

त्यांच्या पाठोपाठ आलेल्या त्यांच्या अनुयायांनी अतिशय आनंदाने शरयूच्या विशाल पात्रात प्रवेश केला. त्याबरोबर त्यांना दिव्य देह प्राप्त होऊन ते स्वर्गलोकाकडे निघून गेले.

अशा प्रकारे श्रीरामांच्या दिव्य अवताराची समाप्ती झाली.

आदि कवी भगवान वाल्मीकींच्या रससिद्ध लेखणीतून उतरलेले हे रामायण काव्य जे कोणी नियमाने श्रवण किंवा पठण करतात ते सर्व पापातून मुक्त होतात. या काव्याचे श्रवण किंवा पठण यश देणारे, आयुष्य वाढविणारे आणि राजे लोकांना विजय प्राप्तीचा पराक्रम करण्याची स्फूर्ती देणारे आहे. त्यामुळे केवळ मानवच काय परंतु देव, गंधर्व, सिद्ध आणि देवर्षी हेदेखील अत्यंत आनंदाने स्वर्गलोकी हे काव्य नेहमी ऐकत असतात ! धन्य वाल्मीकीऋषी आणि धन्य त्यांचे रामायण !